The World Literature Vault
Victorian Library
Room NO.6 Macabre

The King in Yellow

മഞ്ഞയങ്കി അണിഞ്ഞ രാജാവ്

The King in Yellow
Manjayanki Aninja Rajavu
(മലയാളം പരിഭാഷ)

Original Author: **Robert W. Chambers**
Language Consultant: **C. M. Rajan**
Series Editor: **Sumesh Insight**

Insight World Literature Vault
Scholarly Authoritative Edition

First Edition: March 2026

This volume forms part of the Insight World Literature Vault, a long-term archival project dedicated to preserving, translating, and presenting foundational works of world civilization in authoritative Malayalam editions.

This edition has been prepared for the Insight World Literature Vault as part of its Civilizational Canon Project. The text is presented as a scholarly Malayalam rendering intended for enduring academic and cultural reference.

Publisher:
InsightinPublica Printers & Publishers Pvt. Ltd.
Kozhikode, Kerala – 673011, India
www.insightpublica.com

insightpublica@gmail.com | mail@insightpublica.com

ISBN: 978-93-5517-667-7

₹ 210

Printed in India

Pages: 142

Insight World Literature Vault Series
Civilizational Canon Project

The World Literature Vault
Victorian Library
Room NO.6 Macabre

The King in Yellow

മഞ്ഞയങ്കി അണിഞ്ഞ രാജാവ്

റോബർട്ട് ഡബ്ല്യു. ചേംബേഴ്സ്

പരിഭാഷ : ആവണി സി. ജി

INSIGHT PUBLICA

റോബർട്ട് ഡബ്ല്യു. ചേംബേഴ്സ്

The King in Yellow (1895) എന്ന പ്രശസ്ത ചെറുകഥാസമാഹാരത്തിലൂടെയാണ് റോബർട്ട് ഡബ്ല്യു. ചേംബേഴ്സ് കൂടുതൽ അറിയപ്പെട്ടുന്നത്. ഈ കൃതിയിലെ കഥകൾ ഭീതിയും രഹസ്യവും ദാർശനികമായ കോസ്മിക് ഹൊറർ ആശയങ്ങളും ചേർന്നവയാണ്. പിന്നീട് എച്ച്. പി. ലവ്ക്രാഫ്റ്റ് പോലുള്ള എഴുത്തുകാരെ ഇത് ഏറെ സ്വാധീനിച്ചു.
ഹോറർ സാഹിത്യത്തിന് പുറമേ, പ്രണയകഥകളും ചരിത്രനോവലുകളും ഉൾപ്പെടെ നിരവധി കൃതികൾ അദ്ദേഹം രചിച്ചിട്ടുണ്ട്.
പ്രധാന കൃതികൾ : The Maker of Moons, In Search of the Unknown, The Mystery of Choice, The Tracer of Lost Persons, Cardigan, The Maid-at-Arms, The Younger Set

നിഴലുകളുടെ നിലവറ

ഇപ്പോൾ നിങ്ങൾ നിൽക്കുന്നത് ആറാം നമ്പർ മുറിയിലാണ്. ഈ മുറിയിലെ വായുവിന് അല്പം കനമേറിയതായി നിങ്ങൾക്ക് തോന്നാം. വെളിച്ചം മങ്ങിയതാണ്; ഓരോ നിഴലിനും പിന്നിൽ ഒരു രഹസ്യം ഒളിഞ്ഞിരിപ്പുണ്ട്. നിഗൂഢതയുടെയും ഭീതിയുടെയും ഈ ലോകത്തിലേക്ക് നിങ്ങളെ ഞങ്ങൾ സ്വാഗതം ചെയ്യുന്നു.

ലോകസാഹിത്യത്തിലെ വിസ്മയിപ്പിക്കുന്ന രചനകളെ അവയുടെ ആത്മാവ് നഷ്ടപ്പെടാതെ വായനക്കാരിലേക്കെത്തിക്കുക എന്ന ലക്ഷ്യത്തോടെ ഇൻസൈറ്റ് പബ്ലിക്ക അവതരിപ്പിക്കുന്ന ബൃഹത്തായ പദ്ധതിയാണ് The World Literature Vault. ഇത് കേവലം പുസ്തകങ്ങളുടെ ഒരു ശേഖരമല്ല; വായനക്കാരന്റെ അഭിരുചികൾക്കും മാനസികാവസ്ഥയ്ക്കും അനുസരിച്ച് രൂപകൽപ്പന ചെയ്ത എട്ട് വ്യത്യസ്ത വായനാമുറികൾ ഉൾക്കൊള്ളുന്ന ഒരു അനുഭവലോകമാണ്.

ഈ പരമ്പരയിലെ ആദ്യ അവതരണമാണ് Victorian Library – Room 6: Macabre. പത്തൊമ്പതാം നൂറ്റാണ്ടിലെ വിക്ടോറിയൻ കാലഘട്ടം ശാസ്ത്രത്തിന്റെയും യുക്തിയുടെയും മുന്നേറ്റത്തിന് സാക്ഷ്യം വഹിച്ചപ്പോഴേക്കും, മനുഷ്യന്റെ ഉള്ളിലെ അന്ധകാരവും അജ്ഞാത ഭയങ്ങളും സാഹിത്യത്തിലൂടെ അന്വേഷിക്കാൻ ചില എഴുത്തുകാർ ശ്രമിച്ചു. അത്തരമൊരു ഭീതിദമായ സൗന്ദര്യബോധത്തിൽ (Macabre) പിറന്ന രചനകളുടെ സമാഹാരമാണ് ഈ വാല്യം.

എഡ്ഗർ അലൻ പോ, ഗൈ ദെ മോപ്പസാങ്ങ്, ആർതർ മാക്കൻ എന്നിവരെപ്പോലുള്ള ഇതിഹാസ എഴുത്തുകാരുടെ തൂലികയിൽ വിരിഞ്ഞ നിഗൂഢതകളും മാനസികഭീതികളും ഈ വായനാമുറിയിൽ അനാവൃതമാകുന്നു.

ഇംഗ്ലീഷും മലയാളവും ഒരേസമയം അവതരിപ്പിക്കുന്നതിലൂടെ ഭാഷാപരമായ അതിർവരമ്പുകൾ ഭേദിച്ച്, ഗോതിക് ഹൊറർ സാഹിത്യത്തിന്റെ ആഴങ്ങളിലേക്ക് വായനക്കാരെ നയിക്കുകയാണ് ഞങ്ങളുടെ ലക്ഷ്യം. ഇരുളും പ്രകാശവും തമ്മിലുള്ള ഈ നിശ്ശബ്ദമായ പോരാട്ടം തീർച്ചയായും ഒരു നവ്യാനുഭവമായിരിക്കും.

-സുമേഷ് ഇൻസൈറ്റ്

ആമുഖം

ഭയത്തെയും ഭ്രാന്തിനെയും ഇത്രത്തോളം നിഗൂഢമായി ആവിഷ്കരിച്ച മറ്റൊരു കൃതി ലോകസാഹിത്യത്തിൽ കുറവായിരിക്കും. 1895-ൽ റോബർട്ട് ഡബ്ല്യു. ചേംബേഴ്സ് രചിച്ച 'മഞ്ഞയങ്കി അണിഞ്ഞ രാജാവ്' (The King in Yellow) കേവലം ഒരു കഥാസമാഹാരമല്ല; മറിച്ച് വായനക്കാരന്റെ യുക്തിയെ വെല്ലുവിളിക്കുന്ന ഒരു നിഗൂഢ പ്രപഞ്ചമാണ്.

ഈ പുസ്തകത്തിന്റെ ഓരോ താളിലും വായനക്കാരനെ വേട്ടയാടുന്നത് 'മഞ്ഞയങ്കി അണിഞ്ഞ രാജാവ്' എന്ന നിഗൂഢമായ ഒരു നാടകമാണ്. ആ നാടകം വായിക്കുന്നവർ ഭ്രാന്തിന്റെയും നാശത്തിന്റെയും കയങ്ങളിലേക്ക് വീണുപോകുന്നു. അദൃശ്യമായ കാർകോസ എന്ന നഗരവും, ഹാലി തടാകത്തിലെ തിരമാലകളും, ആകാശത്ത് ഉദിച്ചുനിൽക്കുന്ന ഇരട്ട സൂര്യന്മാരും വായനക്കാരനിൽ അവാച്യമായ ഒരു ഭീതി നിറയ്ക്കുന്നു.

എച്ച്.പി. ലൗക്രാഫ്റ്റ് (H.P. Lovecraft) മുതൽ സ്റ്റീഫൻ കിംഗ് വരെയുള്ള വിഖ്യാതരായ ഹൊറർ എഴുത്തുകാരെ സ്വാധീനിച്ച ഈ കൃതി, 'കോസ്മിക് ഹൊറർ' (Cosmic Horror) എന്ന വിഭാഗത്തിലെ ഒരു നാഴികക്കല്ലാണ്. പാരീസിലെ കലാകാരന്മാരുടെ തെരുവുകളിൽ നിന്ന് തുടങ്ങി, അജ്ഞാതമായ ലോകങ്ങളിലേക്ക് നീളുന്ന ഈ എട്ട് കഥകൾ ഭയത്തിന്റെ പുതിയൊരു ഭാഷ നിങ്ങളെ പഠിപ്പിക്കും.

മഞ്ഞയങ്കി അണിഞ്ഞ രാജാവിന്റെ കൊട്ടാരത്തിലേക്കുള്ള വാതിൽ നിങ്ങൾക്കായി തുറക്കപ്പെടുന്നു. ഇവിടെ വായന ഒരു അപകടകരമായ വിനോദമാണ്. കാരണം, ചില സത്യങ്ങൾ അറിയുന്നതിനേക്കാൾ നല്ലത് അറിയാതിരിക്കുന്നതാണ്.

ഭ്രാന്തിന്റെ ഈ മഞ്ഞപ്പരപ്പിലൂടെ നമുക്ക് ഒരുമിച്ച് സഞ്ചരിക്കാം.

ഉള്ളടക്കം

കീർത്തി നന്നാക്കുന്നവൻ

ഭ്രാന്തന്മാരെ പരിഹസിക്കരുത്; അവരുടെ ഭ്രാന്ത് നമ്മുടേതിനേക്കാൾ കൂടുതൽ കാലം നിലനിൽക്കുന്നതാണ്... ആ വ്യത്യാസം മാത്രമേയുള്ളൂ."

I

1920-ന്റെ അവസാനത്തോടെ, അമേരിക്കൻ ഗവൺമെന്റ് പ്രസിഡന്റ് വിൻത്രോപ്പിന്റെ ഭരണകാലത്തിന്റെ അവസാന മാസങ്ങളിൽ അംഗീകരിച്ച പരിപാടികൾ പ്രായോഗികമായി പൂർത്തിയാക്കിയിരുന്നു. രാജ്യം പ്രത്യക്ഷത്തിൽ ശാന്തമായിരുന്നു. താരിഫ്, ലേബർ (നികുതി, തൊഴിൽ) പ്രശ്നങ്ങൾ എങ്ങനെ പരിഹരിക്കപ്പെട്ടുവെന്ന് എല്ലാവർക്കും അറിയാം. സാമോവൻ ദ്വീപുകൾ കൈവശപ്പെടുത്തിയതിനെത്തുടർന്ന് ജർമ്മനിയുമായി ഉണ്ടായ യുദ്ധം റിപ്പബ്ലിക്കിൽ ദൃശ്യമായ മുറിവുകളൊന്നും അവശേഷിപ്പിച്ചില്ല. അധിനിവേശ സൈന്യം നോർഫോക്ക് താൽക്കാലികമായി കൈവശപ്പെടുത്തിയത് ആവർത്തിച്ചുള്ള നാവിക വിജയങ്ങളുടെ സന്തോഷത്തിനിടയിൽ വിസ്മരിക്കപ്പെട്ടു. ന്യൂജേഴ്സി സ്റ്റേറ്റിൽ ജനറൽ വോൺ ഗാർട്ടൻലോബിന്റെ സൈന്യത്തിന് നേരിട്ട പരിഹാസ്യമായ ദുരവസ്ഥയും ജനങ്ങൾ മറന്നു. ക്യൂബൻ, ഹവായ് നിക്ഷേപങ്ങൾ നൂറു ശതമാനം ലാഭം നൽകി; സാമോവ പ്രദേശം കൽക്കരി സംഭരണ കേന്ദ്രമെന്ന നിലയിൽ വിലയേറിയ ഒന്നായി മാറി. രാജ്യം പ്രതിരോധത്തിൽ അതീവ സുസജ്ജമായിരുന്നു. എല്ലാ തീരദേശ നഗരങ്ങളിലും പ്രതിരോധ കോട്ടകൾ സജ്ജീകരിച്ചിരുന്നു; പ്രഷ്യൻ

സമ്പ്രദായമനുസരിച്ച് ജനറൽ സ്റ്റാഫിന്റെ മേൽനോട്ടത്തിൽ സംഘ ടിപ്പിച്ച സൈന്യം 3,00,000 പേരായി വർദ്ധിപ്പിക്കപ്പെട്ടു , കൂടാതെ പത്ത് ലക്ഷം പേരുടെ കരുതൽ സേനയുമുണ്ടായിരുന്നു. ആറ് ഗംഭീരമായ ക്രൂസർ-യുദ്ധക്കപ്പൽ വ്യൂഹങ്ങൾ കടൽപ്പാതകളിൽ പട്രോളിംഗ് നടത്തി ക്കൊണ്ടിരുന്നു.

നയതന്ത്രജ്ഞരെ പരിശീലിപ്പിക്കുന്നതിനായി ഒരു കോളേജ് അത്യാ വശ്യമാണെന്ന് പടിഞ്ഞാറൻ ഭാഗത്തുനിന്നുള്ള മാന്യന്മാർ ഒടുവിൽ സമ്മതിച്ചു. അതുകൊണ്ടുതന്നെ, കഴിവുകെട്ട രാജ്യസ്നേഹികളല്ല വിദേ ശങ്ങളിൽ നമ്മെ പ്രതിനിധീകരിച്ചിരുന്നത്. രാജ്യം ഐശ്വര്യപൂർണ്ണമാ യിരുന്നു; രണ്ടാമത്തെ വലിയ തീപിടുത്തത്തിന് ശേഷം തകർന്നുപോയ ചിക്കാഗോ നഗരം അതിന്റെ അവശിഷ്ടങ്ങളിൽ നിന്ന് വെളുത്തതും സാമ്രാജ്യത്വപരമായ ഗാംഭീര്യത്തോടെയും ഉയർത്തെഴുന്നേറ്റു. 1893-ൽ ഒരു കളിപ്പാട്ടം പോലെ നിർമ്മിച്ച 'വെളുത്ത നഗര'ത്തേക്കാൾ മനോ ഹരമായിരുന്നു അത്. എല്ലായിടത്തും മോശം വാസ്തുവിദ്യയ്ക്ക് പകരം നല്ലത് വന്നുകൊണ്ടിരുന്നു. ന്യൂയോർക്കിൽ പോലും മാന്യതയ്ക്കായുള്ള പെട്ടെന്നുള്ള ആഗ്രഹം നിലവിലുണ്ടായിരുന്ന പല വൈരൂപ്യങ്ങളെ യും തുടച്ചുനീക്കി. തെരുവുകൾ വീതികൂട്ടി, ശരിയായി ടാർ ചെയ്യുകയും വിളക്കുകൾ സ്ഥാപിക്കുകയും ചെയ്തു; മരങ്ങൾ നട്ടുപിടിപ്പിച്ചു, ചത്വരങ്ങൾ (Squares) നിർമ്മിച്ചു, ഉയർന്നുനിൽക്കുന്ന റെയിൽവേ ഘടനകൾ പൊളിച്ചുമാറ്റി പകരം ഭൂഗർഭ പാതകൾ നിർമ്മിച്ചു. പുതിയ സർക്കാർ കെട്ടിടങ്ങളും ബാരക്കുകളും വാസ്തുവിദ്യയുടെ മികച്ച മാതൃകകളായിരു ന്നു. ദ്വീപിന് ചുറ്റുമുള്ള കല്ല് പാകിയ കടവുകൾ പാർക്കുകളാക്കി മാറ്റി, ഇത് ജനങ്ങൾക്ക് വലിയൊരു അനുഗ്രഹമായി. സ്റ്റേറ്റ്, തിയേറ്ററിനും ഓപ്പറയ്ക്കും സബ്സിഡി നൽകിയത് ഗുണകരമായി.

സ്വയം സംരക്ഷണത്തിന്റെ ഭാഗമായി വിദേശത്തുനിന്നുള്ള ജൂതന്മാരെ ഒഴിവാക്കിയത്, സ്വാനി (Suanee) എന്ന പുതിയ സ്വതന്ത്ര നീഗ്രോ സ്റ്റേ റ്റിന്റെ രൂപീകരണം, കുടിയേറ്റം നിയന്ത്രിക്കൽ, പൗരത്വത്തെക്കുറിച്ചുള്ള പുതിയ നിയമങ്ങൾ, എക്സിക്യൂട്ടീവ് അധികാരങ്ങൾ കേന്ദ്രീകരിക്കൽ എന്നിവയെല്ലാം രാജ്യത്തിന്റെ സമാധാനത്തിനും പുരോഗതിക്കും കാരണമായി. ഗവൺമെന്റ് റെഡ് ഇന്ത്യൻ പ്രശ്നം പരിഹരിക്കുകയും, പഴയ യുദ്ധകാര്യ സെക്രട്ടറി തട്ടിക്കൂട്ടിയ സേനകൾക്ക് പകരം തനതായ വേഷമണിഞ്ഞ ഇന്ത്യൻ കുതിരപ്പടയാളികളെ നിയോഗിക്കുകയും ചെയ്തപ്പോൾ രാജ്യം ആശ്വാസ നിശ്വാസം ഉതിർത്തു. മതങ്ങളുടെ കൂറ്റൻ കോൺഗ്രസിന് ശേഷം, മതഭ്രാന്തും അസഹിഷ്ണുതയും കുഴിച്ചുമൂടപ്പെട്ടു കയും ദയയും സ്നേഹവും പോരാടുന്ന മതവിഭാഗങ്ങളെ ഒന്നിപ്പിക്കാൻ

തുടങ്ങുകയും ചെയ്തപ്പോൾ, 'സഹസ്രാബ്ദങ്ങളുടെ സമാധാന കാലം' (Millennium) പുതിയ ലോകത്ത് എത്തിക്കഴിഞ്ഞുവെന്ന് പലരും കരുതി.

പക്ഷേ, സ്വയം സംരക്ഷണം പ്രഥമ നിയമമാണ്. ജർമ്മനിയും ഇറ്റലിയും സ്പെയിനും ബെൽജിയവും അരാജകത്വത്തിന്റെ പിടച്ചിലിൽ അമരുമ്പോൾ, കോക്കസസിൽ നിന്ന് നോക്കിനിന്ന റഷ്യ അവരെ ഓരോരുത്തരെയായി കീഴ്പ്പെടുത്തി ബന്ധിക്കുന്നത് അശരണമായ ദുഃഖത്തോടെ അമേരിക്കയ്ക്ക് നോക്കിനിൽക്കേണ്ടി വന്നു.

ന്യൂയോർക്ക് നഗരത്തിൽ, 1899-ലെ വേനൽക്കാലം ശ്രദ്ധിക്കപ്പെട്ടത് എലിവേറ്റഡ് റെയിൽവേകൾ (ഉയർന്നുനിൽക്കുന്ന റെയിൽപ്പാതകൾ) പൊളിച്ചുമാറ്റിയതിലൂടെയാണ്. 1900-ലെ വേനൽക്കാലം ന്യൂയോർക്കുകാരുടെ ഓർമ്മകളിൽ എന്നും നിലനിൽക്കും; ആ വർഷമാണ് ഡോഡ്ജ് പ്രതിമ നീക്കം ചെയ്തത്. തൊട്ടടുത്ത ശൈത്യകാലത്താണ് ആത്മഹത്യ നിരോധിക്കുന്ന നിയമങ്ങൾ റദ്ദാക്കണമെന്ന പ്രക്ഷോഭം ആരംഭിച്ചത്. അതിന്റെ അന്തിമഫലം 1920-ഏപ്രിലിൽ കണ്ടു; വാഷിംഗ്ടൺ സ്ക്വയറിൽ ഗവൺമെന്റിന്റെ ആദ്യത്തെ 'ലെതൽ ചേംബർ' (മരണമുറി) തുറക്കപ്പെട്ടു.

മാഡിസൺ അവന്യൂവിലുള്ള ഡോക്ടർ ആർച്ചറുടെ വീട്ടിൽ നിന്ന് ആ ദിവസം ഞാൻ നടന്നിറങ്ങി. വെറുമൊരു ചടങ്ങ് എന്ന നിലയിലാണ് ഞാൻ അവിടെ പോയത്. നാല് വർഷം മുമ്പ് കുതിരപ്പുറത്ത് നിന്ന് വീണതിന് ശേഷം, എന്റെ തലയുടെയും കഴുത്തിന്റെയും പുറകിൽ ഇടയ്ക്കിടെ വേദന അനുഭവപ്പെടാറുണ്ടായിരുന്നു. എന്നാൽ ഇപ്പോൾ മാസങ്ങളായി വേദനയില്ല. എനിക്ക് സുഖപ്പെടുത്താൻ ഇനിയൊന്നുമില്ലെന്ന് പറഞ്ഞാണ് ഡോക്ടർ അന്ന് എന്നെ അയച്ചത്. അത് കേൾക്കാൻ മാത്രം അദ്ദേഹത്തിന് ഫീസ് നൽകേണ്ട കാര്യമുണ്ടായിരുന്നില്ല; എനിക്ക് തന്നെ അത് അറിയാമായിരുന്നു. എങ്കിലും അദ്ദേഹത്തിന് പണം നൽകുന്നതിൽ എനിക്ക് വിഷമമില്ലായിരുന്നു. എന്നെ ദേഷ്യം പിടിപ്പിച്ചത് തുടക്കത്തിൽ അദ്ദേഹം വരുത്തിയ തെറ്റാണ്. ബോധരഹിതനായി റോഡിൽ കിടന്ന എന്നെ ആരോ എടുത്ത് ഡോക്ടറുടെ അടുത്തെത്തിച്ചു (ആരോ എന്റെ കുതിരയുടെ തലയിലേക്ക് കരുണയോടെ ഒരു വെടിയുണ്ട പായിച്ചിരുന്നു). എന്റെ തലച്ചോറിന് തകരാർ പറ്റിയെന്ന് വിധിച്ച ഡോക്ടർ എന്നെ അദ്ദേഹത്തിന്റെ സ്വകാര്യ ഭ്രാന്താലയത്തിൽ അടച്ചു. അവിടെ എനിക്ക് ഭ്രാന്തിനുള്ള ചികിത്സകൾ സഹിക്കേണ്ടി വന്നു. ഒടുവിൽ എനിക്ക് സുഖമായെന്ന് അദ്ദേഹം തീരുമാനിച്ചു. എന്റെ മനസ്സ് അദ്ദേഹത്തിന്റേതിനേക്കാൾ ഉറപ്പുള്ളതാണെന്ന്

എനിക്കറിയാമായിരുന്നു. അദ്ദേഹം തമാശയായി പറഞ്ഞതുപോലെ ഞാൻ "ട്യൂഷൻ ഫീസ്" നൽകി അവിടെ നിന്നിറങ്ങി. അദ്ദേഹത്തിന്റെ തെറ്റിന് ഞാൻ പകരം ചോദിക്കുമെന്ന് പുഞ്ചിരിയോടെ ഞാൻ പറഞ്ഞു. അദ്ദേഹം അത് കേട്ട് പൊട്ടിച്ചിരിച്ചു, ഇടയ്ക്കൊക്കെ കാണാൻ വരണമെന്നും പറഞ്ഞു. പകരം വീട്ടാൻ ഒരു അവസരം പ്രതീക്ഷിച്ച് ഞാൻ ഇടയ്ക്കൊക്കെ പോകാറുണ്ടായിരുന്നു, പക്ഷേ അദ്ദേഹം എനിക്ക് അതിനൊരു അവസരം നൽകിയില്ല. ഞാൻ കാത്തിരിക്കുമെന്ന് ഞാൻ അദ്ദേഹത്തോടും പറഞ്ഞു.

കുതിരപ്പുറത്ത് നിന്നുള്ള വീഴ്ച ഭാഗ്യവശാൽ മോശമായ ഫലങ്ങളൊന്നും ഉണ്ടാക്കിയില്ല; മറിച്ച്, അത് എന്റെ സ്വഭാവത്തെ മൊത്തത്തിൽ മെച്ചപ്പെടുത്തി. നഗരത്തിൽ അലഞ്ഞുനടന്ന ഒരു മടിയനായ യുവാവിൽ നിന്ന് ഞാൻ ഊർജ്ജസ്വലനും മിതഭാഷിയും എല്ലാറ്റിനുമുപരിയായി അതിമോഹിയുമായി മാറി. എന്നെ അലട്ടുന്ന ഒരു കാര്യം മാത്രമേ ഉണ്ടായിരുന്നുള്ളൂ; എന്റെ അസ്വസ്ഥത കണ്ട് ഞാൻ തന്നെ ചിരിക്കാറുണ്ടെങ്കിലും അത് എന്നെ അലട്ടിക്കൊണ്ടിരുന്നു.

സുഖം പ്രാപിച്ചുവരുന്ന കാലത്താണ് ഞാൻ ആദ്യമായി 'ദ കിംഗ് ഇൻ യെല്ലോ' വാങ്ങി വായിക്കുന്നത്. ആദ്യത്തെ അങ്കം വായിച്ചു കഴിഞ്ഞപ്പോൾ ഇത് നിർത്തുന്നതാണ് നല്ലതെന്ന് എനിക്ക് തോന്നിയത് ഞാൻ ഓർക്കുന്നു. ഞാൻ ചാടിയെഴുന്നേറ്റ് ആ പുസ്തകം നെരിപ്പോടിലേക്ക് (Fireplace) എറിഞ്ഞു; പുസ്തകം ഗ്രേറ്റിൽ തട്ടി തീയുടെ വെളിച്ചത്തിൽ മലർന്നു വീണു. രണ്ടാം അങ്കത്തിലെ ആദ്യ വാക്കുകൾ എന്റെ കണ്ണിൽ പെട്ടില്ലായിരുന്നെങ്കിൽ ഞാൻ അത് ഒരിക്കലും വായിച്ചു തീർക്കില്ലായിരുന്നു. എന്നാൽ അത് എടുക്കാൻ കുനിഞ്ഞപ്പോൾ എന്റെ കണ്ണുകൾ ആ പേജിൽ തറഞ്ഞുപോയി. ഭീതികൊണ്ടോ അതോ അത്രമേൽ തീവ്രമായ സന്തോഷം കൊണ്ടോ ഒരു നിലവിളിയോടെ ഞാൻ ആ പുസ്തകം കൽക്കരികൾക്കിടയിൽ നിന്ന് വലിച്ചെടുത്തു. വിറച്ചുകൊണ്ട് കിടപ്പുമുറിയിലേക്ക് പോയി ഞാനത് വീണ്ടും വീണ്ടും വായിച്ചു. ഇപ്പോഴും എന്നെ വേട്ടയാടുന്ന ഒരു ഭയാനകതയോടെ ഞാൻ കരയുകയും ചിരിക്കുകയും വിറയ്ക്കുകയും ചെയ്തു. ഇതാണ് എന്നെ അലട്ടുന്ന കാര്യം; ആകാശത്ത് കറുത്ത നക്ഷത്രങ്ങൾ തൂങ്ങിക്കിടക്കുന്ന 'കാർകോസ' (Carcosa) എനിക്ക് മറക്കാൻ കഴിയുന്നില്ല. ഹാലി (Hali) തടാകത്തിൽ ഇരട്ട സൂര്യന്മാർ അസ്തമിക്കുമ്പോൾ മനുഷ്യരുടെ ചിന്തകളുടെ നിഴലുകൾ നീളുന്ന ആ സ്ഥലം; എന്റെ മനസ്സ് ആ 'വിളറിയ മുഖംമൂടി'യുടെ (Pallid Mask) ഓർമ്മ എന്നും പേറുന്നു.

എഴുത്തുകാരൻ ഈ പുസ്തകത്തിലൂടെ ലോകത്തെ ശപിച്ചതുപോലെ

ദൈവം എഴുത്തുകാരനെയും ശപിക്കട്ടെ എന്ന് ഞാൻ പ്രാർത്ഥിക്കുന്നു. ലളിതമെങ്കിലും ഭയാനകമായ, സത്യസന്ധമെങ്കിലും തടയാൻ കഴിയാത്ത ഈ മനോഹര സൃഷ്ടി കണ്ട് ലോകമിപ്പോൾ 'ദ കിംഗ് ഇൻ യെല്ലോ'യ്ക്ക് മുന്നിൽ വിറയ്ക്കുന്നു. പാരിസിൽ എത്തിയ പുസ്തകത്തിന്റെ വിവർത്തനങ്ങൾ ഫ്രഞ്ച് സർക്കാർ പിടിച്ചെടുത്തപ്പോൾ, ലണ്ടനിലുള്ളവർ അത് വായിക്കാൻ ആകാംക്ഷാഭരിതരായി. ഈ പുസ്തകം ഒരു പകർച്ചവ്യാധി പോലെ നഗരങ്ങളിൽ നിന്ന് നഗരങ്ങളിലേക്കും ഭൂഖണ്ഡങ്ങളിൽ നിന്ന് ഭൂഖണ്ഡങ്ങളിലേക്കും പടർന്നത് എല്ലാവർക്കും അറിയാം. പത്രങ്ങളും മതപ്രഭാഷകരും ഇതിനെ തള്ളിപ്പറഞ്ഞു, വിപ്ലവകാരികളായ എഴുത്തുകാർ പോലും ഇതിനെ വിമർശിച്ചു. ആ ദുഷിച്ച പേജുകളിൽ ഒരു നിയമവും ലംഘിക്കപ്പെട്ടിട്ടില്ല, ഒരു സിദ്ധാന്തവും പ്രചരിപ്പിച്ചിട്ടില്ല. ഇതിനെ ഒരു അളവുകോൽ വെച്ചും അളക്കാൻ കഴിയില്ല. കലയുടെ ഉന്നത തലത്തിലാണ് ഈ പുസ്തകമെന്ന് അംഗീകരിക്കപ്പെടുമ്പോഴും, മനുഷ്യപ്രകൃതിക്ക് ഇതിലെ വിഷാംശം താങ്ങാൻ കഴിയില്ലെന്ന് എല്ലാവരും മനസ്സിലാക്കി. ആദ്യ അങ്കത്തിലെ നിഷ്കളങ്കതയും ലാളിത്യവും വായനക്കാരെ അതിലേക്ക് അടുപ്പിക്കുന്നു, എന്നാൽ പിന്നീട് വരുന്നത് അത്രമേൽ ഭയാനകമായ പ്രഹരമാണ്.

1920 ഏപ്രിൽ 13-നായിരുന്നു അത്. വാഷിംഗ്ടൺ സ്ക്വയറിന്റെ തെക്ക് വശത്ത്, വൂസ്റ്റർ സ്ട്രീറ്റിനും സൗത്ത് ഫിഫ്ത്ത് അവന്യൂവിനും ഇടയിലായി ഗവൺമെന്റിന്റെ ആദ്യത്തെ 'ലെതൽ ചേംബർ' (മരണമുറി) സ്ഥാപിക്കപ്പെട്ടു. മുമ്പ് വിദേശികൾക്കായി കഫേകളും റെസ്റ്റോറന്റുകളുമായി പ്രവർത്തിച്ചിരുന്ന പഴയ കെട്ടിടങ്ങൾ നിന്നിരുന്ന ആ സ്ഥലം 1898-ൽ ഗവൺമെന്റ് ഏറ്റെടുത്തിരുന്നു. അവിടെയുണ്ടായിരുന്ന ഫ്രഞ്ച്-ഇറ്റാലിയൻ കഫേകൾ പൊളിച്ചുമാറ്റി; ആ പ്രദേശം മുഴുവൻ സ്വർണ്ണനിറത്തിലുള്ള ഇരുമ്പ് വേലികളാൽ ചുറ്റപ്പെട്ടു. പുൽത്തകിടികളും പൂക്കളും നീരുറവകളുമുള്ള മനോഹരമായ ഒരു ഉദ്യാനമായി അത് മാറ്റിയിരുന്നു. ഉദ്യാനത്തിന്റെ മധ്യത്തിലായി, ക്ലാസിക്കൽ വാസ്തുവിദ്യയിൽ നിർമ്മിച്ച വെളുത്ത നിറത്തിലുള്ള ഒരു ചെറിയ കെട്ടിടം നിന്നു. ചുറ്റും ഇടതൂർന്ന പൂച്ചെടികൾ. ആറ് അയോണിക് (Ionic) തൂണുകൾ അതിന്റെ മേൽക്കൂരയെ താങ്ങിനിർത്തി; വെങ്കലത്തിൽ നിർമ്മിച്ച ഏകവാതിലായിരുന്നു അതിനുണ്ടായിരുന്നത്. വാതിലിനു മുന്നിൽ 'വിധിദൈവങ്ങളുടെ' (Fates) മനോഹരമായ ഒരു മാർബിൾ ശില്പം സ്ഥാപിച്ചിരുന്നു. ഇരുപത്തിമൂന്നാം വയസ്സിൽ പാരീസിൽ വെച്ച് അന്തരിച്ച ബോറിസ് യെവെയ്ൻ എന്ന യുവ അമേരിക്കൻ ശില്പിയുടെ സൃഷ്ടിയായിരുന്നു അത്.

ഞാൻ യൂണിവേഴ്സിറ്റി പ്ലേസ് കടന്ന് സ്ക്വയറിലേക്ക് പ്രവേശിക്കുമ്പോൾ

ഉദ്ഘാടന ചടങ്ങുകൾ നടന്നുകൊണ്ടിരിക്കുകയായിരുന്നു. നിശബ്ദരായി നോക്കിനിൽക്കുന്ന ജനക്കൂട്ടത്തിനിടയിലൂടെ ഞാൻ വഴിമാറി നടന്നു, എന്നാൽ ഫോർത്ത് സ്ട്രീറ്റിൽ വെച്ച് പോലീസ് എന്നെ തടഞ്ഞു. മരണമുറിക്ക് ചുറ്റുമായി അമേരിക്കൻ കുതിരപ്പടയാളികളുടെ (Lancers) ഒരു റെജിമെന്റ് അണിനിരന്നിരുന്നു. വാഷിംഗ്ടൺ പാർക്കിന് അഭിമുഖമായി സജ്ജീകരിച്ചിരുന്ന ഉയർന്ന വേദിയിൽ ന്യൂയോർക്ക് ഗവർണർ നിന്നിരുന്നു. അദ്ദേഹത്തിന് പിന്നിലായി ന്യൂയോർക്ക്-ബ്രൂക്ലിൻ മേയർമാർ, പോലീസ് ഇൻസ്പെക്ടർ ജനറൽ, സ്റ്റേറ്റ് സേനാ കമാൻഡന്റ്, പ്രസിഡന്റിന്റെ മിലിട്ടറി എയ്ഡ് കേണൽ ലിവിംഗ്സ്റ്റൺ, ജനറൽ ബ്ലൗണ്ട്, മേജർ ജനറൽ ഹാമിൽട്ടൺ, അഡ്മിറൽ ബഫ്ബി, സർജൻ ജനറൽ ലാൻസ്റ്റോർഡ്, നാഷണൽ ഫ്രീ ഹോസ്പിറ്റലിലെ ഉദ്യോഗസ്ഥർ, സെനറ്റർമാർ, പബ്ലിക് വർക്സ് കമ്മീഷണർ എന്നിവർ അണിനിരന്നിരുന്നു. നാഷണൽ ഗാർഡിലെ ഹുസാർ (Hussars) കുതിരപ്പടയാളികൾ വേദിക്ക് ചുറ്റും കാവൽ നിന്നു.

സർജൻ ജനറലിന്റെ ഹ്രസ്വമായ പ്രസംഗത്തിന് മറുപടി നൽകിക്കൊണ്ട് ഗവർണർ പറഞ്ഞു: "ആത്മഹത്യ നിരോധിക്കുകയും അതിന് ശ്രമിക്കുന്നവർക്ക് ശിക്ഷ നൽകുകയും ചെയ്തിരുന്ന നിയമങ്ങൾ ഇപ്പോൾ റദ്ദാക്കിയിരിക്കുന്നു. ശാരീരികമായ വേദനയോ മാനസികമായ തകർച്ചയോ കാരണം അസഹനീയമായിത്തീർന്ന ജീവിതം അവസാനിപ്പിക്കാനുള്ള മനുഷ്യന്റെ അവകാശത്തെ അംഗീകരിക്കാൻ ഗവൺമെന്റ് തീരുമാനിച്ചിരിക്കുന്നു. ഇത്തരക്കാരെ സമൂഹത്തിൽ നിന്ന് നീക്കം ചെയ്യുന്നത് നാടിന് ഗുണകരമാകുമെന്ന് ഞങ്ങൾ വിശ്വസിക്കുന്നു. ഈ നിയമം വന്നതിനുശേഷം അമേരിക്കയിൽ ആത്മഹത്യകളുടെ എണ്ണത്തിൽ വർദ്ധനവുണ്ടായിട്ടില്ല. ഇപ്പോൾ രാജ്യത്തെ എല്ലാ നഗരങ്ങളിലും ഗ്രാമങ്ങളിലും മരണമുറികൾ സ്ഥാപിക്കാൻ ഗവൺമെന്റ് തീരുമാനിച്ചിരിക്കുന്നു. ജീവിതം മടുത്തവർ ഈ സൗകര്യം പ്രയോജനപ്പെടുത്തുമോ എന്ന് നമുക്ക് കാത്തിരുന്ന് കാണാം."

അദ്ദേഹം അല്പനേരം നിശബ്ദനായി ആ വെളുത്ത മരണമുറിയിലേക്ക് തിരിഞ്ഞു. തെരുവിൽ അപ്പോൾ പരിപൂർണ്ണമായ നിശബ്ദതയായിരുന്നു. "ജീവിതത്തിലെ ദുഃഖങ്ങൾ താങ്ങാൻ കഴിയാത്തവർക്ക് ഇവിടെ വേദനയില്ലാത്ത മരണം കാത്തിരിക്കുന്നു. മരണത്തെ സ്വാഗതം ചെയ്യുന്നവർക്ക് ഇവിടെ അത് തേടാം." തുടർന്ന് പ്രസിഡന്റിന്റെ സൈനിക സഹായിക്ക് നേരെ തിരിഞ്ഞ് അദ്ദേഹം പറഞ്ഞു: "ഞാൻ ഈ മരണമുറി ഉദ്ഘാടനം ചെയ്തതായി പ്രഖ്യാപിക്കുന്നു." ജനക്കൂട്ടത്തെ അഭിമുഖീകരിച്ചുകൊണ്ട് ഉച്ചത്തിൽ അദ്ദേഹം വിളിച്ചുപറഞ്ഞു: "ന്യൂയോർക്കിലെയും

അമേരിക്കയിലെയും പൗരന്മാരേ, ഗവൺമെന്റിന് വേണ്ടി ഞാൻ ഈ മരണമുറി തുറന്നുകൊടുക്കുന്നു."

ഒരു ആജ്ഞാശബ്ദത്തോടെ ആ നിശബ്ദത ഭേദിക്കപ്പെട്ടു. കുതിരപ്പടയാളികൾ ഗവർണറുടെ വാഹനത്തിന് പിന്നാലെ നീങ്ങി. ജനങ്ങൾ ആ വെളുത്ത മാർബിൾ മരണമുറിയിലേക്ക് അന്തംവിട്ട് നോക്കിനിൽക്കുമ്പോൾ ഞാൻ അവിടെനിന്നും നടന്നുനീങ്ങി. സൗത്ത് ഫിഫ്ത്ത് അവന്യൂ കടന്ന് ബ്ലീക്കർ സ്ട്രീറ്റിലെത്തി. അവിടെ വലത്തോട്ട് തിരിഞ്ഞ് ഒരു പഴയ കടയുടെ മുന്നിൽ ഞാൻ നിന്നു. ആ കടയുടെ ബോർഡിൽ ഇങ്ങനെ എഴുതിയിരുന്നു:

ആയുധപ്പണിക്കാരനായ ഹൗബെർക്ക് (Hawberk, Armourer)

ഹാളിന്റെ അറ്റത്തുള്ള തന്റെ ചെറിയ കടയിൽ തിരക്കിലായിരുന്ന ഹൗബെർക്കിനെ ഞാൻ നോക്കി. അദ്ദേഹം തലയുയർത്തി എന്നെ കണ്ടപ്പോൾ തന്റെ ഗാംഭീര്യമുള്ള ശബ്ദത്തിൽ വിളിച്ചു പറഞ്ഞു, "വരൂ, മിസ്റ്റർ കാസ്റ്റെയ്ൻ!" ഞാൻ അകത്തേക്ക് കടന്നപ്പോൾ അദ്ദേഹത്തിന്റെ മകൾ കോൺസ്റ്റൻസ് എന്നെ സ്വീകരിക്കാൻ എഴുന്നേറ്റു. അവൾ തന്റെ സുന്ദരമായ കൈകൾ എനിക്ക് നേരെ നീട്ടി, പക്ഷേ അവളുടെ കവിളിലെ നിരാശയുടെ ചുവപ്പ് ഞാൻ കണ്ടു; അവൾ പ്രതീക്ഷിച്ചത് മറ്റൊരു കാസ്റ്റെയ്നെ ആയിരുന്നു—എന്റെ കസിൻ ലൂയിസിനെ. അവളുടെ പരിഭ്രമം കണ്ട് ഞാൻ പുഞ്ചിരിക്കുകയും, അവൾ തുന്നിക്കൊണ്ടിരുന്ന മനോഹരമായ കൊടിയെ (Banner) പ്രശംസിക്കുകയും ചെയ്തു.

പഴയൊരു യുദ്ധകവചത്തിന്റെ തേഞ്ഞ കാല്പാദ കവചങ്ങളിൽ (Greaves) റിവറ്റുകൾ അടിച്ചുകൊണ്ട് വൃദ്ധനായ ഹൗബെർക്ക് അവിടെ ഇരിക്കുകയായിരുന്നു. അദ്ദേഹത്തിന്റെ ചെറിയ ചുറ്റികയുടെ 'ടിംഗ്! ടിംഗ്! ടിംഗ്!' എന്ന ശബ്ദം ആ പഴയ കടയിൽ വളരെ മനോഹരമായി മുഴങ്ങി. പെട്ടെന്ന് അദ്ദേഹം ചുറ്റിക താഴെ വെച്ച് ഒരു ചെറിയ റെഞ്ച് ഉപയോഗിച്ച് എന്തോ പരിശോധിക്കാൻ തുടങ്ങി. ആ കവചങ്ങൾ തമ്മിൽ കൂട്ടിമുട്ടുമ്പോഴുണ്ടാകുന്ന മൃദുവായ ശബ്ദം എന്നിൽ ഒരു ആനന്ദം നിറച്ചു. ഉരുക്ക് ഉരുക്കിൽ ഉരസുന്ന ശബ്ദവും, തുടക്കവചങ്ങളിൽ (Thigh pieces) ചുറ്റിക പതിക്കുന്ന നാദവും കേൾക്കാൻ എനിക്ക് വലിയ ഇഷ്ടമായിരുന്നു. ഹൗബെർക്കിനെ കാണാൻ ഞാൻ പോയിരുന്നതിന്റെ ഏക കാരണവും അതായിരുന്നു. അദ്ദേഹത്തോടോ കോൺസ്റ്റൻസിനോടോ എനിക്ക് വ്യക്തിപരമായ താല്പര്യമൊന്നും ഉണ്ടായിരുന്നില്ല. കോൺസ്റ്റൻസിന് ലൂയിസിനോടുള്ള പ്രണയം മാത്രമാണ് എന്റെ ശ്രദ്ധയിൽ പെട്ടിരുന്നത്. ചില രാത്രികളിൽ അത് എന്നെ ഉറക്കമില്ലാതെ

നടത്തിയിട്ടുണ്ട്. എന്നാൽ എല്ലാം ശരിയാകുമെന്നും എന്റെ ഡോക്ടർ ജോൺ ആർച്ചറുടെ ഭാവി ഞാൻ നിശ്ചയിക്കാൻ പോകുന്നതുപോലെ ഇവരുടെയും ഭാവി ഞാൻ തന്നെ നിശ്ചയിക്കുമെന്നും എനിക്ക് ഉറപ്പുണ്ടായിരുന്നു.

എങ്കിലും, ആ ചുറ്റികയുടെ താളം എന്നെ അത്രമേൽ ആകർഷിച്ചില്ലായിരുന്നുവെങ്കിൽ ഞാൻ ആ സമയത്ത് അവരെ സന്ദർശിക്കുമായിരുന്നില്ല. മണിക്കൂറുകളോളം ആ ശബ്ദം കേട്ട് ഞാൻ അവിടെ ഇരിക്കുമായിരുന്നു. ഒരു സൂര്യരശ്മി ആ കവചങ്ങളിൽ തട്ടുമ്പോൾ ഉണ്ടാകുന്ന തിളക്കം എനിക്ക് താങ്ങാനാവുന്നതിലപ്പുറമായിരുന്നു. ഹൗബെർക്കിന്റെ ചലനം ആ സൂര്യരശ്മിയെ മറയ്ക്കുന്നത് വരെ ഞാൻ കണ്ണെടുക്കാതെ അത് നോക്കിനിൽക്കും. തുരുമ്പ് മാറ്റാൻ അദ്ദേഹം തുണികൊണ്ട് ഉരസുന്ന 'സ്വിഷ്! സ്വിഷ്!' എന്ന ശബ്ദം കേട്ട് ഞാൻ കസേരയിലേക്ക് ചായും.

മെട്രോപൊളിറ്റൻ മ്യൂസിയത്തിലെ ഒരു വർണ്ണചിത്രത്തിലെ പാറ്റേൺ നോക്കി കോൺസ്റ്റൻസ് തുന്നൽ ജോലി തുടർന്നുകൊണ്ടിരുന്നു.

"ഇത് ആർക്ക് വേണ്ടിയുള്ളതാണ്?" ഞാൻ ചോദിച്ചു.

മെട്രോപൊളിറ്റൻ മ്യൂസിയത്തിലെ ആയുധശേഖരത്തിന്റെ ചുമതലക്കാരനായ തനിക്ക്, പല ധനികരുടെ ശേഖരങ്ങളും പരിപാലിക്കേണ്ടതുണ്ടെന്ന് ഹൗബെർക്ക് വിശദീകരിച്ചു. പാരീസിലെ ഒരു ചെറിയ കടയിൽ നിന്ന് കണ്ടെത്തിയ പ്രശസ്തമായ ഒരു കവചത്തിന്റെ നഷ്ടപ്പെട്ട കാല്പാദ കവചമായിരുന്നു (Greave) അത്. ഹൗബെർക്ക് അത് സ്വന്തമാക്കി, ഇപ്പോൾ ആ കവചം പൂർണ്ണമായിരിക്കുന്നു. അദ്ദേഹം ചുറ്റിക താഴെ വെച്ച് ആ കവചത്തിന്റെ ചരിത്രം എനിക്ക് വായിച്ചു തന്നു. 1450 മുതൽ ഉടമകളിൽ നിന്ന് ഉടമകളിലേക്ക് അത് കൈമാറ്റം ചെയ്യപ്പെട്ട കഥയായിരുന്നു അത്.

"ആ കവചം നിലവിലുണ്ടോ എന്ന് പോലും ഉറപ്പില്ലാതെയാണോ നിങ്ങൾ ഇത്രയും കാലം തിരഞ്ഞത്?" ഞാൻ അത്ഭുതപ്പെട്ടു.

"തീർച്ചയായും," അദ്ദേഹം ശാന്തനായി മറുപടി നൽകി.

അപ്പോഴാണ് എനിക്ക് ഹൗബെർക്കിൽ ആദ്യമായി ഒരു താല്പര്യം തോന്നിയത്. "ഇതുകൊണ്ട് നിങ്ങൾക്ക് വലിയ ലാഭമുണ്ടായിട്ടുണ്ടാകും," ഞാൻ പറഞ്ഞു.

"ഇല്ല," അദ്ദേഹം ചിരിച്ചു, "അത് കണ്ടെത്താൻ കഴിഞ്ഞു എന്നുള്ളതാണ് എന്റെ പ്രതിഫലം."

"നിങ്ങൾക്ക് ധനികനാകാൻ ആഗ്രഹമില്ലേ?" പുഞ്ചിരിയോടെ ഞാൻ ചോദിച്ചു.

"ലോകത്തിലെ ഏറ്റവും മികച്ച ആയുധപ്പണിക്കാരനാകുക എന്നതാണ്

എന്റെ ഏക ആഗ്രഹം," ഗൗരവത്തോടെ അദ്ദേഹം പറഞ്ഞു.
മരണമുറിയുടെ (Lethal Chamber) ഉദ്ഘാടനം ഞാൻ കണ്ടോ എന്ന് കോൺസ്റ്റൻസ് എന്നോട് ചോദിച്ചു. കുതിരപ്പടയാളികൾ പോകുന്നത് കണ്ട് അവൾക്കും അത് കാണാൻ ആഗ്രഹമുണ്ടായിരുന്നു, പക്ഷേ കൊടിയുടെ തുന്നൽ തീർക്കാൻ പിതാവ് ആവശ്യപ്പെട്ടതുകൊണ്ട് അവൾ അവിടെത്തന്നെ നിന്നു. "നിങ്ങളുടെ കസിൻ മിസ്റ്റർ കാസ്റ്റെയ്നെ അവിടെ കണ്ടോ?" അവൾ ആകാംക്ഷയോടെ ചോദിച്ചു.
"ഇല്ല," ഞാൻ അലസമായി മറുപടി നൽകി. "ലൂയിസിന്റെ റെജിമെന്റ് വെസ്റ്റ്ചെസ്റ്റർ കൗണ്ടിയിൽ പരിശീലനത്തിലാണ്." ഞാൻ എഴുന്നേറ്റ് എന്റെ തൊപ്പിയും വടിയും എടുത്തു.
"നിങ്ങൾ വീണ്ടും ആ ഭ്രാന്തനെ (Lunatic) കാണാൻ മുകളിലേക്ക് പോകുകയാണോ?" ഹൗബെർക്ക് ചിരിച്ചുകൊണ്ട് ചോദിച്ചു.
ആ 'ഭ്രാന്തൻ' എന്ന വാക്കിനോട് എനിക്ക് എത്രമാത്രം വെറുപ്പുണ്ടെന്ന് ഹൗബെർക്കിന് അറിയാമായിരുന്നുവെങ്കിൽ അദ്ദേഹം ഒരിക്കലും അത് എന്റെ മുന്നിൽ പറയില്ലായിരുന്നു. അത് എന്നിൽ ചില വികാരങ്ങൾ ഉണർത്തുന്നു. എങ്കിലും ഞാൻ ശാന്തനായി മറുപടി നൽകി: "മിസ്റ്റർ വൈൽഡിനെ (Mr. Wilde) ഒന്ന് കണ്ട് വരാമെന്ന് വിചാരിക്കുന്നു."
"പാവം മനുഷ്യൻ," കോൺസ്റ്റൻസ് സഹതാപത്തോടെ പറഞ്ഞു, "വർഷങ്ങളോളം ഏകാകിയായി, ദരിദ്രനായി, ശാരീരിക ബുദ്ധിമുട്ടുകളോടെ ജീവിക്കുന്നത് എത്ര കഷ്ടമാണ്. മിസ്റ്റർ കാസ്റ്റെയ്ൻ, നിങ്ങൾ അദ്ദേഹത്തെ കാണാൻ പോകുന്നത് വളരെ നല്ല കാര്യമാണ്."
"അയാൾ ഒരു ദുഷ്ടനാണെന്നാണ് എനിക്ക് തോന്നുന്നത്," ഹൗബെർക്ക് വീണ്ടും ചുറ്റികയടിക്കാൻ തുടങ്ങി. ആ സ്വർണ്ണത്തളർച്ചയുള്ള ശബ്ദം ഞാൻ ശ്രദ്ധിച്ചു. അദ്ദേഹം നിർത്തിയപ്പോൾ ഞാൻ പറഞ്ഞു:
"ഇല്ല, അദ്ദേഹം ദുഷ്ടനല്ല, അദ്ദേഹത്തിന് ഭ്രാന്തുമില്ല. അദ്ദേഹത്തിന്റെ മനസ്സ് ഒരു അത്ഭുത അറയാണ്. നമുക്ക് ഒരിക്കലും ലഭിക്കാത്ത അറിവുകളുടെ ശേഖരം അദ്ദേഹത്തിന്റെ പക്കലുണ്ട്."
ഹൗബെർക്ക് ചിരിച്ചു. ഞാൻ അല്പം അക്ഷമയോടെ തുടർന്നു: "ചരിത്രത്തെക്കുറിച്ച് മറ്റാർക്കും അറിയാത്ത കാര്യങ്ങൾ അദ്ദേഹത്തിന് അറിയാം. പെൽ സ്ട്രീറ്റിലെ ആക്രിക്കടയ്ക്കിടയിൽ നിന്ന് പ്രശസ്തമായ 'പ്രിൻസ് എംബ്ലേസോൺഡ്' (Prince's Emblazoned) കവചത്തിന്റെ ഭാഗങ്ങൾ കണ്ടെത്താൻ കഴിയുമെന്ന് അദ്ദേഹം പറഞ്ഞാൽ അത് തമാശയല്ല."
ഹൗബെർക്കിന്റെ കൈയിൽ നിന്ന് ചുറ്റിക താഴെ വീണു. ആ കവചത്തിന്റെ ഭാഗങ്ങൾ കാണാനില്ലെന്ന് എനിക്കെങ്ങനെ അറിയാം എന്ന്

അദ്ദേഹം വിറയ്ക്കുന്ന ശബ്ദത്തിൽ ചോദിച്ചു.

"മിസ്റ്റർ വൈൽഡ് പറഞ്ഞപ്പോഴാണ് ഞാനത് അറിഞ്ഞത്. അവ പെൽ സ്ട്രീറ്റിലെ 998-ാം നമ്പർ കെട്ടിടത്തിന്റെ മുകളിലത്തെ നിലയിലുണ്ട്."

"അസംബന്ധം," അദ്ദേഹം വിളിച്ചു പറഞ്ഞു, പക്ഷേ അദ്ദേഹത്തിന്റെ കൈകൾ വിറയ്ക്കുന്നത് ഞാൻ കണ്ടു.

"ഇതും അസംബന്ധമാണോ?" ഞാൻ ശാന്തമായി ചോദിച്ചു, "മിസ്റ്റർ വൈൽഡ് നിങ്ങളെ 'മാർക്വിസ് ഓഫ് ഏവൺഷയർ' (Marquis of Avonshire) എന്നും മിസ്സ് കോൺസ്റ്റൻസിനെ—"

ഞാൻ പൂർത്തിയാക്കിയില്ല, ഭയത്തോടെ കോൺസ്റ്റൻസ് ചാടിയെഴുന്നേറ്റു. ഹൗബെർക്ക് എന്നെ നോക്കി തന്റെ ലതർ ഏപ്രൺ മെല്ലെ തടവി.

"അതൊരിക്കലും നടക്കില്ല," അദ്ദേഹം പറഞ്ഞു, "മിസ്റ്റർ വൈൽഡിന് ആയുധങ്ങളെക്കുറിച്ച് അറിയാമായിരിക്കും, പക്ഷേ മാർക്വിസ് ഓഫ് ഏവൺഷയറിനെക്കുറിച്ച് അദ്ദേഹത്തിന് തെറ്റുപറ്റി. അദ്ദേഹം വർഷങ്ങൾക്ക് മുമ്പ് മരിച്ചുപോയതാണ്."

"മിസ്റ്റർ വൈൽഡിന് തെറ്റിയതാണ്," കോൺസ്റ്റൻസ് മന്ത്രിച്ചു. അവളുടെ മുഖം വിളറിയിരുന്നു.

"ശരി, ഈ ഒരു കാര്യത്തിൽ മിസ്റ്റർ വൈൽഡിന് തെറ്റുപറ്റിയെന്ന് നമുക്ക് കരുതാം," ഞാൻ പറഞ്ഞു.

II

പഴയതും തകർന്നതുമായ ആ മൂന്ന് നിലകൾ ഞാൻ കയറി. മുമ്പ് പലതവണ കയറിയ അതേ പടികൾ. ഇടനാഴിയുടെ അറ്റത്തുള്ള ചെറിയ വാതിലിൽ ഞാൻ മുട്ടി. മിസ്റ്റർ വൈൽഡ് വാതിൽ തുറന്നു, ഞാൻ അകത്തേക്ക് നടന്നു.

വാതിൽ ഇരട്ടപ്പൂട്ടിട്ട്, അതിനു കുറുകെ ഒരു വലിയ പെട്ടി വലിച്ചിട്ട ശേഷം അദ്ദേഹം എന്റെ അടുത്തിരുന്നു. തന്റെ വിളറിയ ചെറിയ കണ്ണുകളാൽ എന്റെ മുഖത്തേക്ക് ഉറ്റുനോക്കി. അദ്ദേഹത്തിന്റെ മൂക്കിലും കവിളിലും പുതിയ ആറോളം പോറലുകൾ ഉണ്ടായിരുന്നു. കൃത്രിമ ചെവികളെ താങ്ങിനിർത്തിയിരുന്ന വെള്ളി കമ്പികൾ സ്ഥാനത്തുനിന്നും മാറിയിരിക്കുന്നു. ഇത്ര ഭയാനകവും എന്നാൽ ആകർഷകവുമായ ഒരു രൂപം ഞാൻ മുമ്പ് കണ്ടിട്ടില്ല. അദ്ദേഹത്തിന് ചെവികളില്ലായിരുന്നു. നേർത്ത കമ്പികളിൽ ചരിഞ്ഞുനിന്നിരുന്ന ആ മെഴുക് ചെവികളായിരുന്നു

അദ്ദേഹത്തിന്റെ ഏക ബലഹീനത. അവ മെഴുകിൽ നിർമ്മിച്ച് ഇളം പിങ്ക് നിറം നൽകിയവയായിരുന്നു; എന്നാൽ അദ്ദേഹത്തിന്റെ മുഖത്തിന്റെ ബാക്കി ഭാഗം മഞ്ഞനിറമായിരുന്നു. ഇടതുകൈയിൽ വിരലുകൾ ഒന്നുമില്ലാതിരുന്നിട്ടും അവിടെ കൃത്രിമ വിരലുകൾ വെക്കുന്നതിനേക്കാൾ അദ്ദേഹം പ്രാധാന്യം നൽകിയത് ഈ മെഴുക് ചെവികൾക്കായിരുന്നു. വിരലുകളില്ലാത്തത് അദ്ദേഹത്തിന് ഒരു ബുദ്ധിമുട്ടായി തോന്നിയിരുന്നില്ല. ഒരു പത്തുവയസ്സുകാരന്റെ അത്രയും മാത്രം ഉയരമുള്ള ഒരു കുഞ്ഞൻ മനുഷ്യനായിരുന്നു അദ്ദേഹം. പക്ഷേ അദ്ദേഹത്തിന്റെ കൈകളും തുടകളും ഒരു കായികതാരത്തിന്റേതുപോലെ കരുത്തുറ്റതായിരുന്നു. എന്നിരുന്നാലും, മിസ്റ്റർ വൈൽഡിനെക്കുറിച്ച് ഏറ്റവും അത്ഭുതകരമായി തോന്നിയത് ഇത്രയും ബുദ്ധിമാനും അറിവുള്ളവനുമായ ഒരാൾക്ക് ഇത്തരമൊരു തല എങ്ങനെ ഉണ്ടായി എന്നതാണ്. പരന്നതും കൂർത്തതുമായ ആ തല, മനോരോഗാശുപത്രികളിൽ അടയ്ക്കപ്പെട്ട നിർഭാഗ്യവാന്മാരുടേതിന് സമാനമായിരുന്നു. പലരും അദ്ദേഹത്തിന് ഭ്രാന്താണെന്ന് പറഞ്ഞിരുന്നെങ്കിലും എനിക്ക് മാത്രമറിയാമായിരുന്നു അദ്ദേഹം എന്നെപ്പോലെ തന്നെ സുബോധമുള്ളവനാണെന്ന്.

അദ്ദേഹം വിചിത്രസ്വഭാവക്കാരനായിരുന്നു എന്ന കാര്യം ഞാൻ നിഷേധിക്കുന്നില്ല. ആ പൂച്ചയെ വളർത്തുന്നതും, അത് ഒരു പിശാചിനെപ്പോലെ തന്റെ മുഖത്തേക്ക് ചാടിവീഴുന്നത് വരെ അതിനെ ദേഷ്യം പിടിപ്പിക്കുന്നതും തീർച്ചയായും വിചിത്രമായിരുന്നു. എന്തിനാണ് അദ്ദേഹം ആ മൃഗത്തെ കൂടെ നിർത്തിയിരുന്നതെന്നോ, ആ ദുഷ്ടമൃഗത്തോടൊപ്പം ഒരു മുറിക്കുള്ളിൽ അടച്ചിരിക്കുന്നതിൽ എന്ത് ആനന്ദമാണ് അദ്ദേഹം കണ്ടെത്തിയിരുന്നതെന്നോ എനിക്ക് ഒരിക്കലും മനസ്സിലായിരുന്നില്ല. ഒരിക്കൽ ഞാൻ മെഴുകുതിരി വെളിച്ചത്തിൽ ഒരു കയ്യെഴുത്തുപ്രതി വായിക്കുമ്പോൾ മിസ്റ്റർ വൈൽഡ് തന്റെ ഉയർന്ന കസേരയിൽ അനങ്ങാതെ ഇരിക്കുന്നത് കണ്ടു. ആവേശം കൊണ്ട് അദ്ദേഹത്തിന്റെ കണ്ണുകൾ തിളങ്ങുന്നുണ്ടായിരുന്നു. അടുപ്പിന് മുന്നിൽ കിടന്നിരുന്ന പൂച്ച മെല്ലെ തറയിലൂടെ അദ്ദേഹത്തിന് നേരെ ഇഴഞ്ഞു വരികയായിരുന്നു. ഞാൻ എഴുന്നേൽക്കുന്നതിന് മുമ്പ് അത് തറയോട് ചേർന്ന് പതുങ്ങിയിരുന്ന് ഒരൊറ്റ ചാട്ടത്തിന് അദ്ദേഹത്തിന്റെ മുഖത്തേക്ക് വീണു. അലറിക്കൊണ്ടും നരഞ്ഞുപൊങ്ങിക്കൊണ്ടും അവർ തറയിൽ കിടന്ന് ഉരുണ്ടു. പരസ്പരം മാന്തിയും കടിച്ചും പോരാടി. ഒടുവിൽ പൂച്ച കരഞ്ഞുകൊണ്ട് അലമാരയുടെ അടിയിലേക്ക് ഓടി ഒളിച്ചു. മിസ്റ്റർ വൈൽഡ് തറയിൽ മലർന്നു വീണു. ചത്തുകൊണ്ടിരിക്കുന്ന ഒരു ചിലന്തിയുടെ കാലുകൾ പോലെ അദ്ദേഹത്തിന്റെ കൈകാലുകൾ ചുരുണ്ടുകൂടുകയായിരുന്നു.

അദ്ദേഹം വിചിത്രസ്വഭാവക്കാരൻ തന്നെയായിരുന്നു.

മിസ്റ്റർ വൈൽഡ് തന്റെ ഉയർന്ന കസേരയിലേക്ക് കയറി ഇരുന്നു. എന്റെ മുഖത്തേക്ക് കുറച്ചുനേരം നോക്കിയ ശേഷം പഴകിയ ഒരു രജിസ്റ്റർ തുറന്നു.

"ഹെൻറി ബി. മാത്യൂസ്," അദ്ദേഹം വായിച്ചു. "വൈസോട്ട് ആൻഡ് കമ്പനിയിലെ ബുക്ക് കീപ്പർ. ഏപ്രിൽ 3-ന് വന്നു. കുതിരപ്പന്തയത്തിൽ ഏർപ്പെട്ടത് കാരണം കീർത്തി നശിച്ചു. ആഗസ്റ്റ് 1-നകം കീർത്തി നന്നാക്കി എടുക്കണം. പ്രതിഫലം (Retainer) അഞ്ച് ഡോളർ." അദ്ദേഹം പേജ് മറിച്ചു വിരലുകളില്ലാത്ത തന്റെ കൈകൾ ആ വരികളിലൂടെ ഓടിച്ചു.

"പി. ഗ്രീൻ ഡ്യൂസെൻബെറി, പുരോഹിതൻ. കീർത്തി നശിച്ചു. എത്രയും വേഗം നന്നാക്കണം. പ്രതിഫലം 100 ഡോളർ. ഏപ്രിൽ 6-ന് വന്നു."

"അപ്പോൾ നിങ്ങളുടെ പക്കൽ പണത്തിന് ബുദ്ധിമുട്ടില്ലല്ലോ മിസ്റ്റർ വൈൽഡ്," ഞാൻ ചോദിച്ചു.

"ഇത് കേൾക്കൂ," അദ്ദേഹം വീണ്ടും വായിച്ചു. "മിസിസ് സി. ഹാമിൽട്ടൺ ചെസ്റ്റർ, ന്യൂയോർക്ക്. ഏപ്രിൽ 7-ന് വന്നു. ഫ്രാൻസിൽ വെച്ച് കീർത്തി നശിച്ചു. ഒക്ടോബർ 1-നകം നന്നാക്കണം. പ്രതിഫലം 500 ഡോളർ. കുറിപ്പ്: കപ്പൽ കമാൻഡറായ ഭർത്താവ് ഒക്ടോബർ 1-ന് മടങ്ങിയെത്തും."

"കൊള്ളാം," ഞാൻ പറഞ്ഞു. "കീർത്തി നന്നാക്കുന്ന ജോലി ലാഭകരമാണല്ലോ."

അദ്ദേഹത്തിന്റെ വിളറിയ കണ്ണുകൾ എന്നെ നോക്കി. "ഞാൻ പറഞ്ഞത് ശരിയാണെന്ന് തെളിയിക്കാൻ വേണ്ടിയാണ് ഇതൊക്കെ കാണിച്ചത്. ഈ ജോലിയിൽ വിജയിക്കില്ലെന്നാണ് നിങ്ങൾ പറഞ്ഞിരുന്നത്. എന്നാൽ ഇന്ന് എന്റെ കീഴിൽ 500 ആളുകൾ ജോലി ചെയ്യുന്നുണ്ട്. അവർക്ക് കുറഞ്ഞ ശമ്പളമേ ഉള്ളൂ എങ്കിലും ഭയം കാരണമാകാം അവർ അത്രമേൽ ആവേശത്തോടെയാണ് ജോലി ചെയ്യുന്നത്. സമൂഹത്തിന്റെ എല്ലാ തട്ടിലും എന്റെ ആളുകളുണ്ട്. പ്രമുഖരായ ധനികരും രാഷ്ട്രീയക്കാരും പത്രപ്രവർത്തകരും എന്റെ ശമ്പളം പറ്റുന്നവരാണ്. പരസ്യം കണ്ടു വരുന്നവരിൽ നിന്ന് എന്റെ ഒഴിവുസമയത്ത് ഞാൻ ഇവരെ തിരഞ്ഞെടുക്കുന്നു. അവർ എല്ലാവരും ഭീരുക്കളാണ്. അതിനാൽ അവരെ നിയന്ത്രിക്കാൻ എളുപ്പമാണ്."

"അവർ നിങ്ങൾക്ക് എതിരെ തിരിഞ്ഞാലോ?" ഞാൻ ചോദിച്ചു.

അദ്ദേഹം തന്റെ മെഴുക് ചെവികൾ ശരിയാക്കിക്കൊണ്ട് മന്ത്രിച്ചു, "ഇല്ല, അപൂർവ്വമായി മാത്രമേ എനിക്ക് ചാട്ടവാർ ഉപയോഗിക്കേണ്ടി

വരാറുള്ളൂ. അവർക്ക് ലഭിക്കുന്ന ശമ്പളം അവർ ഇഷ്ടപ്പെടുന്നു."

"നിങ്ങൾ എങ്ങനെയാണ് ചാട്ടവാർ പ്രയോഗിക്കുന്നത്?" ഞാൻ ചോദിച്ചു.

അദ്ദേഹത്തിന്റെ മുഖം പെട്ടെന്ന് ഭയാനകമായി മാറി. കണ്ണുകൾ പച്ചനിറത്തിലുള്ള രണ്ട് കനലുകൾ പോലെ തിളങ്ങി. "ഞാൻ അവരെ ഒരു ചെറിയ സംസാരത്തിനായി ഇവിടേക്ക് ക്ഷണിക്കും," അദ്ദേഹം മൃദുവായ ശബ്ദത്തിൽ പറഞ്ഞു.

പെട്ടെന്ന് വാതിലിൽ ഒരു മുട്ട് കേട്ടു. അദ്ദേഹത്തിന്റെ മുഖത്തെ ഭാവം പെട്ടെന്ന് മാറി. "ആരാണത്?" അദ്ദേഹം ചോദിച്ചു.

"മിസ്റ്റർ സ്റ്റെലെറ്റ്," പുറത്തുനിന്നും മറുപടി വന്നു. "നാളെ വരൂ," മിസ്റ്റർ വൈൽഡ് പറഞ്ഞു.

"അത് അസാധ്യമാണ്," വന്നയാൾ പറയാൻ തുടങ്ങിയെങ്കിലും മിസ്റ്റർ വൈൽഡ് ഒരു പട്ടിയെപ്പോലെ കുരച്ചുകൊണ്ട് പറഞ്ഞു: "നാളെ വരൂ!"

ആരോ വാതിലിന് മുന്നിൽ നിന്നും മാറിപ്പോകുന്നത് ഞങ്ങൾ കേട്ടു.

"അതാര്?" ഞാൻ ചോദിച്ചു.

"അർനോൾഡ് സ്റ്റെലെറ്റ്. പ്രമുഖ ന്യൂയോർക്ക് ദിനപത്രത്തിന്റെ ഉടമയും എഡിറ്ററും."

"അർനോൾഡ് സ്റ്റെലെറ്റോ!" ഞാൻ അത്ഭുതപ്പെട്ടു.

"അതെ," മിസ്റ്റർ വൈൽഡ് സംതൃപ്തിയോടെ പറഞ്ഞു. സംസാരിച്ചു കൊണ്ടിരിക്കെ പൂച്ച മുറിയിലേക്ക് കടന്നുവന്നു. അദ്ദേഹം കസേരയിൽ നിന്നിറങ്ങി തറയിൽ ഇരുന്നുകൊണ്ട് അതിനെ ലാളിക്കാൻ തുടങ്ങി.

ഞാൻ മേശയിലേക്ക് ചൂണ്ടി ചോദിച്ചു: "ആ കുറിപ്പുകൾ എവിടെ?"

അദ്ദേഹം മേശയിലേക്ക് വിരൽ ചൂണ്ടി. നൂറാം തവണയും ഞാൻ ആ കയ്യെഴുത്തുപ്രതി കൈകളിലെടുത്തു. അതിൽ ഇങ്ങനെ എഴുതിയിരുന്നു—

"അമേരിക്കയിലെ സാമ്രാജ്യത്വ രാജവംശം" (THE IMPERIAL DYNASTY OF AMERICA)

പഴയ ആ പേജുകൾ ഞാൻ ഓരോന്നായി പരിശോധിച്ചു. എന്റെ കൈകൾ തട്ടി മാത്രമാണ് അവ ഇത്രയധികം തേഞ്ഞുപോയിരുന്നത്. അതിലെ ഓരോ വരിയും എനിക്ക് മനഃപാഠമായിരുന്നു.

"കാർകോസയിൽ നിന്ന്, ഹൈയാഡെസും ഹസ്തൂറും അൽഡെബറാനും വരുമ്പോൾ..." എന്ന് തുടങ്ങുന്ന വരികൾ മുതൽ "കാസ്റ്റെയ്ൻ, ലൂയി ഡി കൽവാഡോസ്, ജനനം 1877 ഡിസംബർ 19" വരെയുള്ള ഭാഗങ്ങൾ ഞാൻ അതീവ താല്പര്യത്തോടെ വായിച്ചു. ചില ഭാഗങ്ങൾ ഞാൻ ഉറക്കെ ചൊല്ലി. "ഹിൽഡ്രെഡ് കാസ്റ്റെയ്ന്റെയും എഡിത്ത് ലാൻഡസ്

കാസ്റ്റെയ്ന്റെയും ഏക മകൻ, ഹിൽഡ്രെഡ് ഡി കൽവാഡോസ്, അവകാശ പരമ്പരയിൽ ഒന്നാമൻ...” എന്ന വരികളിൽ എന്റെ വായന അല്പം കൂടുതൽ നേരം തങ്ങിനിന്നു.

ഞാൻ വായിച്ചു തീർത്തപ്പോൾ മിസ്റ്റർ വൈൽഡ് തലയാട്ടി.

“നിങ്ങളുടെ ലക്ഷ്യങ്ങളെക്കുറിച്ച് പറയുമ്പോൾ,” അദ്ദേഹം ചോദിച്ചു, “കോൺസ്റ്റൻസും ലൂയിസും തമ്മിൽ എങ്ങനെ പോകുന്നു?”

“അവൾ അവനെ സ്നേഹിക്കുന്നു,” ഞാൻ ലളിതമായി മറുപടി നൽകി.

അദ്ദേഹത്തിന്റെ മടിയിലിരുന്ന പൂച്ച പെട്ടെന്ന് തിരിഞ്ഞ് അദ്ദേഹത്തിന്റെ കണ്ണിന് നേരെ മാന്തി. അദ്ദേഹം അതിനെ തട്ടിമാറ്റി എനിക്ക് മുന്നിലുള്ള കസേരയിലേക്ക് കയറി ഇരുന്നു.

“പിന്നെ ഡോക്ടർ ആർച്ചർ! അത് നിങ്ങൾക്ക് എപ്പോൾ വേണമെങ്കിലും പരിഹരിക്കാവുന്ന കാര്യമേയുള്ളൂ,” അദ്ദേഹം കൂട്ടിച്ചേർത്തു.

“അതെ, ഡോക്ടർ ആർച്ചർ കാത്തിരിക്കട്ടെ. ഇപ്പോൾ എന്റെ കസിൻ ലൂയിസിനെ കാണാനുള്ള സമയമായിരിക്കുന്നു,” ഞാൻ പറഞ്ഞു.

“സമയമായിരിക്കുന്നു,” അദ്ദേഹം അത് ആവർത്തിച്ചു. തുടർന്ന് മേശപ്പുറത്തുനിന്നും മറ്റൊരു രജിസ്റ്റർ എടുത്ത് വേഗത്തിൽ പേജുകൾ മറിച്ചു. “ഇപ്പോൾ പതിനായിരം പേർ നമ്മുടെ കൂടെയുണ്ട്,” അദ്ദേഹം മന്ത്രിച്ചു. “ആദ്യത്തെ 28 മണിക്കൂറിനുള്ളിൽ ഒരു ലക്ഷം പേരെ നമുക്ക് പ്രതീക്ഷിക്കാം. 48 മണിക്കൂറിനുള്ളിൽ രാജ്യം മുഴുവൻ ഉണരും. കാലിഫോർണിയയെയും വടക്ക്-പടിഞ്ഞാറൻ ഭാഗങ്ങളെയും ഞാൻ ഗൗനിക്കുന്നില്ല. അവർക്ക് ഞാൻ ‘യെല്ലോ സൈൻ’ (Yellow Sign) അയക്കില്ല.”

എന്റെ തലയിലേക്ക് രക്തം ഇരച്ചുകയറി. “പുതിയ ചൂൽ നന്നായി അടിച്ചുവാരുമല്ലോ,” ഞാൻ മറുപടി നൽകി.

“മനുഷ്യരുടെ മനസ്സുകളെ കീഴടക്കാനും അവരുടെ ജനിക്കാനിരിക്കുന്ന ചിന്തകളെപ്പോലും നിയന്ത്രിക്കാനും ആഗ്രഹിക്കുന്നവന്റെ മുന്നിൽ സീസറുടെയും നെപ്പോളിയന്റെയും മോഹങ്ങൾ ഒന്നുമല്ല,” മിസ്റ്റർ വൈൽഡ് പറഞ്ഞു.

“നിങ്ങൾ ‘ദ കിംഗ് ഇൻ യെല്ലോ’യെക്കുറിച്ചാണ് പറയുന്നത്,” ഒരു വിറയലോടെ ഞാൻ പറഞ്ഞു.

“ചക്രവർത്തിമാർ പോലും സേവിച്ച രാജാവാണദ്ദേഹം.”

“ഞാനും അദ്ദേഹത്തെ സേവിക്കാൻ തയ്യാറാണ്,” ഞാൻ പറഞ്ഞു.

മിസ്റ്റർ വൈൽഡ് തന്റെ മുറിഞ്ഞ കൈകൾ കൊണ്ട് ചെവികൾ തടവി. “ഒരുപക്ഷേ കോൺസ്റ്റൻസ് അവനെ സ്നേഹിക്കുന്നുണ്ടാവില്ല,” അദ്ദേഹം പറഞ്ഞു.

ഞാൻ മറുപടി നൽകാൻ തുടങ്ങിയപ്പോഴേക്കും താഴെ തെരുവിൽ

നിന്നും ഉയർന്ന സൈനിക സംഗീതം എന്റെ ശബ്ദത്തെ മുക്കിക്കളഞ്ഞു. എന്റെ കസിന്റെ റെജിമെന്റ് വെസ്റ്റ്ചെസ്റ്ററിൽ നിന്നും മടങ്ങിവരികയാണ്. ഇളം നീല ജാക്കറ്റുകളും വെളുത്ത പാന്റും ധരിച്ച ആ സൈനികർ സുന്ദരന്മാരായിരുന്നു. അവരുടെ കുന്തങ്ങളുടെ മുനകളിൽ മഞ്ഞയും വെളുപ്പും കലർന്ന കൊടികൾ പാറിപ്പറക്കുന്നുണ്ടായിരുന്നു. ലൂയിസ് തന്റെ സൈനികർക്കൊപ്പം കുതിരപ്പുറത്ത് വരുന്നത് ഞാൻ കണ്ടു. വിൻഡോയ്ക്ക് അരികിലെ കസേരയിൽ കയറിനിന്ന് മിസ്റ്റർ വൈൽഡും അത് നോക്കിനിന്നു. ലൂയിസ് കടന്നുപോകുമ്പോൾ ഹൗബെർക്കിന്റെ കടയിലേക്ക് നോക്കുന്നത് കണ്ടു. അവന്റെ കവിളുകൾ ചുവന്നിരുന്നു. കോൺസ്റ്റൻസ് ജനാലയ്ക്കൽ ഉണ്ടായിരുന്നിരിക്കണം.

സൈനികർ കടന്നുപോയപ്പോൾ മിസ്റ്റർ വൈൽഡ് വാതിലിന് മുന്നിലുള്ള പെട്ടി മാറ്റി. “അതെ, ഇപ്പോൾ ലൂയിസിനെ കാണാനുള്ള സമയമായി,” അദ്ദേഹം പറഞ്ഞു.

ഞാൻ പുറത്തിറങ്ങി. ഗോവണിപ്പടിയിൽ ഇരുട്ടായിരുന്നു. ഇരുട്ടിൽ എന്തിലോ ചവിട്ടിയപ്പോൾ അത് അലറുകയും ചീറ്റുകയും ചെയ്തു. ഞാൻ വടികൊണ്ട് ആ പൂച്ചയെ അടിക്കാൻ നോക്കിയെങ്കിലും വടി കൈവരിയിൽ തട്ടി തകർന്നുപോയി. ആ മൃഗം വൈൽഡിന്റെ മുറിയിലേക്ക് ഓടിക്കയറി.

താഴെ ഹൗബെർക്കിന്റെ കട കടന്നുപോകുമ്പോൾ അദ്ദേഹം കവചത്തിന്റെ ജോലിയിൽ തന്നെയായിരുന്നു. ഞാൻ അവിടെ നിൽക്കാതെ നേരെ എന്റെ മുറിയിലേക്ക് പോയി. അവിടെയിരുന്ന് ഭക്ഷണം കഴിച്ച ശേഷം കിടപ്പുമുറിയിലെ സ്റ്റീൽ സേഫിന് മുന്നിലെത്തി. സേഫിന്റെ ലോക്ക് തുറക്കാൻ വേണ്ട മൂന്നേമുക്കാൽ മിനിറ്റ് എനിക്ക് സ്വർണ്ണനിമിഷങ്ങളാണ്. ആ സേഫിനുള്ളിൽ എനിക്ക് വേണ്ടി മാത്രം കാത്തുസൂക്ഷിച്ചിരിക്കുന്നത് എന്താണെന്ന് എനിക്കറിയാം. സേഫ് തുറന്ന് അതിനുള്ളിൽ നിന്നും വജ്രങ്ങൾ പതിച്ച, ശുദ്ധമായ സ്വർണ്ണത്തിൽ തീർത്ത ആ കിരീടം (Diadem) ഞാൻ പുറത്തെടുത്തു. എല്ലാ ദിവസവും ഞാനിത് ചെയ്യും. ഓരോ ദിവസം കഴിയുന്തോറും അത് സ്പർശിക്കാനുള്ള എന്റെ ആഗ്രഹം കൂടിവരികയാണ്. ഇത് രാജാക്കന്മാരുടെ രാജാവിന് ചേർന്ന കിരീടമാണ്. ‘ദ കിംഗ് ഇൻ യെല്ലോ’ ഒരുപക്ഷേ ഇതിനെ പുച്ഛിച്ചേക്കാം, പക്ഷേ അദ്ദേഹത്തിന്റെ രാജകീയ ദാസൻ ഇത് ധരിക്കുക തന്നെ ചെയ്യും.

അല്പനേരം കഴിഞ്ഞ് കിരീടം തിരികെ വെച്ച് ഞാൻ ജനാലയ്ക്കൽ പോയി നിന്നു. പുറത്ത് കുട്ടികൾ കളിക്കുന്നു. വാഷിംഗ്ടൺ സ്ക്വയറിലെ മനോഹരമായ കാഴ്ചകൾക്കിടയിൽ കോണിലുള്ള ആ വെളുത്ത മരണമുറി

(Lethal Chamber) ഞാൻ ശ്രദ്ധിച്ചു. കുറച്ചുപേർ അവിടെ ഇപ്പോഴും തടിച്ചുകൂടി നിൽക്കുന്നുണ്ട്. പെട്ടെന്ന് ഒരു യുവാവ് വേഗത്തിൽ നടന്ന് മരണമുറിയുടെ വെങ്കല വാതിലിന് മുന്നിലെത്തി. വിധിദൈവങ്ങളുടെ ശില്പത്തിന് മുന്നിൽ അയാൾ അല്പനേരം നിന്നു. കൈകൾ കൊണ്ട് മുഖം പൊത്തി അയാൾ വികാരാധീനനായി ആ പടികൾ ഓടിക്കയറി. വെങ്കല വാതിൽ അയാൾക്ക് പിന്നിൽ അടഞ്ഞു. അരമണിക്കൂർ കഴിഞ്ഞപ്പോൾ അവിടെ നിന്നവർ പിരിഞ്ഞുപോയി.

വൈകുന്നേരം പാർക്കിലൂടെ നടക്കുമ്പോൾ ലൂയിസ് എന്നെ വിളിച്ചു. ഞങ്ങൾ സംസാരിച്ചു. മിസ്റ്റർ വൈൽഡിനെ ലൂയിസ് പരിഹസിച്ചു. "അയാൾക്ക് ഭ്രാന്താണ്, അയാൾ ഭ്രാന്താലയത്തിൽ കിടന്നിട്ടുള്ളവനാണ്," ലൂയിസ് പറഞ്ഞു.

"ഞാനും അവിടെ കിടന്നിട്ടുള്ളവനാണ്," ഞാൻ ശാന്തനായി പറഞ്ഞു. ലൂയിസ് അല്പം പതറിയെങ്കിലും പെട്ടെന്ന് ചിരിച്ചുകൊണ്ട് അത് മാറ്റിയെടുത്തു. ഞങ്ങൾ ഹൗബെർക്കിന്റെ അടുത്തേക്ക് പോയി. ഹൗബെർക്കും കോൺസ്റ്റൻസും കൂടി പാർക്കിലൂടെ നടക്കാൻ ഇറങ്ങുകയായിരുന്നു. ഞങ്ങൾ അവരോടൊപ്പം ചേർന്നു.

നദിക്കരയിലുള്ള പാർക്കിലിരിക്കുമ്പോൾ ലൂയിസും കോൺസ്റ്റൻസും സംസാരിക്കുകയായിരുന്നു. ഹൗബെർക്ക് എന്നോട് പറഞ്ഞു, "മിസ്റ്റർ വൈൽഡ് പറഞ്ഞത് ശരിയായിരുന്നു. ആ കവചത്തിന്റെ നഷ്ടപ്പെട്ട ഭാഗങ്ങൾ പെൽ സ്ട്രീറ്റിലെ ആ ആക്രിക്കടയിൽ നിന്നും എനിക്ക് ലഭിച്ചു."

"മിസ്റ്റർ വൈൽഡ് വലിയൊരു മനുഷ്യനാണ്," ഞാൻ പറഞ്ഞു.

"ഈ കണ്ടെത്തലിന്റെ പ്രശസ്തി അദ്ദേഹത്തിന് ലഭിക്കണം. ഇതിന് 2000 ഡോളർ പ്രതിഫലമുണ്ട്," ഹൗബെർക്ക് പറഞ്ഞു.

"അദ്ദേഹത്തിന് ആ പണം വേണ്ട. അദ്ദേഹം ധനികനാണ്, അല്ലെങ്കിൽ ഉടനെയാകും. എന്നെക്കാൾ ധനികനായ മറ്റൊരാളും ഈ ലോകത്തുണ്ടാവില്ല. ഞങ്ങൾക്ക് പണം കൊണ്ട് എന്ത് കാര്യം?" ഞാൻ ദേഷ്യത്തോടെ ചോദിച്ചു.

ഹൗബെർക്ക് അത്ഭുതത്തോടെ എന്നെ നോക്കി. ഡോക്ടർ ആർച്ചറെപ്പോലെ അദ്ദേഹം എന്നെ സംശയത്തോടെ നോക്കുന്നത് എനിക്ക് ഇഷ്ടപ്പെട്ടില്ല. ഞാൻ ഭ്രാന്തനല്ലെന്നും മിസ്റ്റർ വൈൽഡിനെപ്പോലെ തന്നെ ബുദ്ധിയുള്ളവനാണെന്നും ഞാൻ പറഞ്ഞു. എന്റെ കയ്യിലുള്ള നിക്ഷേപം സ്വർണ്ണത്തേക്കാളും വജ്രത്തേക്കാളും വിലയുള്ളതാണെന്നും അത് ലോകത്തിന്റെ മുഴുവൻ സന്തോഷത്തിന് വേണ്ടിയുള്ളതാണെന്നും ഞാൻ വിശദീകരിച്ചു.

ഹൗബെർക്ക് എന്നോട് ശാന്തനാകാൻ പറഞ്ഞു. "നിങ്ങൾ പഠനം കുറച്ച്

ഏതെങ്കിലും മലനിരകളിലേക്ക് യാത്ര പോകണം, പഴയതുപോലെ മീൻ പിടിക്കാനും വേട്ടയാടാനും പോകണം," അദ്ദേഹം നിർദ്ദേശിച്ചു.

"എനിക്ക് ഇപ്പോൾ അതിലൊന്നും താല്പര്യമില്ല," ഞാൻ പറഞ്ഞു.

ഹൗബെർക്ക് അല്പം കഴിഞ്ഞ് എന്നോട് ചോദിച്ചു, "മിസ്റ്റർ വൈൽഡ് ഇന്ന് എന്റെ കടയ്ക്ക് മുന്നിൽ ഒരു ബോർഡ് വെച്ചത് നിങ്ങൾ കണ്ടോ? അതിൽ ഇങ്ങനെ എഴുതിയിരുന്നു:

മിസ്റ്റർ വൈൽഡ് കീർത്തി നന്നാക്കുന്നവൻ (REPAIRER OF REPUTATIONS) മൂന്നാമത്തെ ബെൽ അടിക്കുക.

" കീർത്തി നന്നാക്കുന്നവൻ എന്നാൽ എന്താണെന്ന് നിങ്ങൾക്കറിയാമോ?" അദ്ദേഹം ചോദിച്ചു.

"എനിക്കറിയാം," ഉള്ളിലുയർന്ന ദേഷ്യം അടിച്ചമർത്തിക്കൊണ്ട് ഞാൻ മറുപടി നൽകി.

"ഓ," അദ്ദേഹം വീണ്ടും പറഞ്ഞു.

നടന്നുവരികയായിരുന്ന ലൂയിസും കോൺസ്റ്റൻസും ഞങ്ങളുടെ അടുത്ത് വന്ന് നിന്നു. അവരോടൊപ്പം ചേരുന്നുണ്ടോ എന്ന് അവർ ചോദിച്ചു. ഹൗബെർക്ക് തന്റെ വാച്ച് നോക്കി. അതേ നിമിഷം തന്നെ കാസിൽ വില്യമിലെ (Castle William) കോട്ടമതിലുകൾക്കിടയിൽ നിന്ന് പുക ഉയർന്നു; സൂര്യാസ്തമയത്തിന്റെ സൂചന നൽകുന്ന പീരങ്കിയുണ്ടയുടെ മുഴക്കം വെള്ളത്തിന് മുകളിലൂടെ ഒഴുകി നടന്നു. അത് എതിർവശത്തുള്ള മലനിരകളിൽ തട്ടി പ്രതിധ്വനിച്ചു. കൊടിമരത്തിൽ നിന്നും പതാക താഴ്ത്തി; യുദ്ധക്കപ്പലുകളുടെ വെളുത്ത ഡെക്കുകളിൽ കാഹളം മുഴങ്ങി. ജേഴ്സി തീരത്ത് ആദ്യത്തെ ഇലക്ട്രിക് വിളക്ക് മിന്നിത്തെളിഞ്ഞു.

ഹൗബെർക്കിനൊപ്പം ഞാൻ നഗരത്തിലേക്ക് തിരിഞ്ഞപ്പോൾ കോൺസ്റ്റൻസ് ലൂയിസിനോട് എന്തോ മന്ത്രിക്കുന്നത് കേട്ടു. എനിക്കത് മനസ്സിലായില്ല; പക്ഷേ ലൂയിസ് "എന്റെ പ്രിയപ്പെട്ടവളേ," എന്ന് മറുപടി നൽകി. വീണ്ടും ഹൗബെർക്കിനോടൊപ്പം മുന്നോട്ട് നടക്കുമ്പോൾ "സ്വീറ്റ് ഹാർട്ട്," എന്നും "എന്റെ സ്വന്തം കോൺസ്റ്റൻസ്," എന്നുമുള്ള മന്ത്രണങ്ങൾ എന്റെ കാതുകളിലെത്തി. എന്റെ കസിൻ ലൂയിസുമായി പ്രധാനപ്പെട്ട കാര്യങ്ങൾ സംസാരിക്കാനുള്ള സമയം അതിക്രമിച്ചിരിക്കുന്നു എന്ന് അപ്പോൾ എനിക്ക് മനസ്സിലായി.

III

മെയ് മാസത്തിലെ ഒരു അതിരാവിലെ, എന്റെ കിടപ്പുമുറിയിലെ സ്റ്റീൽ സേഫിന് മുന്നിൽ നിന്ന് ഞാൻ രത്നങ്ങൾ പതിച്ച ആ സ്വർണ്ണക്കിരീടം ധരിച്ചു നോക്കി. കണ്ണാടിക്ക് മുന്നിൽ തിരിഞ്ഞപ്പോൾ അതിലെ

വജ്രങ്ങൾ തീപോലെ തിളങ്ങി. കനമുള്ള ആ സ്വർണ്ണക്കിരീടം എന്റെ തലയ്ക്ക് ചുറ്റും ഒരു പ്രഭാവലയം പോലെ ജ്വലിച്ചു. കാർകോസയിലെ മങ്ങിയ തെരുവുകളിൽ മുഴങ്ങിക്കേട്ട കാമിലയുടെ ആർത്തനാദവും ഭയാനകമായ വാക്കുകളും ഞാൻ ഓർത്തു. പുസ്തകത്തിലെ ആദ്യ അങ്കത്തിലെ അവസാന വരികളായിരുന്നു അവ; പിന്നീട് വരാനിരിക്കുന്നതിനെക്കുറിച്ച് ചിന്തിക്കാൻ പോലും ഞാൻ ഭയപ്പെട്ടു—വസന്തകാലത്തെ സൂര്യപ്രകാശത്തിലും, പരിചിതമായ വസ്തുക്കൾക്ക് നടുവിലും, തെരുവിലെ ബഹളങ്ങൾക്കും പുറത്തെ സേവകരുടെ ശബ്ദത്തിനും ഇടയിലും ഞാൻ ഭയന്നു. കാരണം, ആ വിഷലിപ്തമായ വാക്കുകൾ മരണാസന്നനായ ഒരാളുടെ വിയർപ്പുതുള്ളികൾ വിരിപ്പിൽ ആഴ്ന്നിറങ്ങുന്നതുപോലെ മെല്ലെ എന്റെ ഹൃദയത്തിലേക്ക് ഇറങ്ങിച്ചെന്നിരുന്നു.
വിറച്ചുകൊണ്ട് ഞാൻ കിരീടം തലയിൽ നിന്നെടുത്ത് നെറ്റി തുടച്ചു. പക്ഷേ ഞാൻ ഹസ്റ്ററിനെക്കുറിച്ചും എന്റെ ലക്ഷ്യങ്ങളെക്കുറിച്ചും ഓർത്തു. മിസ്റ്റർ വൈൽഡിനെ അവസാനമായി കണ്ടപ്പോൾ ആ പിശാചിന്റെ ജീവി (പൂച്ച) മാന്തിക്കീറി ചോരയൊലിക്കുന്ന അദ്ദേഹത്തിന്റെ മുഖവും അദ്ദേഹം പറഞ്ഞ കാര്യങ്ങളും ഞാൻ ഓർത്തു. സേഫിനുള്ളിലെ അലാറം മുഴങ്ങാൻ തുടങ്ങി, എന്റെ സമയം അവസാനിച്ചുവെന്ന് എനിക്കറിയാമായിരുന്നു; പക്ഷേ ഞാൻ അത് ശ്രദ്ധിക്കാതെ തിളങ്ങുന്ന ആ കിരീടം വീണ്ടും തലയിൽ വെച്ച് കണ്ണാടിയിലേക്ക് നോക്കി. എന്റെ കണ്ണുകളിലെ മാറിക്കൊണ്ടിരിക്കുന്ന ഭാവങ്ങളിൽ മുഴുകി ഞാൻ കുറെ നേരം അവിടെ നിന്നു. കണ്ണാടിയിൽ എന്റെ തന്നെ മുഖം പ്രതിഫലിച്ചു, പക്ഷേ അത് വിളറിയതും തിരിച്ചറിയാൻ കഴിയാത്തവിധം മെലിഞ്ഞതുമായിരുന്നു. “ആ ദിവസം വന്നെത്തിയിരിക്കുന്നു! ആ ദിവസം വന്നെത്തിയിരിക്കുന്നു!” എന്ന് ഞാൻ പല്ലുകൾക്കിടയിലൂടെ മന്ത്രിച്ചുകൊണ്ടിരുന്നു. പെട്ടെന്ന് കണ്ണാടിയിൽ മറ്റൊരു മുഖം കൂടി ഞാൻ കണ്ടു. എന്റെ തോളിലൂടെ ഒരാൾ നോക്കുന്നു, രണ്ട് കണ്ണുകൾ എന്റെ കണ്ണുകളുമായി സന്ധിക്കുന്നു. ഒരൊറ്റ തിരിയലിൽ ഞാൻ ഡ്രസ്സിംഗ് ടേബിളിൽ നിന്ന് നീളമുള്ള ഒരു കത്തിയെടുത്തു. വിളറിപ്പോയ എന്റെ കസിൻ ലൂയിസ് പുറകോട്ട് ചാടിക്കൊണ്ട് നിലവിളിച്ചു: “ഹിൽഡ്രെഡ്! ദൈവത്തെയോർത്ത്!” ഞാൻ കൈ താഴ്ത്തിയപ്പോൾ അവൻ പറഞ്ഞു: “ഇത് ഞാനാണ്, ലൂയിസ്, നിനക്ക് എന്നെ മനസ്സിലായില്ലേ?” ഞാൻ നിശബ്ദനായി നിന്നു. അവൻ എന്റെ കയ്യിൽ നിന്ന് ആ കത്തിയെടുത്തു.
“ഇതൊക്കെ എന്താണ്?” അവൻ മൃദുവായി ചോദിച്ചു. “നിനക്ക് സുഖമില്ലേ?”
“ഇല്ല,” ഞാൻ മറുപടി നൽകി. പക്ഷേ അവൻ അത് കേട്ടോ എന്ന്

സംശയമാണ്.
"വര്രൂ, ആ പിച്ചള കിരീടം ഊരിവെച്ച് നമുക്ക് സ്റ്റഡി റൂമിലേക്ക് പോകാം. നീ വല്ല നാടകത്തിലും അഭിനയിക്കാൻ പോകുകയാണോ?" അവൻ ചോദിച്ചു.
ആ കിരീടം പിച്ചളയാണെന്ന് അവൻ കരുതിയതിൽ എനിക്ക് സന്തോഷം തോന്നി, എങ്കിലും അങ്ങനെ ചിന്തിച്ച അവനോട് എനിക്ക് വെറുപ്പും തോന്നി. അവൻ ആ കിരീടം വായുവിലേക്ക് എറിഞ്ഞ് പിടിച്ച് ചിരിച്ചുകൊണ്ട് എന്നെ നോക്കി. "ഇതിന് അമ്പത് സെന്റ് പോലും വിലയില്ല. ഇതുകൊണ്ട് എന്താണ് കാര്യം?" ഞാൻ മറുപടി പറയാതെ ആ കിരീടം വാങ്ങി സേഫിനുള്ളിൽ വെച്ച് കനത്ത വാതിൽ അടച്ചു. അലാറം നിലച്ചു. അവൻ എന്നെ അത്ഭുതത്തോടെ നോക്കി. അവന്റെ യൂണിഫോമിലെ ബൂട്ടുകളിൽ ചുവന്ന ചെളി പുരണ്ടിരിക്കുന്നത് ഞാൻ കണ്ടു.
ഞങ്ങൾ സ്റ്റഡി റൂമിലേക്ക് പോയി. ലൂയിസ് സോഫയിലേക്ക് ചാഞ്ഞു കിടന്നു. അവൻ ജെഴ്സിയിലെ ചതുപ്പുകളിൽ കുതിരസവാരി കഴിഞ്ഞ് വരികയായിരുന്നു. അവന് കുടിക്കാൻ ഞാൻ അല്പം ബ്രാൻഡി നൽകി. അവൻ എന്റെ മുറിയിലുണ്ടായിരുന്ന നെപ്പോളിയന്റെ പുസ്തകങ്ങൾ നോക്കി പരിഹസിച്ചു. "നീ ഈ പുസ്തകങ്ങൾക്കും പഴയ അലമാരയ്ക്കും ഇടയിൽ കുടുങ്ങിക്കിടക്കുകയാണോ?" അവൻ ചോദിച്ചു.
ഞാൻ അവനോട് ചോദിച്ചു, "നീ 'ദ കിംഗ് ഇൻ യെല്ലോ' വായിച്ചിട്ടുണ്ടോ?" "ഞാനോ? ഇല്ല, ദൈവത്തിന് നന്ദി! എനിക്ക് ഭ്രാന്ത് പിടിക്കാൻ ആഗ്രഹമില്ല," അവൻ പറഞ്ഞു.
ഭ്രാന്ത് (Crazy) എന്ന വാക്ക് കേട്ടപ്പോൾ എനിക്ക് ദേഷ്യം വന്നു. എങ്കിലും ഞാൻ സ്വയം നിയന്ത്രിച്ചു. "ഞാൻ വിവാഹിതനാകാൻ പോകുന്നു," ലൂയിസ് പറഞ്ഞു. എന്റെ ഹൃദയമിടിപ്പ് ഒരു നിമിഷം നിലച്ചുപോയി. "കോൺസ്റ്റൻസ് ഹൗബെർക്കിനെയാണ് ഞാൻ വിവാഹം കഴിക്കുന്നത്. നാളെ ഞങ്ങൾ സാൻ ഫ്രാൻസിസ്കോയിലേക്ക് പോകും. അവൾ എന്റെ കൂടെ വരും."
ഞാൻ അവന് കൈകൊടുത്ത് അഭിനന്ദിച്ചു. രാത്രി പന്ത്രണ്ട് മണിക്ക് പാർക്കിൽ വെച്ച് ഒന്ന് കാണണമെന്ന് ഞാൻ അവനോട് ആവശ്യപ്പെട്ടു. അവൻ ചിരിച്ചുകൊണ്ട് സമ്മതിച്ചു. അവൻ പോയിക്കഴിഞ്ഞപ്പോൾ ഞാൻ ആ കിരീടവും 'യെല്ലോ സൈൻ' തുന്നിയ പട്ടുടുപ്പുമായി മിസ്റ്റർ വൈൽഡിന്റെ അടുത്തേക്ക് പോയി.
വൈൽഡിന്റെ മുറിയിൽ എത്തിയപ്പോൾ അദ്ദേഹം രക്തത്തിൽ കുളിച്ച് തറയിൽ കിടക്കുന്നത് കണ്ടു. ആ പൂച്ച വീണ്ടും അദ്ദേഹത്തെ

ആക്രമിച്ചിരുന്നു. വൈൽഡ് തന്റെ മുറിയിൽ ഒളിച്ചിരുന്ന വാൻസ് (Vance) എന്ന ആളെ എനിക്ക് പരിചയപ്പെടുത്തി. വാൻസ് ഒരു മുൻ തടവുപുള്ളിയായിരുന്നു. വൈൽഡിന്റെ അധികാരത്തിന് മുന്നിൽ അയാൾ വിറയ്ക്കുകയായിരുന്നു. വൈൽഡ് അയാൾക്ക് 'അമേരിക്കയിലെ സാമ്രാജ്യത്വ രാജവംശ'ത്തെക്കുറിച്ച് വിവരിച്ചു നൽകി. "ഇദ്ദേഹം രാജാവിന്റെ കസിനാണ്!" എന്ന് വൈൽഡ് എന്നെ ചൂണ്ടി പറഞ്ഞപ്പോൾ ഞാൻ ആവേശഭരിതനായി.

എന്റെ കസിൻ ലൂയിസിനെ കൊല്ലാനോ നാടുകടത്താനോ ഞാൻ തീരുമാനിച്ചു. ഹൗബെർക്കിനെയും മകളെയും ഇല്ലാതാക്കാൻ ഞാൻ വാൻസിന് ഉത്തരവ് നൽകി. ഹൗബെർക്കിന്റെ വീടിന്റെ പ്ലാനും ഒരു പുതിയ കത്തിയുമായി വാൻസ് അവിടെനിന്നും ഇറങ്ങി.

രാത്രി പന്ത്രണ്ട് മണിക്ക് ഞാൻ പാർക്കിൽ ലൂയിസിനെ കണ്ടു. ഞാൻ അവന് 'അമേരിക്കയിലെ രാജവംശ'ത്തിന്റെ രേഖകൾ കാണിച്ചുകൊടുത്തു. അവൻ അത് പരിഹാസത്തോടെയാണ് വായിച്ചത്. ഞാൻ 'യെല്ലോ സൈൻ' ഉള്ള രേഖ അവന് നൽകി. പക്ഷേ അവന് അതിന്റെ ഗൗരവം മനസ്സിലായില്ല. ഡോക്ടർ ആർച്ചറെ ഞാൻ കൊലപ്പെടുത്തിയ വിവരം ഞാൻ അവനോട് പറഞ്ഞു. ഹൗബെർക്കിനെയും മകളെയും വാൻസ് വകവരുത്തിയിട്ടുണ്ടാകുമെന്നും ഞാൻ പറഞ്ഞു. "നീ കിരീടം എനിക്ക് വിട്ടുതരണം, അല്ലെങ്കിൽ നീ മരിക്കും!" എന്ന് ഞാൻ അലറി. പെട്ടെന്ന് വാൻസ് ഓടിവരുന്നത് ഞാൻ കണ്ടു. അയാൾ ഭ്രാന്തനെപ്പോലെ നിലവിളിച്ചുകൊണ്ട് 'മരണമുറി'യിലേക്ക് (Lethal Chamber) ഓടിക്കയറി. വാൻസ് ദൗത്യം പൂർത്തിയാക്കിയെന്ന് കരുതി ഞാൻ ലൂയിസിനെ നോക്കി പരിഹസിച്ചു ചിരിച്ചു. ലൂയിസ് ഭയപ്പെട്ട് എന്റെ പിന്നാലെ ഓടി. ഞാൻ ഹൗബെർക്കിന്റെ കടയുടെ മുന്നിലെത്തിയപ്പോൾ ലൂയിസ് അവിടെ നിന്ന് വാതിലിൽ മുട്ടുന്നത് കേട്ടു. കോൺസ്റ്റൻസിനെ വിളിച്ചുണർത്താൻ അവൻ ശ്രമിക്കുന്നുണ്ടായിരുന്നു.

ഞാൻ വൈൽഡിന്റെ മുറിയിലേക്ക് ഓടിക്കയറി. 'യെല്ലോ സൈൻ' ഉള്ള വസ്ത്രം ധരിച്ച് കിരീടം തലയിൽ വെച്ചു. "ഞാൻ രാജാവാണ്!" എന്ന് ഞാൻ വിളിച്ചുപറഞ്ഞു. പക്ഷേ മുറിയിൽ വൈൽഡിനെ കണ്ടില്ല. ഇരുട്ടിൽ ആ പൂച്ച എന്നെ കടന്നുപോയി. ഞാൻ കത്തിയെടുത്ത് അതിനെ എറിഞ്ഞു. അതിന്റെ നിലവിളി ഞാൻ കേട്ടു. ഞാൻ വിളക്ക് തെളിച്ചു നോക്കിയപ്പോൾ കണ്ട കാഴ്ച ഭയാനകമായിരുന്നു. മിസ്റ്റർ വൈൽഡ് തൊണ്ട മുറിഞ്ഞ നിലയിൽ തറയിൽ കിടക്കുന്നു. ആ പൂച്ച അദ്ദേഹത്തെ കൊന്നിരുന്നു.

പെട്ടെന്ന് പോലീസുകാർ വന്ന് എന്നെ പിടികൂടി. ഞാൻ അലറിക്കരഞ്ഞു.

അപ്പോൾ ഞാൻ കണ്ടു—ഹൗബെർക്കും ലൂയിസും സുരക്ഷിതരായി നിൽക്കുന്നു. കോൺസ്റ്റൻസ് ഒരു മൂലയിലിരുന്ന് കരയുകയായിരുന്നു. “നിങ്ങൾ എന്റെ സിംഹാസനം തട്ടിയെടുത്തു!” എന്ന് ഞാൻ നിലവിളിച്ചു.

എഡിറ്ററുടെ കുറിപ്പ്: മിസ്റ്റർ കാസ്റ്റെയ്ൻ ഇന്നലെ ക്രിമിനൽ ഭ്രാന്താലയത്തിൽ വെച്ച് അന്തരിച്ചു.

മുഖംമൂടി

കാമില: സർ, നിങ്ങൾ മുഖംമൂടി അഴിക്കണം. അപരിചിതൻ: അങ്ങനെയോ? കാസീൽഡ: അതെ, സമയമായിരിക്കുന്നു. നിങ്ങളൊഴികെ ഞങ്ങളെല്ലാവരും വേഷപ്പകർച്ചകൾ അഴിച്ചുവെച്ചു കഴിഞ്ഞു. അപരിചിതൻ: ഞാൻ മുഖംമൂടി ധരിച്ചിട്ടില്ല. കാമില: (ഭയന്ന് കാസീൽഡയോട് രഹസ്യമായി) മുഖംമൂടിയില്ലെന്നോ? മുഖംമൂടിയില്ലെന്നോ! — ദ കിംഗ് ഇൻ യെല്ലോ, ഒന്നാം അങ്കം, രണ്ടാം രംഗം.

I

എനിക്ക് രസതന്ത്രത്തെക്കുറിച്ച് (Chemistry) ഒന്നുമറിയില്ലെങ്കിലും ഞാൻ ആകാംക്ഷയോടെ അത് കേട്ടിരുന്നു. അന്ന് രാവിലെ നോത്രദാമിൽ (Notre Dame) നിന്നും ജനവീവ് (Geneviève) കൊണ്ടുവന്ന ഒരു ഈസ്റ്റർ ലില്ലി പൂവ് എടുത്ത് അദ്ദേഹം ആ പാത്രത്തിലെ ദ്രാവകത്തിലേക്ക് ഇട്ടു. പെട്ടെന്നുതന്നെ ആ ദ്രാവകത്തിന്റെ സ്ഫടികതുല്യമായ തെളിച്ചം നഷ്ടപ്പെട്ടു. ഒരു നിമിഷം ആ പൂവ് പാൽ നിറത്തിലുള്ള ഒരു നരയാൽ മൂടപ്പെട്ടു. ആ നര അപ്രത്യക്ഷമായതോടെ ദ്രാവകം മുത്തുപോലെ തിളങ്ങാൻ തുടങ്ങി (Opalescent). ഓറഞ്ചും കടും ചുവപ്പും കലർന്ന നിറങ്ങൾ ആ ഉപരിതലത്തിൽ കളിയാടി. തുടർന്ന് ആ പൂവ് ഇരിക്കുന്ന പാത്രത്തിന്റെ അടിത്തട്ടിൽ നിന്നും ശുദ്ധമായ ഒരു സൂര്യരശ്മി പുറത്തേക്ക് വരുന്നതായി തോന്നി. അതേ നിമിഷം തന്നെ അദ്ദേഹം തന്റെ കൈ ദ്രാവകത്തിലിറക്കി ആ പൂവ് പുറത്തെടുത്തു.
“പേടിക്കാനൊന്നുമില്ല,” അദ്ദേഹം വിശദീകരിച്ചു, “കൃത്യമായ നിമിഷം നോക്കി എടുത്താൽ മതി. ആ സുവർണ്ണ രശ്മിയാണ് അതിന്റെ അടയാളം.”

അദ്ദേഹം ആ ലില്ലിപ്പൂവ് എനിക്ക് നേരെ നീട്ടി, ഞാനത് കൈയ്യിലെടുത്തു. അത് കല്ലായി മാറിയിരുന്നു—ശുദ്ധമായ മാർബിൾ പോലെ!
"കണ്ടോ," അദ്ദേഹം പറഞ്ഞു, "ഇതിൽ ഒരു പോറലുമില്ല. ഏതൊരു ശില്പിക്കാണ് ഇത് ഇത്ര കൃത്യമായി നിർമ്മിക്കാൻ കഴിയുക?"
ആ മാർബിളിന് മഞ്ഞിന്റെ വെണ്മയായിരുന്നു. എന്നാൽ അതിന്റെ ആഴങ്ങളിൽ ലില്ലിപ്പൂവിന്റെ സിരകൾ (Veins) നേർത്ത നീലനിറത്തിൽ കാണാമായിരുന്നു; ഹൃദയഭാഗത്ത് ഒരു ഇളം ചുവപ്പ് നിറം ഇപ്പോഴും തങ്ങിനിൽക്കുന്നുണ്ടായിരുന്നു.
"അതിന്റെ കാരണം എന്നോട് ചോദിക്കരുത്," എന്റെ അത്ഭുതം കണ്ട് അദ്ദേഹം ചിരിച്ചു. "എന്തുകൊണ്ടാണ് ആ സിരകൾക്കും ഹൃദയത്തിനും നിറം വരുന്നതെന്ന് എനിക്കറിയില്ല, പക്ഷേ എല്ലായ്പ്പോഴും അങ്ങനെ സംഭവിക്കാറുണ്ട്. ഇന്നലെ ഞാൻ ജനവീവിന്റെ ഒരു സ്വർണ്ണമത്സ്യത്തെ (Gold-fish) പരീക്ഷിച്ചു നോക്കി—അതാ അവിടെ."
ആ മത്സ്യം മാർബിളിൽ കൊത്തിയെടുത്തതുപോലെ തോന്നി. വെളിച്ചത്തിന് നേരെ പിടിച്ചു നോക്കിയാൽ ആ കല്ലിനുള്ളിൽ നേർത്ത നീലനിറത്തിലുള്ള സിരകളും ഉള്ളിൽ നിന്ന് ഒരു ഒപ്പൽ (Opal) കല്ലിലേതുപോലെ പിങ്ക് നിറത്തിലുള്ള പ്രകാശവും വരുന്നത് കാണാമായിരുന്നു.
ഞാൻ വീണ്ടും ആ പാത്രത്തിലേക്ക് നോക്കി. അത് സ്ഫടികം പോലെ തെളിഞ്ഞ ദ്രാവകം കൊണ്ട് വീണ്ടും നിറഞ്ഞിരിക്കുന്നു.
"ഞാൻ ഇപ്പോൾ അതിൽ തൊട്ടാലോ?" ഞാൻ ചോദിച്ചു. "എനിക്കറിയില്ല," അദ്ദേഹം മറുപടി നൽകി, "പക്ഷേ തൊടാതിരിക്കുന്നതാണ് നിനക്ക് നല്ലത്."
"എനിക്ക് ഒരു കാര്യത്തിൽ വലിയ കൗതുകമുണ്ട്," ഞാൻ പറഞ്ഞു, "ആ സൂര്യരശ്മി എവിടെ നിന്നാണ് വന്നത്?"
"അത് ശരിക്കും ഒരു സൂര്യരശ്മി പോലെ തന്നെ തോന്നി,"
അദ്ദേഹം പറഞ്ഞു. "എനിക്കറിയില്ല, ഏതെങ്കിലും ഒരു ജീവനുള്ള വസ്തുവിനെ അതിലിടുമ്പോൾ എല്ലായ്പ്പോഴും അത് വരാറുണ്ട്. ഒരുപക്ഷേ," അദ്ദേഹം പുഞ്ചിരിച്ചു കൊണ്ട് തുടർന്നു, "ഒരുപക്ഷേ ആ ജീവിയിലെ ജീവന്റെ കണം (Vital spark) അതിന്റെ ഉറവിടത്തിലേക്ക് മടങ്ങിപ്പോകുന്നതാകാം അത്."
അദ്ദേഹം എന്നെ പരിഹസിക്കുകയാണെന്ന് മനസ്സിലാക്കിയ ഞാൻ എന്റെ വടികൊണ്ട് (Mahl-stick) അടിക്കാൻ ഓങ്ങിയപ്പോൾ അദ്ദേഹം ചിരിച്ചുകൊണ്ട് വിഷയം മാറ്റി. "ഉച്ചഭക്ഷണം കഴിക്കാൻ ഇവിടെ നിൽക്കൂ. ജനവീവ് ഇപ്പോൾ എത്തും." "അവൾ പള്ളിയിൽ പോകുന്നത് ഞാൻ കണ്ടു,"

ഞാൻ പറഞ്ഞു, "നീ അത് നശിപ്പിക്കുന്നതിന് മുൻപ് ആ ലില്ലിപ്പൂവ് എങ്ങനെയുണ്ടായിരുന്നോ, അത്രയും ഫ്രഷ് ആയിരുന്നു അവൾ കാണാൻ."

"ഞാനത് നശിപ്പിച്ചു എന്നാണോ നീ കരുതുന്നത്?" ബോറിസ് (Boris) ഗൗരവത്തോടെ ചോദിച്ചു.

"നശിപ്പിച്ചോ അതോ സംരക്ഷിച്ചോ എന്ന് നമുക്ക് എങ്ങനെ പറയാൻ കഴിയും?"

അദ്ദേഹം പകുതി പണിതീർത്ത 'വിധിദൈവങ്ങളുടെ' (Fates) ശില്പത്തിന് അടുത്തായി ഞങ്ങൾ സ്റ്റുഡിയോയുടെ മൂലയിലിരുന്നു. അദ്ദേഹം സോഫയിലേക്ക് ചാഞ്ഞിരുന്ന് തന്റെ ഉളികൊണ്ട് (Chisel) കളിച്ചുകൊണ്ട് തന്റെ സൃഷ്ടിയെ നോക്കി.

"പിന്നെ," അദ്ദേഹം പറഞ്ഞു, "ആ പഴയ 'അരിയാഡ്നി'യുടെ (Ariadne) പണി ഞാൻ തീർത്തു, അത് സലൂണിലേക്ക് (Salon) അയക്കേണ്ടി വരും. ഇത്തവണ എന്റെ പക്കൽ അത് മാത്രമേയുള്ളൂ. പക്ഷേ 'മഡോണ' (Madonna) എനിക്ക് നൽകിയ വിജയത്തിന് ശേഷം ഇങ്ങനെയൊന്ന് അയക്കാൻ എനിക്ക് നാണക്കേട് തോന്നുന്നു."

കഴിഞ്ഞ വർഷത്തെ സലൂണിലെ തരംഗമായിരുന്നു ജനവീവിനെ മാതൃകയാക്കി നിർമ്മിച്ച ആ 'മഡോണ' ശില്പം. ഞാൻ ആ 'അരിയാഡ്നി'യെ നോക്കി. അത് സാങ്കേതികമായി മികച്ചതായിരുന്നുവെങ്കിലും ലോകം അതിലും മികച്ചത് ബോറിസിൽ നിന്നും പ്രതീക്ഷിക്കുമെന്ന് എനിക്കും തോന്നി. എങ്കിലും എന്റെ പിന്നിലുള്ള ആ ഭീകരവും മനോഹരവുമായ 'വിധിദൈവങ്ങളുടെ' ശില്പം സലൂണിന് മുമ്പ് തീർക്കുക അസാധ്യമായിരുന്നു. അതിന് ഇനിയും കാത്തിരിക്കേണ്ടി വരും.

ഞങ്ങൾക്ക് ബോറിസ് വൈവെയ്നിൽ (Boris Yvain) അഭിമാനമായിരുന്നു. അദ്ദേഹം അമേരിക്കയിൽ ജനിച്ചതുകൊണ്ട് ഞങ്ങൾ അദ്ദേഹത്തെ ഞങ്ങളിലൊരാളായി കണ്ടു. അദ്ദേഹത്തിന്റെ അച്ഛൻ ഫ്രഞ്ചുകാരനും അമ്മ റഷ്യക്കാരിയുമായിരുന്നു. എല്ലാവരും അദ്ദേഹത്തെ ബോറിസ് എന്ന് വിളിച്ചു. എന്നാൽ ജാക്ക് സ്കോട്ടിനോടും എന്നോടും മാത്രമേ അദ്ദേഹം അത്രയും അടുപ്പം കാണിച്ചിരുന്നുള്ളൂ.

എനിക്ക് ജനവീവിനോടുള്ള പ്രണയമായിരിക്കാം ഒരുപക്ഷേ എന്നോട് അദ്ദേഹത്തിന് ഇത്രയും ഇഷ്ടം തോന്നാൻ കാരണം. ഞങ്ങൾക്കിടയിൽ അത് ഇതുവരെ തുറന്നു പറഞ്ഞിട്ടില്ലായിരുന്നു. പക്ഷേ എല്ലാം തീരുമാനിക്കപ്പെടുകയും താൻ സ്നേഹിക്കുന്നത് ബോറിസിനെയാണെന്ന് അവൾ കണ്ണുനീരോടെ എന്നോട് പറയുകയും ചെയ്തപ്പോൾ ഞാൻ അദ്ദേഹത്തിന്റെ വീട്ടിൽ ചെന്ന് അഭിനന്ദിച്ചു.

ജനവീവ് അതീവ സുന്ദരിയായിരുന്നു. അവളുടെ മുഖത്തെ പവിത്രത കാണുമ്പോൾ പള്ളിയിലെ പ്രാർത്ഥനാ ഗീതങ്ങൾ പോലെ തോന്നും. പക്ഷേ അവളുടെ സ്വഭാവം വസന്തകാലത്തെ ദിവസങ്ങൾ പോലെ മാറിക്കൊണ്ടിരുന്നു. രാവിലെ ഗൗരവമുള്ളവളും മധുരമായി സംസാരിക്കുന്നവളും ആണെങ്കിൽ ഉച്ചയ്ക്ക് അവൾ ചിരിക്കുകയും കുസൃതി കാണിക്കുകയും ചെയ്യും. വൈകുന്നേരം അവൾ എന്തായിരിക്കുമെന്ന് ആർക്കും പ്രവചിക്കാൻ കഴിയില്ല. അവളുടെ ശാന്തമായ മുഖത്തേക്കാൾ ഈ മാറിക്കൊണ്ടിരിക്കുന്ന ഭാവങ്ങളായിരുന്നു എനിക്ക് ഇഷ്ടം.

"എന്റെ കണ്ടെത്തലിനെക്കുറിച്ച് നീ എന്ത് വിചാരിക്കുന്നു, അലക് (Alec)?" ബോറിസ് ചോദിച്ചു.

"അതൊരു അത്ഭുതം തന്നെയാണെന്ന് ഞാൻ കരുതുന്നു."

"ഞാനിത് കൂടുതൽ ഉപയോഗിക്കില്ല, എന്റെ കൗതുകത്തിന് വേണ്ടിയല്ലാതെ. ഈ രഹസ്യം എന്നോടൊപ്പം മരിക്കും."

"അതൊരു വലിയ കാര്യമായിരിക്കും, അല്ലേ? ഫോട്ടോഗ്രാഫി വന്നതോടെ പെയിന്റർമാർക്ക് നഷ്ടങ്ങൾ മാത്രമേ ഉണ്ടായിട്ടുള്ളൂ."

ബോറിസ് തലയാട്ടി. "ഈ പുതിയ കണ്ടുപിടുത്തം കലാലോകത്തെ നശിപ്പിക്കും. അതുകൊണ്ട് ഞാനിത് ആരോടും പറയില്ല," അദ്ദേഹം പറഞ്ഞു.

ദ്രാവകത്തിൽ വീഴുന്ന വസ്തുക്കൾ കല്ലായി മാറുന്ന പ്രതിഭാസങ്ങളെക്കുറിച്ച് ഞാൻ കേട്ടിട്ടുണ്ട്. സിലിക്ക (Silica) അധികമുള്ള വെള്ളത്തിൽ വീഴുന്ന ഇലകളും ചില്ലകളും കാലക്രമേണ കല്ലായി മാറാറുണ്ട്. സിലിക്ക ആ വസ്തുവിലെ ഘടകങ്ങളെ ഓരോന്നായി മാറ്റി പകരം കല്ലായി മാറ്റുന്ന പ്രക്രിയയാണത്. എന്നാൽ ബോറിസ് കണ്ടെത്തിയ ഈ ലായനി വർഷങ്ങൾ എടുക്കുന്ന ആ പ്രക്രിയയെ നിമിഷങ്ങൾക്കുള്ളിൽ സാധ്യമാക്കുന്നു.

"ഇത് കണ്ടെത്തിയതിനെക്കുറിച്ച് ഓർക്കുമ്പോൾ എനിക്ക് പേടി തോന്നുന്നു. ശാസ്ത്രജ്ഞർക്ക് ഇത് അറിഞ്ഞാൽ ഭ്രാന്ത് പിടിക്കും. ഇത് വളരെ ലളിതമായ ഒന്നായിരുന്നു; അത് തന്നെത്താൻ കണ്ടെത്തുകയായിരുന്നു. ആ ഫോർമുലയെക്കുറിച്ചും ലോഹത്തകിടുകൾ പോലെ തെളിഞ്ഞുവരുന്ന ആ പുതിയ മൂലകത്തെക്കുറിച്ചും (Element) ഓർക്കുമ്പോൾ..."

"ഏതാണ് ആ പുതിയ മൂലകം?" "

ഓ, അതിന് ഞാൻ പേരിട്ടിട്ടില്ല, ഇനി ഇടാനും പോകുന്നില്ല. ഇപ്പോൾ തന്നെ ലോകത്ത് മനുഷ്യരുടെ തൊണ്ടയറുക്കാൻ ആവശ്യത്തിന് ലോഹങ്ങളുണ്ട്."

“നിനക്ക് സ്വർണ്ണം ലഭിച്ചോ ബോറിസ്?”

“അല്ല, അതിലും മികച്ചത്—പക്ഷേ നോക്ക് അലക്!”

അദ്ദേഹം ചിരിച്ചുകൊണ്ട് എഴുന്നേറ്റു.

“നമുക്ക് ആവശ്യമുള്ളതെല്ലാം ഇപ്പോൾ തന്നെ ഉണ്ട്. നീ ഇപ്പോൾ തന്നെ ഒരു അത്യാഗ്രഹിയെപ്പോലെ നോക്കുന്നു!”

ഞാനും ചിരിച്ചു. ഞങ്ങൾ സ്വർണ്ണത്തെക്കുറിച്ചുള്ള സംസാരം നിർത്തി. അല്പസമയത്തിന് ശേഷം ജനവീവ് അകത്തേക്ക് വന്നു. അവൾ ചാര നിറത്തിലുള്ള വസ്ത്രമായിരുന്നു ധരിച്ചിരുന്നത്. അവൾ ബോറിസിനെ അഭിവാദ്യം ചെയ്തു, പിന്നെ എന്നെ നോക്കി. സാധാരണ അവൾ എനിക്ക് വായുവിൽ ഒരു ഉമ്മ നല്കാറുണ്ടായിരുന്നു (Blow a kiss), ഇത്തവണ അത് ചെയ്യാത്തതിൽ ഞാൻ പരാതിപ്പെട്ടു. അവൾ ചിരിച്ചുകൊണ്ട് എനിക്ക് കൈ നൽകി.

“നമുക്കൊപ്പം ഉച്ചഭക്ഷണം കഴിക്കാൻ അലക്കിനെ ക്ഷണിക്കണം,” അവൾ ബോറിസിനോട് പറഞ്ഞു. ഇത് പുതിയ കാര്യമായിരുന്നു. സാധാരണ അവൾ തന്നെയായിരുന്നു എന്നെ ക്ഷണിക്കാറുള്ളത്.

“ഞാൻ ക്ഷണിച്ചു,” ബോറിസ് പറഞ്ഞു.

“നീ വരുന്നുണ്ടല്ലോ, അല്ലേ?” അവൾ എന്നോട് ഒരു അപരിചിതനോടെന്നപോലെ ചോദിച്ചു. ഞാൻ അവളെ വണങ്ങി. അവൾ അകത്തേക്ക് പോയി. ഞാനും ബോറിസും പരസ്പരം നോക്കി.

“ഞാൻ പോകുന്നതാണ് നല്ലതെന്ന് തോന്നുന്നു,” ഞാൻ പറഞ്ഞു.

“എനിക്കറിയില്ല,” അദ്ദേഹം തുറന്നു പറഞ്ഞു.

ഞാൻ പോകണോ വേണ്ടയോ എന്ന് ഞങ്ങൾ ആലോചിക്കുമ്പോൾ ജനവീവ് വീണ്ടും വന്നു. അവൾ അതീവ സുന്ദരിയായിരുന്നു, പക്ഷേ അവളുടെ കണ്ണുകൾ വല്ലാതെ തിളങ്ങുന്നുണ്ടായിരുന്നു. അവൾ എന്റെ അടുത്തു വന്ന് എന്റെ കൈ പിടിച്ചു.

“ഭക്ഷണം തയ്യാറായി. എനിക്ക് ദേഷ്യമാണെന്ന് നിനക്ക് തോന്നിയോ അലക്? എനിക്ക് തലവേദനയാണെന്ന് ഞാൻ കരുതി, പക്ഷേ ഇപ്പോൾ കുഴപ്പമില്ല. വരൂ ബോറിസ്,”

അവൾ ബോറിസിന്റെ കൈ കൂടി പിടിച്ചു.

“ലൂയിസിന് (ലൂയിസ് എന്നത് ഇവിടെ ബോറിസിനെയാകാം ഉദ്ദേശിക്കുന്നത്) ശേഷം ഈ ലോകത്ത് എനിക്ക് ഏറ്റവും ഇഷ്ടം അലക്കിനെയാണെന്ന് അവനറിയാം,” അവൾ പറഞ്ഞു.

ഞങ്ങൾ ചിരിച്ചുകൊണ്ട് ഡൈനിംഗ് റൂമിലേക്ക് ഓടിക്കയറി. ജനവീവിന് പതിനെട്ട് വയസ്സും ബോറിസിന് ഇരുപത്തിമൂന്നും എനിക്ക് ഇരുപത്തിയൊന്നിന് താഴെയുമായിരുന്നു പ്രായം.

II

ഈ സമയത്ത് ജനവീവിന്റെ മുറി (Boudoir) അലങ്കരിക്കുന്നതുമായി ബന്ധപ്പെട്ട ചില ജോലികൾ കാരണം എനിക്ക് സെന്റ് സിസീൽ തെരുവിലുള്ള ആ ചെറിയ ഹോട്ടലിൽ സ്ഥിരമായി നിൽക്കേണ്ടി വന്നു. ബോറിസും ഞാനും ആ ദിവസങ്ങളിൽ കഠിനാധ്വാനം ചെയ്തിരുന്നു. എങ്കിലും ഞങ്ങൾക്കിഷ്ടമുള്ളപ്പോൾ മാത്രമേ പണിയെടുത്തിരുന്നുള്ളൂ. ബാക്കി സമയം ജാക്ക് സ്കോട്ടിനോടൊപ്പം ഞങ്ങൾ മൂന്നുപേരും വെറുതെ നടന്നു സമയം കളഞ്ഞു.

ഒരു ഉച്ചകഴിഞ്ഞ് ഞാൻ ആ വീട്ടിലൂടെ ഒറ്റയ്ക്ക് നടക്കുകയായിരുന്നു. വിചിത്രമായ വസ്തുക്കൾ പരിശോധിച്ചും, മുക്കിലും മൂലയിലും തിരഞ്ഞും, അസാധാരണമായ ഒളിത്താവളങ്ങളിൽ നിന്ന് മിഠായികളും സിഗരറ്റുകളും കണ്ടെത്തിയും ഒടുവിൽ ഞാൻ കുളിമുറിയിൽ (Bathing-room) എത്തി. ദേഹം മുഴുവൻ കളിമണ്ണിൽ കുളിച്ച നിലയിൽ ബോറിസ് അവിടെ കൈ കഴുകി നിൽക്കുന്നുണ്ടായിരുന്നു.

റോസ് നിറത്തിലുള്ള മാർബിളിലായിരുന്നു ആ മുറി നിർമ്മിച്ചിരുന്നത്. തറയിൽ റോസ്, ചാര നിറങ്ങളിലുള്ള കല്ലുകൾ പാകിയിരുന്നു. മുറിയുടെ നടുവിലായി തറനിരപ്പിന് താഴെ ഒരു ചതുരക്കുളം ഉണ്ടായിരുന്നു; അതിലേക്ക് ഇറങ്ങാൻ പടികളും മുകളിൽ മനോഹരമായ ചിത്രങ്ങൾ (Frescoes) വരച്ച മേൽക്കൂരയെ താങ്ങിനിർത്തുന്ന തൂണുകളും ഉണ്ടായിരുന്നു. മുറിയുടെ ഒരറ്റത്ത് ഒരു പീഠത്തിന് മുകളിൽ ഇരിക്കുന്ന ക്യൂപ്പിഡ് (Cupid - പ്രണയത്തിന്റെ ദേവൻ) ശില്പം ബോറിസിന്റെയും എന്റെയും കൈവേലയായിരുന്നു. വെള്ള കാൻവാസ് വസ്ത്രം ധരിച്ച ബോറിസ് തന്റെ സുന്ദരമായ കൈകളിലെ കളിമണ്ണും മെഴുകും കഴുകിക്കളയുന്നതിനിടയിൽ ആ ക്യൂപ്പിഡ് ശില്പത്തോട് കുസൃതി കാണിക്കുന്നുണ്ടായിരുന്നു.

“ഞാൻ നിന്നെ കാണുന്നുണ്ട് കേട്ടോ, എന്നെ കാണാത്ത ഭാവത്തിൽ അങ്ങോട്ട് നോക്കി നിൽക്കേണ്ട,” ബോറിസ് ആ ശില്പത്തോട് പറഞ്ഞു. ഇത്തരം സംഭാഷണങ്ങളിൽ ക്യൂപ്പിഡിന് വേണ്ടി മറുപടി പറയുക എന്നത് എന്റെ ജോലിയായിരുന്നു. എന്റെ ഊഴം വന്നപ്പോൾ ഞാൻ നൽകിയ മറുപടി കേട്ട് ബോറിസ് എന്റെ കൈ പിടിച്ച് കുളത്തിലേക്ക് വലിച്ചിഴച്ചു. എന്നെ വെള്ളത്തിൽ മുക്കുമെന്ന് അദ്ദേഹം ഭീഷണിപ്പെടുത്തി. എന്നാൽ തൊട്ടടുത്ത നിമിഷം അദ്ദേഹം എന്റെ കൈ വിടുകയും വിളറിപ്പോകുകയും ചെയ്തു.

“ദൈവമേ! കുളം മുഴുവൻ ആ ലായനി (Solution) കൊണ്ട് നിറഞ്ഞിരിക്കുകയാണെന്ന് ഞാൻ മറന്നുപോയി!” ബോറിസ് പറഞ്ഞു.

ഞാനൊന്ന് വിറച്ചു. ആ അപകടകരമായ ദ്രാവകം എവിടെയാണ് സൂക്ഷിച്ചിരിക്കുന്നതെന്ന് നന്നായി ഓർത്തുവെക്കാൻ ഞാൻ അദ്ദേഹത്തെ ഉപദേശിച്ചു.

"ദൈവത്തെയോർത്ത്, എന്തിനാണ് ഇത്രയും ഭീകരമായ സാധനം ഇത്തരമൊരു സ്ഥലത്ത് സൂക്ഷിച്ചിരിക്കുന്നത്?" ഞാൻ ചോദിച്ചു.

"എനിക്ക് വലിയ എന്തെങ്കിലും ഒന്നിൽ പരീക്ഷണം നടത്തണം," അദ്ദേഹം മറുപടി നൽകി.

"ഉദാഹരണത്തിന് എന്നിലോ?"

"അത് തമാശയായിപ്പോലും പറയരുത്. എങ്കിലും കുറച്ചുകൂടി സങ്കീർണ്ണമായ ഒരു ജീവിയിൽ ഇതിന്റെ പ്രവർത്തനം എനിക്ക് നിരീക്ഷിക്കണം. ആ വലിയ വെളുത്ത മുയലുണ്ട്," അദ്ദേഹം എന്നെ സ്റ്റുഡിയോയിലേക്ക് പിന്തുടർന്ന് പറഞ്ഞു.

പെയിന്റ് പുരണ്ട ജാക്കറ്റ് ധരിച്ച ജാക്ക് സ്കോട്ട് അവിടേക്ക് കടന്നുവന്നു. അവൻ അവിടുത്തെ മിഠായികളും സിഗരറ്റുകളും കൈക്കലാക്കി. ഒടുവിൽ ബോറിസും ജാക്കും കൂടി ലക്സംബർഗ് ഗാലറി സന്ദർശിക്കാൻ പുറപ്പെട്ടു. അന്ന് ഫ്രാൻസിലെ കലാകാരന്മാർക്കിടയിൽ ചർച്ചാവിഷയമായിരുന്ന റോഡിന്റെയും (Rodin) മോണെയുടെയും (Monet) കൃതികൾ കാണാനായിരുന്നു അവർ പോയത്. ഞാൻ സ്റ്റുഡിയോയിലേക്ക് മടങ്ങി ജോലി തുടർന്നു.

ജനവീവിന്റെ മുറിയിലേക്ക് വേണ്ടി ബോറിസ് ആവശ്യപ്പെട്ട ഒരു റെനൈസൻസ് സ്റ്റൈൽ സ്ക്രീൻ (Screen) പെയിന്റ് ചെയ്യുകയായിരുന്നു ഞാൻ. പക്ഷേ അതിനായി പോസ് ചെയ്യാൻ വന്ന ബാലൻ ഇത്തവണ ഒട്ടും സഹകരിച്ചില്ല. അവൻ ഒരു നിമിഷം പോലും ഒരേ ഇരിപ്പിരുന്നില്ല. അഞ്ച് മിനിറ്റിനുള്ളിൽ അഞ്ച് വ്യത്യസ്ത രേഖാചിത്രങ്ങളാണ് (Outline) എനിക്ക് വരയ്ക്കേണ്ടി വന്നത്.

"നീ പോസ് ചെയ്യുകയാണോ അതോ ഡാൻസ് കളിക്കുകയാണോ സുഹൃത്തേ?" ഞാൻ ചോദിച്ചു.

"അങ്ങേക്ക് ഇഷ്ടമുള്ളത് പോലെ കരുതിക്കൊള്ളൂ," അവൻ നിഷ്കളങ്കമായി ചിരിച്ചുകൊണ്ട് പറഞ്ഞു.

അന്നത്തെ പണി നിർത്തി ഞാൻ അവനെ വിട്ടയച്ചു. അവന് മുഴുവൻ സമയത്തെയും കൂലി നൽകി.

അവൻ പോയിക്കഴിഞ്ഞപ്പോൾ ഞാൻ കുറച്ചുനേരം കൂടി പെയിന്റ് ചെയ്യാൻ ശ്രമിച്ചെങ്കിലും എന്റെ മൂഡ് ശരിയല്ലാത്തതിനാൽ പണി പരാജയപ്പെട്ടു. ഒടുവിൽ ഞാൻ ബ്രഷുകളെല്ലാം കഴുകി വെച്ച് സ്മോക്കിംഗ് റൂമിലേക്ക് (Smoking-room) പോയി. ആ വീട്ടിൽ പുകയിലയുടെ ഗന്ധം

ഇല്ലാത്ത ഏക മുറി അതായിരുന്നുവെന്ന് ഞാൻ കരുതുന്നു. പഴയ തുണികളും ആയുധങ്ങളും നിറഞ്ഞ ഒരു വിചിത്രമായ ഇടമായിരുന്നു അത്. അവിടെ ജനാലയ്ക്കൽ പഴയൊരു സംഗീത ഉപകരണം (Spinet) ഇരിപ്പുണ്ടായിരുന്നു. ലോകത്ത് ഇന്നുവരെ ഉണ്ടായിട്ടുള്ള എല്ലാ തരം പൈപ്പുകളും അവിടെ ശേഖരിച്ചു വെച്ചിരുന്നു. ഞാൻ ഒരു നീളൻ പൈപ്പ് തിരഞ്ഞെടുത്ത് സോഫയിൽ കിടന്നു. പുകവലിച്ചു കൊണ്ടിരിക്കെ ഞാൻ സ്വപ്നങ്ങളിലേക്ക് ആണ്ടുപോയി, ഒടുവിൽ ഉറക്കത്തിലായി.
ഞാൻ ജീവിതത്തിൽ കേട്ടിട്ടുള്ളതിൽ വെച്ച് ഏറ്റവും സങ്കടകരമായ ഒരു സംഗീതം കേട്ടാണ് ഉണർന്നത്. മുറിയിൽ നല്ല ഇരുട്ടായിരുന്നു. പഴയ സ്പിനെറ്റിൽ (Spinet) ഒരു ചന്ദ്രരശ്മി വന്നു വീഴുന്നുണ്ടായിരുന്നു. ചന്ദന പ്പെട്ടിയിൽ നിന്ന് സുഗന്ധം പുറത്തുവരുന്നതുപോലെ ആ സംഗീതം ആ സ്പിനെറ്റിൽ നിന്നും ഒഴുകി വരികയായിരുന്നു. ഇരുട്ടിൽ ആരോ എഴു ന്നേറ്റ് നിന്ന് വിതുമ്പുന്നത് ഞാൻ കണ്ടു. ഞാൻ അറിവില്ലായ്മ കൊണ്ട് "ജനവീവ്!" എന്ന് വിളിച്ചുപോയി.
എന്റെ ശബ്ദം കേട്ട് അവൾ തറയിൽ വീണു. വിളക്ക് തെളിയിച്ച് അവളെ എഴുന്നേൽപ്പിക്കാൻ ശ്രമിക്കുമ്പോൾ ഞാൻ എന്നെത്തന്നെ ശപിക്കു ന്നുണ്ടായിരുന്നു. അവൾ വേദനയോടെ എന്നിൽ നിന്നും ഒഴിഞ്ഞുമാറി. അവൾ നിശബ്ദയായിരുന്നു, ബോറിസിനെ അന്വേഷിച്ചു. ഞാൻ അവളെ സോഫയിലേക്ക് മാറ്റി കിടത്തി ബോറിസിനെ തിരഞ്ഞുപോയി. എന്നാൽ അദ്ദേഹം വീട്ടിലുണ്ടായിരുന്നില്ല, ജോലിക്കാരെല്ലാം ഉറങ്ങാൻ പോയിരുന്നു. ഞാൻ വേഗം ജനവീവിന്റെ അടുത്തേക്ക് മടങ്ങി.
"എനിക്ക് ബോറിസിനെയോ ജോലിക്കാരെയോ കണ്ടെത്താൻ കഴി ഞ്ഞില്ല," ഞാൻ പറഞ്ഞു.
"എനിക്കറിയാം," അവൾ ക്ഷീണിച്ച സ്വരത്തിൽ പറഞ്ഞു, "ബോറിസ് മിസ്റ്റർ സ്കോട്ടിനോടൊപ്പം പോയതായിരുന്നു. നിന്നെ അദ്ദേഹത്തെ തിരയാൻ അയച്ചപ്പോൾ ഞാനത് മറന്നുപോയി."
"പക്ഷേ നാളെ ഉച്ചയ്ക്ക് മുൻപ് അയാൾക്ക് മടങ്ങിയെത്താൻ കഴിയില്ല. നിനക്ക് വല്ലതും പറ്റിയോ? ഞാൻ വിളിച്ചപ്പോൾ പേടിച്ചു വീണതാണോ? ഞാൻ ഒരു വിഡ്ഢിയാണല്ലോ, ഞാൻ ശരിക്കും ഉണർന്നിരുന്നില്ല."
"നീ വീട്ടിൽ പോയിക്കാണുമെന്ന് ബോറിസ് കരുതി. ഇത്രയും നേരം ഇവിടെയിരിക്കേണ്ടി വന്നതിൽ ക്ഷമിക്കണം."
"ഞാൻ നല്ല ഉറക്കത്തിലായിരുന്നു," ഞാൻ ചിരിച്ചു. "നന്നായി ഉറങ്ങി യതുകൊണ്ട് എന്റെ മുന്നിലൂടെ നീങ്ങുന്ന രൂപത്തെ കണ്ടപ്പോൾ അത് സ്വപ്നമാണോ സത്യമാണോ എന്ന് എനിക്ക് മനസ്സിലായില്ല. നീ സ്പി നെറ്റിൽ വല്ലതും വായിക്കുകയായിരുന്നോ? നീ വളരെ മൃദുവായാണ്

വായിച്ചത്."
അവളുടെ മുഖത്തെ ആശ്വാസം കാണാൻ വേണ്ടി ഇതുപോലുള്ള ആയിരം കള്ളങ്ങൾ പറയാൻ ഞാൻ തയ്യാറായിരുന്നു. അവൾ മനോഹരമായി പുഞ്ചിരിച്ചു: "അലക്, ഞാൻ ആ ചെന്നായയുടെ തലയിൽ (Wolf's head rug) തട്ടി വീണതാണ്. എന്റെ ഉപ്പൂറ്റിക്ക് വല്ലാത്ത വേദനയുണ്ട്. ദയവായി മാരിയെ വിളിക്കൂ, എന്നിട്ട് നീ വീട്ടിൽ പൊയ്ക്കോളൂ."
അവൾ പറഞ്ഞത് പോലെ ഞാൻ മാരിയെ വിളിച്ചു, അവളെ ഏല്പിച്ചിട്ട് ഞാൻ അവിടെ നിന്നും ഇറങ്ങി.

III

അടുത്ത ദിവസം ഉച്ചയ്ക്ക് ഞാൻ ചെന്നപ്പോൾ ബോറിസ് തന്റെ സ്റ്റുഡിയോയിലൂടെ അസ്വസ്ഥനായി നടക്കുകയായിരുന്നു.
"ജനവീവ് ഇപ്പോൾ ഉറങ്ങുകയാണ്," അദ്ദേഹം എന്നോട് പറഞ്ഞു. "ആ വീഴ്ച അത്ര കാര്യമുള്ളതല്ല, പക്ഷേ എന്തിനാണ് അവൾക്ക് ഇത്രയും കടുത്ത പനി? ഡോക്ടർക്ക് അതിന്റെ കാരണം മനസ്സിലാകുന്നില്ല; അല്ലെങ്കിൽ അദ്ദേഹം അത് പറയുന്നില്ല," ബോറിസ് മന്ത്രിച്ചു.
"ജനവീവിന് പനിയോ?" ഞാൻ ചോദിച്ചു.
"അതെ, രാത്രി മുഴുവൻ അവൾ അബോധാവസ്ഥയിലെന്നപോലെ എന്തൊക്കെയോ പുലമ്പുന്നുണ്ടായിരുന്നു. ഈ ലോകത്ത് ഒരു വിഷമവുമില്ലാത്ത പാവം ജനവീവ്! തന്റെ ഹൃദയം തകർന്നുപോയെന്നും തനിക്ക് മരിക്കണമെന്നുമാണ് അവൾ പറയുന്നത്!"
അത് കേട്ടപ്പോൾ എന്റെ ഹൃദയം നിലച്ചുപോയി.
ബോറിസ് തന്റെ കൈകൾ പോക്കറ്റിലിട്ട് സ്റ്റുഡിയോയുടെ വാതിലിൽ ചാരി നിന്നു. അദ്ദേഹത്തിന്റെ ആ തെളിഞ്ഞ കണ്ണുകൾ ദുഃഖത്താൽ മങ്ങിയിരുന്നു. ജനവീവ് ഉണർന്നാലുടൻ തന്നെ വിവരം അറിയിക്കണമെന്ന് അദ്ദേഹം ജോലിക്കാർക്ക് നിർദ്ദേശം നൽകിയിരുന്നു. ഞങ്ങൾ ഏറെ നേരം കാത്തിരുന്നു. ബോറിസ് അക്ഷമനായി സ്റ്റുഡിയോയിലൂടെ നടന്ന് കളിമണ്ണിലും മെഴുകിലും എന്തൊക്കെയോ ചെയ്തുകൊണ്ടിരുന്നു. പെട്ടെന്ന് അദ്ദേഹം അടുത്ത മുറിയിലേക്ക് നീങ്ങി.
"വരൂ, മരണം നിറഞ്ഞ എന്റെ ആ റോസ് നിറത്തിലുള്ള കുളം വന്നു നോക്കൂ!" അദ്ദേഹം വിളിച്ചു പറഞ്ഞു.
"ഇത് മരണമാണോ?" അദ്ദേഹത്തിന്റെ ആ അവസ്ഥയെ അനുഭാവപൂർവ്വം നേരിടാൻ ഞാൻ ചോദിച്ചു.
"ഇതിനെ ജീവിതം എന്ന് വിളിക്കാൻ നീ തയ്യാറാവില്ലല്ലോ," ബോറിസ് മറുപടി നൽകി. സംസാരിക്കുന്നതിനിടയിൽ അദ്ദേഹം തന്റെ

അക്വേറിയത്തിൽ നിന്നും പിടയുന്ന ഒരു സ്വർണ്ണമത്സ്യത്തെ പുറത്തെടുത്തു.

“നമുക്ക് ഇതിനെയും മറ്റുള്ളവയുടെ അടുത്തേക്ക് അയക്കാം—അത് എവിടെയാണെങ്കിലും ശരി,” ആവേശത്തോടെ അദ്ദേഹം പറഞ്ഞു. അദ്ദേഹത്തിന്റെ ശബ്ദത്തിൽ വല്ലാത്തൊരു വിറയലുണ്ടായിരുന്നു. പനി ബാധിച്ചതുപോലെ എന്റെ തല കനത്തു. ഞാൻ അദ്ദേഹത്തെ പിന്തുടർന്ന് ആ സ്ഫടികക്കുളത്തിന് അരികിലെത്തി. അദ്ദേഹം ആ മത്സ്യത്തെ ലായനിയിലേക്ക് ഇട്ടു. അത് വെള്ളത്തിൽ തൊട്ട നിമിഷം തന്നെ കല്ലായി മാറി കുളത്തിന്റെ അടിത്തട്ടിലേക്ക് താഴ്ന്നു. തുടർന്ന് ആ പഴയ പാൽ നിറത്തിലുള്ള നുരയും ഉപരിതലത്തിൽ പ്രകാശരശ്മികളും തെളിഞ്ഞു വന്നു. ബോറിസ് കൈ അതിലിറക്കി മനോഹരമായ ഒരു മാർബിൾ ശില്പം പുറത്തെടുത്തു—നീല സിരകളും പിങ്ക് നിറവുമുള്ള തിളങ്ങുന്ന ഒരു മത്സ്യം.

“ഇതൊരു കുട്ടിക്കളിയാണല്ലോ,” ബോറിസ് മന്ത്രിച്ചു.

അദ്ദേഹം സങ്കടത്തോടെ എന്നെ നോക്കി. ജാക്ക് സ്കോട്ട് അവിടേക്ക് കടന്നുവന്നു. അവനും ആ ‘കളിയിൽ’ പങ്കുചേരാൻ തീരുമാനിച്ചു. ഉടൻ തന്നെ ആ വെളുത്ത മുയലിനെ പരീക്ഷിച്ചു നോക്കണമെന്ന് അവർക്ക് നിർബന്ധമായി. ബോറിസിന് തന്റെ ദുഃഖത്തിൽ നിന്നും ഒരു മാറ്റം ലഭിക്കാൻ ഞാൻ അതിന് സമ്മതിച്ചു. പക്ഷേ ജീവനുള്ള ഒരു വസ്തുവിന്റെ ജീവൻ പോകുന്നത് കാണാൻ എനിക്ക് താല്പര്യമില്ലായിരുന്നു. ഞാൻ അവിടെ നിന്നും മാറി സ്റ്റുഡിയോയിലിരുന്ന് ഒരു പുസ്തകം വായിക്കാൻ തുടങ്ങി. വിധി വൈപരീത്യമെന്നു പറയട്ടെ, എന്റെ കൈകളിൽ കിട്ടിയത് ‘ദ കിംഗ് ഇൻ യെല്ലോ’ (The King in Yellow) ആയിരുന്നു. കുറച്ചു നിമിഷങ്ങൾ കഴിഞ്ഞപ്പോൾ ഭയത്തോടെ ഞാൻ ആ പുസ്തകം മാറ്റിവെച്ചു. അപ്പോഴേക്കും ബോറിസും ജാക്കും ആ മാർബിൾ മുയലുമായി തിരിച്ചെത്തി. അതേസമയം മുകളിൽ മണിമുഴങ്ങുകയും ജനവീവിന്റെ മുറിയിൽ നിന്നും ഒരു നിലവിളി കേൾക്കുകയും ചെയ്തു. ബോറിസ് മിന്നൽവേഗത്തിൽ അങ്ങോട്ട് ഓടി. അടുത്ത നിമിഷം അദ്ദേഹം വിളിച്ചു പറഞ്ഞു:

“ജാക്ക്, വേഗം ഡോക്ടറെ കൊണ്ടു വരൂ. അലക്, ഇങ്ങോട്ട് വരൂ.”

ഞാൻ അവളുടെ മുറിവാതിക്കൽ നിന്നു. പരിഭ്രമിച്ച ഒരു ജോലിക്കാരി മരുന്നുമായി ഓടിപ്പോയി. ജനവീവ് കട്ടിലിൽ എഴുന്നേറ്റിരുന്ന് എന്തൊക്കെയോ പുലമ്പുകയായിരുന്നു. ബോറിസ് അവളെ തടയാൻ ശ്രമിക്കുന്നുണ്ടായിരുന്നു. എന്നെ സഹായിക്കാൻ അദ്ദേഹം വിളിച്ചു. എന്റെ കൈ തൊട്ടപ്പോൾ അവൾ ഒരു നെടുവീർപ്പോടെ കണ്ണുകൾ അടച്ചു. എന്നാൽ

ഉടൻ തന്നെ അവൾ വീണ്ടും കണ്ണുകൾ തുറന്ന് ബോറിസിന്റെ മുഖത്തേക്ക് നോക്കി—ആ പാവം പെൺകുട്ടി തന്റെ രഹസ്യം വെളിപ്പെടുത്തി. അതേ നിമിഷം ഞങ്ങളുടെ മൂന്നുപേരുടെയും ജീവിതം പുതിയൊരു വഴിയേ തിരിഞ്ഞു. ഞങ്ങളെ ഇത്രയും കാലം ഒന്നിപ്പിച്ച നിർത്തിയ ആ ബന്ധം എന്നെന്നേക്കുമായി തകർന്നു. അവൾ എന്റെ പേരാണ് വിളിച്ചത്! പനിയുടെ വിഭ്രാന്തിയിൽ അവളുടെ ഹൃദയത്തിലെ ഒളിച്ച വെച്ച സങ്കടങ്ങൾ മുഴുവൻ പുറത്തുവന്നു. അത്ഭുതപ്പെട്ടും സ്തബ്ധനായും ഞാൻ തലകുനിച്ചു. ലജ്ജയോടെയും ദുഃഖത്തോടെയും ഞാൻ അവളുടെ വാക്കുകൾ കേട്ടു നിന്നു. എനിക്ക് അവളെ നിശബ്ദയാക്കാൻ കഴിഞ്ഞില്ല, ബോറിസിനെ നോക്കാനും എനിക്ക് കഴിഞ്ഞില്ല. ബോറിസ് തന്റെ വിളറിയ മുഖവുമായി എന്നെ നോക്കി.

"ഇത് നിന്റെ തെറ്റല്ല അലക്; അവൾ നിന്നെയാണ് സ്നേഹിക്കുന്നതെങ്കിൽ നീ വിഷമിക്കേണ്ട," അദ്ദേഹം പൂർത്തിയാക്കാൻ കഴിഞ്ഞില്ല. ഡോക്ടർ അവിടേക്ക് പ്രവേശിച്ചു. "ബോറിസ് ഒറ്റയ്ക്കിരിക്കട്ടെ" എന്ന് പറഞ്ഞു ഞാൻ ജാക്ക് സ്കോട്ടിനെയും കൂട്ടി പുറത്തേക്ക് പോയി. അന്ന് രാത്രി എനിക്കും അസുഖം ബാധിച്ചു. ജാക്ക് പറയുന്നത് എനിക്ക് മങ്ങിയ ഓർമ്മയുണ്ട്:

"ദൈവത്തെയോർത്ത് ഡോക്ടർ, ഇദ്ദേഹത്തിന് എന്തുപറ്റി? ഇത്തരമൊരു മുഖഭാവം വരാൻ കാരണമെന്താണ്?"

ഞാൻ അപ്പോൾ 'ദ കിംഗ് ഇൻ യെല്ലോ'യെക്കുറിച്ചും 'വിളറിയ മുഖംമൂടി'യെക്കുറിച്ചും (Pallid Mask) ഓർത്തു.

ഞാൻ അതീവ ഗുരുതരാവസ്ഥയിലായിരുന്നു. ആ മെയ് മാസത്തിലെ പ്രഭാതത്തിന് ശേഷം ഞാൻ അനുഭവിച്ച മാനസിക സമ്മർദ്ദം എന്നെ തളർത്തിയിരുന്നു. രാത്രികളിൽ ഞാൻ എന്നെത്തന്നെ ശപിച്ചിരുന്നു. ബോറിസിനോടുള്ള വിശ്വസ്തതയും ജനവീവിനോടുള്ള ആദരവും എന്നെ ആന്തരികമായി തകർത്തു. പനിയുടെ വിഭ്രാന്തിയിൽ ബോറിസിന്റെ കുളത്തിലെ വെള്ളം കല്ലായ ജീവികളായി മാറുന്നതും ജനവീവ് ചിരിച്ചുകൊണ്ട് ചെന്നായയുടെ തുകലിന് അരികിൽ കിടക്കുന്നതും ഞാൻ കണ്ടു. ഹാലി തടാകവും കാർകോസയിലെ ഗോപുരങ്ങളും എന്റെ സ്വപ്നങ്ങളിൽ നിറഞ്ഞുനിന്നു. വസ്ത്രം കീറിപ്പറഞ്ഞ 'കിംഗ് ഇൻ യെല്ലോ'യെ ഞാൻ കണ്ടു. എങ്കിലും ഒരു കാര്യം മാത്രം എനിക്ക് വ്യക്തമായിരുന്നു— ബോറിസിനും ജനവീവിനും വേണ്ടി ഞാൻ ജീവിച്ചേ മതിയാകൂ എന്ന്.

കുറെ ദിവസങ്ങൾക്ക് ശേഷം ഞാൻ ഉണർന്നു. എന്റെ അരികിൽ ജാക്ക് സ്കോട്ട് ഇരിക്കുന്നുണ്ടായിരുന്നു. എനിക്ക് സംസാരിക്കാൻ ശക്തിയില്ലായിരുന്നു. "എനിക്ക് ബോറിസിനെ കാണണം" എന്ന് ഞാൻ മന്ത്രിച്ചു.

“നീ ഇപ്പോൾ വല്ലാതെ തളർന്നിരിക്കുകയാണ്, അല്പം കൂടി കഴിഞ്ഞിട്ട് ബോറിസിനെ കാണാം” എന്ന് ജാക്ക് പറഞ്ഞു.
ഞാൻ ശക്തി വീണ്ടെടുത്തു. ബോറിസിനെയും ജനവീവിനെയും പഴയതു പോലെ തന്നെ കാണുമെന്ന് ഞാൻ ഉറപ്പിച്ചു. ബോറിസിനോട് ഞാൻ സംസാരിക്കും, അവിടെ പകയോ ഭീരുത്വമോ ഉണ്ടാവില്ല. കുറച്ചു ദിവസം അവർക്കൊപ്പം കഴിഞ്ഞിട്ട് ഞാൻ എന്നെന്നേക്കുമായി അവരുടെ ജീവിതത്തിൽ നിന്നും മറഞ്ഞുപോകും. അതായിരുന്നു എന്റെ തീരുമാനം. ഒരു ദിവസം ഞാൻ ജാക്കിനെ വിളിച്ചു പറഞ്ഞു:
“ജാക്ക്, എനിക്ക് ബോറിസിനെ കാണണം. ജനവീവിനെ എന്റെ സ്നേഹം അറിയിക്കണം.”
അവർ രണ്ടുപേരും മരിച്ചുപോയി എന്ന് ജാക്ക് പറഞ്ഞപ്പോൾ എനിക്ക് സമനില തെറ്റി. ഞാൻ വീണ്ടും രോഗബാധിതനായി. ആഴ്ചകൾക്ക് ശേഷം ഞാൻ ഒരു ഇരുപത്തിയൊന്നുകാരനായി പുറത്തുവന്നു, പക്ഷേ എന്റെ യൗവനം എന്നെന്നേക്കുമായി നഷ്ടപ്പെട്ടുവെന്ന് എനിക്ക് തോന്നി. ജാക്ക് ബോറിസിന്റെ വീടിന്റെ താക്കോലും ഒരു കത്തും എനിക്ക് നൽകി. എന്താണ് സംഭവിച്ചതെന്ന് ഞാൻ ജാക്കിനോട് ചോദിച്ചു. സങ്കടത്തോടെ ജാക്ക് ആ കഥ പറഞ്ഞു.
“അലക്, അന്ന് ബോറിസ് ആ ശില്പത്തിന്റെ പണിയിലായിരുന്നു. മരുന്നിന്റെ മയക്കത്തിലായിരുന്ന ജനവീവ് അർദ്ധരാത്രിയിൽ ഉറക്കമുണർന്ന് വരികയും കുളിമുറിയിലെ ആ കുളത്തിലേക്ക് ചാടുകയും ചെയ്തു. അവൾ ആ ലായനിയിൽ കല്ലായി മാറി. അത് കണ്ട ബോറിസ് തന്റെ ഹൃദയത്തിലേക്ക് വെടിവച്ചു മരിച്ചു. ഞാൻ ആ അപകടകരമായ ലായനി മുഴുവൻ നശിപ്പിച്ചു. ബോറിസിന്റെ കുറിപ്പുകളും ഫോർമുലകളും എല്ലാം തീയിട്ടു നശിപ്പിച്ചു. ഡോക്ടറുടെ സഹായത്തോടെ ഹൃദയസ്തംഭനം മൂലമാണ് മരണം എന്ന് വരുത്തിത്തീർത്തു. ഞങ്ങൾ അവരെ സെവ്രെസിലെ (Sèvres) സെമിത്തേരിയിൽ അടക്കം ചെയ്തു.”
ജാക്ക് ആ കത്ത് വായിച്ചു. ബോറിസിന്റെ വിൽപ്പത്രമായിരുന്നു അത്. അദ്ദേഹം തന്റെ വീടും മറ്റെല്ലാ സ്വത്തുക്കളും എനിക്കും ജാക്കിനും വേണ്ടി വിഭജിച്ചു നൽകിയിരുന്നു. അദ്ദേഹത്തിന്റെ ശില്പങ്ങൾ എനിക്കായി നൽകി.
“ജനവീവ് ആ മാർബിൾ മുറിയിൽ മഡോണയുടെ ശില്പത്തിന് മുന്നിൽ കിടക്കുന്നു. അവൾ ചിരിച്ചുകൊണ്ട് ആ ശില്പത്തെ നോക്കി നിൽക്കുകയാണ്,” ജാക്ക് പറഞ്ഞു.
അടുത്ത ദിവസം ജാക്ക് തന്റെ ഉത്തരവാദിത്തങ്ങൾ നിറവേറ്റാനായി എപ്റ്റിലേക്ക് (Ept) പോയി.

IV

അന്ന് വൈകുന്നേരം തന്നെ ഞാൻ താക്കോലുകളുമായി എനിക്ക് പരിചിതമായ ആ വീട്ടിലേക്ക് ചെന്നു. എല്ലാം ക്രമത്തിലായിരുന്നു, പക്ഷേ അവിടുത്തെ നിശബ്ദത ഭയാനകമായിരുന്നു. മാർബിൾ മുറിയുടെ വാതിക്കൽ ഞാൻ രണ്ട് വട്ടം പോയെങ്കിലും അകത്തേക്ക് കടക്കാൻ എനിക്ക് ധൈര്യമുണ്ടായില്ല. അടുത്ത ദിവസം രാവിലെ ഞാൻ കോൺസ്റ്റാന്റിനോപ്പിളിലേക്ക് (Constantinople) തിരിച്ചു. രണ്ട് വർഷത്തോളം ഞാൻ കിഴക്കൻ രാജ്യങ്ങളിൽ അലഞ്ഞുനടന്നു. തുടക്കത്തിൽ ഞങ്ങളുടെ കത്തുകളിൽ ബോറിസിനെക്കുറിച്ചോ ജനവീവിനെക്കുറിച്ചോ പരാമർശിച്ചിരുന്നില്ല. എന്നാൽ മെല്ലെ അവരുടെ പേരുകൾ കത്തുകളിൽ വന്നുതുടങ്ങി. ജാക്ക് എനിക്കെഴുതിയ ഒരു കത്തിലെ ഭാഗം ഞാൻ ഓർക്കുന്നു:

"നീ രോഗബാധിതനായി കിടക്കുമ്പോൾ ബോറിസ് നിന്നെ തൊട്ടതായും അവന്റെ ശബ്ദം കേട്ടതായും നീ പറയുന്നത് എന്നെ അസ്വസ്ഥനാക്കുന്നു. അവൻ മരിച്ച് രണ്ടാഴ്ചയ്ക്ക് ശേഷമാണ് നീയിത് അനുഭവിക്കുന്നത്. അതൊരു സ്വപ്നമാണെന്ന് പറഞ്ഞ് എനിക്ക് സമാധാനിക്കാൻ കഴിയുന്നില്ല."

രണ്ടാം വർഷത്തിന്റെ അവസാനത്തിൽ ഇന്ത്യയിലായിരുന്ന എനിക്ക് ജാക്കിന്റെ ഒരു കത്ത് ലഭിച്ചു.

"എനിക്ക് നിന്നെ കാണണം. ഞാൻ ബോംബെയിലേക്ക് വരണോ അതോ നീ പാരീസിലേക്ക് വരുമോ?" എന്നായിരുന്നു അതിൽ. ഞാൻ ഉടൻ തന്നെ പാരീസിലേക്ക് മടങ്ങി. ഞങ്ങൾ പാരീസിൽ വെച്ച് കണ്ടുമുട്ടി. പിന്നീട് ബോറിസിനെ അടക്കം ചെയ്ത സെവ്രെസിലെ (Sèvres) ശ്മശാനത്തിൽ ഞങ്ങൾ പോയി.

"ബോറിസിന്റെ കല്ലറയ്ക്ക് മുകളിൽ 'വിധിദൈവങ്ങളുടെ' ശില്പം വെക്കണോ?" എന്ന് ജാക്ക് ചോദിച്ചു. "വേണ്ട, 'മഡോണ' മാത്രം അവിടെ കാവലിരിക്കട്ടെ," ഞാൻ മറുപടി നൽകി.

ജാക്കിന്റെ സ്വപ്നങ്ങൾ അവനെ വേട്ടയാടിക്കൊണ്ടിരുന്നു. ശ്വാസം മുട്ടിക്കുന്ന തരത്തിലുള്ള ഒരുതരം 'കാത്തിരിപ്പ്' തന്നെ അലട്ടുന്നുണ്ടെന്ന് അവൻ പറഞ്ഞു. അതിനാൽ അവൻ കുറച്ചുദിവസം മാറിനിൽക്കാൻ തീരുമാനിച്ചു. ഞാൻ ബോറിസിന്റെ വീട്ടിലേക്ക് താമസം മാറി. അവിടെയിരുന്ന് ശാന്തമായി പെയിന്റ് ചെയ്യാൻ എനിക്ക് സാധിച്ചു. പക്ഷേ അപ്പോഴും ആ ഒരു മുറിയിൽ മാത്രം ഞാൻ കയറിയില്ല—ജനവീവ് കിടക്കുന്ന ആ മാർബിൾ മുറി. എങ്കിലും അവളെ കാണാനുള്ള ആഗ്രഹം

എന്നിൽ വളർന്നുകൊണ്ടിരുന്നു.
ഒരു ഏപ്രിൽ മാസത്തിലെ ഉച്ചകഴിഞ്ഞ് ഞാൻ സ്മോക്കിംഗ് റൂമിൽ വിശ്രമിക്കുകയായിരുന്നു. രണ്ട് വർഷം മുമ്പ് ജനവീവ് തല വെച്ച് കിടന്ന ആ ചെന്നായയുടെ തുകൽ ഞാൻ അവിടെ കണ്ടു. ജനവീവ് ഒരിക്കൽ ധരിച്ച ആ സ്പാനിഷ് ഹെൽമറ്റ് അവിടെ തൂങ്ങിക്കിടക്കുന്നുണ്ടായിരുന്നു. സ്പിനെറ്റിലെ ഓരോ കീകളും അവളുടെ വിരൽ സ്പർശത്തിനായി ദാഹിക്കുന്നത് പോലെ തോന്നി. പ്രണയത്തിന്റെ ആവേശം എന്നെ ആ മാർബിൾ മുറിയിലേക്ക് നയിച്ചു. വിറയ്ക്കുന്ന കൈകളോടെ ഞാൻ ആ വലിയ വാതിലുകൾ തുറന്നു.
ജനാലയിലൂടെ വന്ന സൂര്യപ്രകാശം മഡോണയുടെ നെറ്റിയിൽ ഒരു പ്രഭാവലയം തീർത്തു. അവളുടെ കാരുണ്യമുള്ള മുഖം താഴെ കിടക്കുന്ന മാർബിൾ രൂപത്തെ നോക്കി നിൽക്കുകയാണ്. മഡോണയുടെ നിഴലിൽ ജനവീവ് കിടക്കുന്നു. അവളുടെ വെളുത്ത കൈകൾക്കിടയിലൂടെ നീല സിരകൾ കാണാമായിരുന്നു. അവളുടെ നെഞ്ചിനുള്ളിൽ എവിടെയോ ഒരു ഇളം ചുവപ്പ് വെളിച്ചം ഇപ്പോഴും ഉള്ളതുപോലെ തോന്നി. ദുഃഖത്തോടെ ഞാൻ ആ മാർബിൾ വസ്ത്രത്തിൽ ചുംബിച്ചു.
ഞാൻ കൺസർവേറ്ററിയിലേക്ക് പോയി. അവിടെ ഒരു ജോലിക്കാരി വന്ന് എനിക്കൊരു കത്ത് നൽകി. അവൾ പരിഭ്രമിച്ചിരുന്നു. ഒരു വെളുത്ത മുയലിനെ വീട്ടിൽ നിന്നും കിട്ടിയെന്നും അതിനെ എന്തുചെയ്യണമെന്നും അവൾ ചോദിച്ചു. അതിനെ പുറത്തെ തോട്ടത്തിൽ വിടാൻ ഞാൻ പറഞ്ഞു. ജാക്കിന്റെ കത്തായിരുന്നു അത്.
"ഞാൻ വരുന്നത് വരെ ദയവായി ആ വീട് വിട്ടു പോകരുത്, എന്തോ വലിയൊരു കാര്യം സംഭവിക്കാൻ പോകുന്നു" എന്നായിരുന്നു അതിൽ.
പെട്ടെന്ന് ആ ജോലിക്കാരി ഒരു ഗ്ലാസ് പാത്രത്തിൽ രണ്ട് സ്വർണ്ണമത്സ്യങ്ങളുമായി വന്നു. ആരോ തന്നോട് കുസൃതി കാണിക്കുകയാണെന്ന് അവൾ പരാതിപ്പെട്ടു. മാർബിൾ മുയലിന് പകരം ഒരു ജീവനുള്ള മുയൽ വന്നിരിക്കുന്നു, മാർബിൾ മത്സ്യങ്ങൾക്ക് പകരം ജീവനുള്ള മത്സ്യങ്ങൾ തറയിൽ കിടന്ന് പിടയ്ക്കുന്നു! ഞാൻ സ്റ്റുഡിയോയിലേക്ക് ഓടിച്ചെന്നു. അവിടെ മേശപ്പുറത്തിരുന്ന മാർബിൾ ലില്ലിപ്പൂവ് ഇപ്പോൾ ഒരു യഥാർത്ഥ പൂവായി മാറിയിരിക്കുന്നു! അതിന്റെ സുഗന്ധം മുറിയിൽ നിറഞ്ഞു നിന്നു.
പെട്ടെന്ന് എനിക്ക് കാര്യം മനസ്സിലായി! ഞാൻ ഓടി മാർബിൾ മുറിയിലേക്ക് ചെന്നു. വാതിൽ തുറന്നപ്പോൾ കണ്ട കാഴ്ച—സൂര്യപ്രകാശത്തിന്റെ പ്രഭയിൽ മഡോണ പുഞ്ചിരിക്കുന്നു, ജനവീവ് തന്റെ മാർബിൾ കിടക്കയിൽ നിന്നും എഴുന്നേറ്റ് കണ്ണുകൾ തിരുമ്മി എന്നെ നോക്കുന്നു

ഡ്രാഗണിന്റെ അങ്കണത്തിൽ

"ഓ, നരകത്തീയിൽ എരിയുന്നവർക്കായി ഉള്ളുരുകി പ്രാർത്ഥിക്കുന്നവനേ, ആ തീ നിന്നെയും വിഴുങ്ങാൻ പോവുകയാണ്; ദൈവത്തോട് 'അവരോട് കരുണ കാണിക്കൂ' എന്ന് നീ എത്ര കാലം നിലവിളിക്കും? ദൈവത്തെ പഠിപ്പിക്കാൻ നീ ആരാണ്, നിന്നിൽ നിന്നും പഠിക്കാൻ അവനാരാണ്?

സെന്റ് ബർണബെ പള്ളിയിലെ സായാഹ്ന പ്രാർത്ഥനകൾ (Vespers) അവസാനിച്ചു; പുരോഹിതർ അൾത്താരയിൽ നിന്നും മടങ്ങി. ഗായകസംഘത്തിലെ കുട്ടികൾ ചാൻസലിലൂടെ (Chancel) നടന്നു തങ്ങളുടെ ഇരിപ്പിടങ്ങളിൽ ഇരുന്നു. രാജകീയ വേഷമണിഞ്ഞ ഒരു സ്യുയിസ് (Suisse - പള്ളിയിലെ കാവൽക്കാരൻ) തന്റെ വടി തറയിൽ കുത്തിക്കൊണ്ട് നടന്നു വരുന്നുണ്ടായിരുന്നു; അദ്ദേഹത്തിന് പിന്നാലെ പ്രശസ്തനായ പ്രസംഗകൻ മോൺസിഞ്ഞോർ സി. (Monseigneur C) കടന്നുവന്നു.

അൾത്താരയ്ക്ക് അരികിലായിരുന്നു എന്റെ ഇരിപ്പിടം. ഞാൻ പള്ളിയുടെ പടിഞ്ഞാറ് വശത്തേക്ക് തിരിഞ്ഞു നോക്കി. അൾത്താരയ്ക്കും പ്രസംഗപീഠത്തിനും ഇടയിലുണ്ടായിരുന്ന മറ്റുള്ളവരും എന്നെപ്പോലെ തിരിഞ്ഞു. ജനക്കൂട്ടം ഇരിപ്പുറപ്പിച്ചപ്പോൾ ഉണ്ടായ ചെറിയ ശബ്ദങ്ങൾക്കിടയിൽ പ്രസംഗകൻ പടികൾ കയറി പീഠത്തിലേക്ക് നടന്നു. അപ്പോൾ പള്ളിയിലെ ഓർഗൻ സംഗീതം നിലച്ചു.

സെന്റ് ബർണബെയിലെ ഓർഗൻ സംഗീതം എനിക്ക് എപ്പോഴും ഇഷ്ടമായിരുന്നു. ശാസ്ത്രീയവും എന്നാൽ ബുദ്ധിപരമായ തിളക്കവുമുള്ള ഒന്നായിരുന്നു അത്. ഫ്രഞ്ച് സംഗീതത്തിന്റെ അന്തസ്സും മിതത്വവും അതിൽ നിഴലിച്ചിരുന്നു.

എങ്കിലും, ഇന്ന് ആദ്യത്തെ സ്വരമുയർന്നപ്പോൾ തന്നെ എനിക്കൊരു മാറ്റം അനുഭവപ്പെട്ടു—വളരെ അശുഭകരമായ ഒരു മാറ്റം. പ്രാർത്ഥനാ

സമയത്ത് ഗായകസംഘത്തെ സഹായിച്ചിരുന്നത് അൾത്താരയ്ക്ക് അടുത്തുള്ള ഓർഗനായിരുന്നു. എന്നാൽ പടിഞ്ഞാറ് വശത്തെ വലിയ ഗാലറിയിൽ ഇരുന്നുകൊണ്ട് ആരോ ക്രൂരമായ രീതിയിൽ സംഗീതത്തിന്റെ താളം തെറ്റിക്കുന്നുണ്ടായിരുന്നു. അത് വെറുമൊരു അപശബ്ദമായിരുന്നില്ല, മറിച്ച് അത്യന്തം നൈപുണ്യമുള്ള ഒരാൾ മനഃപൂർവ്വം ഉണ്ടാക്കുന്ന പ്രത്യാഘാതമായിരുന്നു അത്. പള്ളിയുടെ പവിത്രതയെ വെല്ലുവിളിക്കുന്നതുപോലെ ആ സംഗീതം ഇടയ്ക്കിടെ ഉയർന്നുവന്നു.

പഴയകാലത്ത് പള്ളികളുടെ കിഴക്ക് വശത്തുള്ള 'ക്വയർ' ഭാഗം പണി തീർന്നാലുടൻ തന്നെ കൂദാശ ചെയ്യാറുണ്ടെന്നും, എന്നാൽ വർഷങ്ങൾക്ക് ശേഷം പണി തീരുന്ന പടിഞ്ഞാറ് വശത്തെ 'നേവ്' (Nave) ഭാഗത്തിന് പലപ്പോഴും അത്തരം അനുഗ്രഹങ്ങൾ ലഭിക്കാറില്ലെന്നും വാസ്തുവിദ്യാ പുസ്തകങ്ങളിൽ ഞാൻ വായിച്ചിട്ടുണ്ട്. സെന്റ് ബർണബെയുടെ കാര്യത്തിലും അത് തന്നെയാണോ സംഭവിച്ചത്? ക്രിസ്തീയ ദേവാലയങ്ങളിൽ വരാൻ പാടില്ലാത്ത ഏതോ ഒരു അദൃശ്യ ശക്തി പടിഞ്ഞാറൻ ഗാലറി കൈവശപ്പെടുത്തിയിട്ടുണ്ടാകുമോ? ഇത്തരം കാര്യങ്ങൾ ഞാൻ വാസ്തുവിദ്യാ പുസ്തകങ്ങളിലല്ല, മറ്റ് പല വിചിത്ര ഗ്രന്ഥങ്ങളിലുമാണ് വായിച്ചിട്ടുള്ളത്.

സെന്റ് ബർണബെ പള്ളിക്ക് നൂറുവർഷത്തിലധികം പഴക്കമില്ലെന്ന് ഓർത്തപ്പോൾ, മധ്യകാലഘട്ടത്തിലെ ഇത്തരം അന്ധവിശ്വാസങ്ങളെക്കുറിച്ച് ചിന്തിച്ചതിൽ എനിക്ക് തന്നെ ചിരി വന്നു.

പ്രാർത്ഥനകൾ കഴിഞ്ഞാൽ സാധാരണയായി ശാന്തമായ സംഗീതമാണ് ഉണ്ടാകാറുള്ളത്. എന്നാൽ ഇന്ന് പുരോഹിതർ മടങ്ങിയതോടെ പടിഞ്ഞാറ് വശത്തു നിന്നുള്ള ആ അപശബ്ദം നിയന്ത്രണമില്ലാതെ പുറത്തേക്ക് വന്നു. സംഗീതത്തെ വെറുമൊരു താളമായി മാത്രം കാണുന്ന ഒരാളാണ് ഞാൻ. എന്നാൽ ഇന്ന് ആ സംഗീതത്തിൽ ഏതോ ഒരു ഇര വേട്ടയാടപ്പെടുന്നത് പോലെ എനിക്ക് തോന്നി. ഓർഗനിലെ പെഡലുകൾ ആ ഇരയെ പിന്തുടരുന്നതുപോലെയും മറ്റുള്ള ഭാഗങ്ങൾ അതിന് ആവേശം നൽകുന്നതുപോലെയും എനിക്ക് അനുഭവപ്പെട്ടു. പാവം! ആർക്കായാലും അവിടെ നിന്നും രക്ഷപ്പെടാൻ കഴിയില്ല!

എന്റെ പരിഭ്രമം പെട്ടെന്ന് ദേഷ്യമായി മാറി. ആരാണ് ഇത് ചെയ്യുന്നത്? ദൈവാലയത്തിൽ ഇത്തരത്തിൽ സംഗീതം ആലപിക്കാൻ

അയാൾക്ക് എങ്ങനെ ധൈര്യം വന്നു? ഞാൻ ചുറ്റുമുള്ളവരെ നോക്കി. ആർക്കും ഒരു മാറ്റവുമില്ല. കന്യാസ്ത്രീകളും പ്രഭുക്കന്മാരും ഭക്തിയോടെ പ്രാർത്ഥനയിൽ മുഴുകിയിരിക്കുകയാണ്. അവർക്കൊന്നും ഈ ഭയാനകമായ സംഗീതം അനുഭവപ്പെടുന്നില്ലേ?

ഒടുവിൽ, പ്രാസംഗികൻ കുരിശടയാളം വരച്ച് എല്ലാവരോടും നിശബ്ദരായിരിക്കാൻ കൽപ്പിച്ചു. ഞാൻ അതീവ സന്തോഷത്തോടെ അദ്ദേഹത്തിന് നേരെ തിരിഞ്ഞു. അന്ന് ഉച്ചയ്ക്ക് സെന്റ് ബർണബെ പള്ളിയിൽ പ്രവേശിക്കുമ്പോൾ ഞാൻ പ്രതീക്ഷിച്ച ആ ശാന്തി എനിക്ക് ഇതുവരെ ലഭിച്ചിരുന്നില്ല.

മൂന്ന് രാത്രികളിലെ ശാരീരിക വേദനയും മാനസിക വിഷമങ്ങളും എന്നെ തളർത്തിയിരുന്നു. അവസാനത്തെ രാത്രിയായിരുന്നു ഏറ്റവും മോശം. 'ദ കിംഗ് ഇൻ യെല്ലോ' (The King in Yellow) വായിച്ചതു മുതലാണ് ഈ പ്രശ്നങ്ങൾ തുടങ്ങിയത്. ആ തളർച്ചയുമായാണ് ഞാൻ ആശ്വാസം തേടി എന്റെ പ്രിയപ്പെട്ട ഈ പള്ളിയിൽ എത്തിയത്.

"സൂര്യൻ ഉദിക്കുന്നു; അവർ ഒത്തുചേരുകയും തങ്ങളുടെ ഗുഹകളിൽ വിശ്രമിക്കുകയും ചെയ്യുന്നു." മോൺസിഞ്ഞോർ സി. തന്റെ പ്രസംഗം ശാന്തമായി ആരംഭിച്ചു. എന്തുകൊണ്ടെന്നറിയില്ല, എന്റെ കണ്ണുകൾ വീണ്ടും പള്ളിയുടെ പടിഞ്ഞാറ് വശത്തേക്ക് തിരിഞ്ഞു. ഓർഗൻ വായിച്ചിരുന്ന ആൾ പുറത്തേക്ക് പോകാനായി ഗാലറിയിലൂടെ നടന്നു വരുന്നത് ഞാൻ കണ്ടു. തെരുവിലേക്ക് നേരിട്ട് ഇറങ്ങാവുന്ന ഒരു ചെറിയ വാതിലിലൂടെ അദ്ദേഹം മറഞ്ഞു. അയാൾ മെലിഞ്ഞവനായിരുന്നു; അയാളുടെ കറുത്ത കോട്ടിനോളം തന്നെ വെളുത്തതായിരുന്നു അയാളുടെ മുഖവും.

"നിന്റെ ആ ദുഷിച്ച സംഗീതവുമായി നീ പോയല്ലോ, സമാധാനമായി!" ഞാൻ ഓർത്തു.

ഒരു വലിയ ആശ്വാസത്തോടെ ഞാൻ പ്രസംഗപീഠത്തിലെ ആ ശാന്തമായ മുഖത്തേക്ക് നോക്കി ഇരുന്നു. ഒടുവിൽ ഞാൻ ആഗ്രഹിച്ച ആ മാനസിക സമാധാനം ലഭിക്കാൻ പോകുന്നു.

"എന്റെ മക്കളേ," പ്രസംഗകൻ പറഞ്ഞു, "മനുഷ്യാത്മാവ് പഠിക്കാൻ ഏറ്റവും പ്രയാസമുള്ള ഒരു സത്യമുണ്ട്: അതിന് ഒന്നിനെയും ഭയപ്പെടാനില്ല എന്ന്. ഒന്നിനും തന്നെ ശരിക്കും ഉപദ്രവിക്കാൻ കഴിയില്ലെന്ന് മനസ്സിലാക്കാൻ ആത്മാവിന് പലപ്പോഴും കഴിയാറില്ല."

"വിചിത്രമായ സിദ്ധാന്തം!" ഒരു കത്തോലിക്കാ പുരോഹിതനിൽ നിന്ന് ഇത് കേട്ടപ്പോൾ ഞാൻ അത്ഭുതപ്പെട്ടു.

"ഒന്നിനും ആത്മാവിനെ ഉപദ്രവിക്കാൻ കഴിയില്ല, കാരണം—"

അദ്ദേഹം തുടർന്നു.

പക്ഷേ ബാക്കി കേൾക്കാൻ എനിക്ക് കഴിഞ്ഞില്ല. എന്റെ കണ്ണുകൾ പ്രാസംഗികന്റെ മുഖത്ത് നിന്നും മാറി പള്ളിയുടെ പടിഞ്ഞാറ് വശത്തെ ഗാലറിയിലേക്ക് തറഞ്ഞു. അതേ മനുഷ്യൻ ഇതാ വീണ്ടും ഓർഗന് പിന്നിൽ നിന്നും വരുന്നു! അദ്ദേഹം അതേ വഴിയിലൂടെ തന്നെ നടന്നു നീങ്ങുന്നു. പക്ഷേ തിരികെ വരാൻ മാത്രം സമയം ആയിട്ടില്ല, ഇനി വന്നാൽ തന്നെ ഞാൻ അത് കാണേണ്ടതായിരുന്നു. എന്റെ ഉള്ളിലൂടെ ഒരു തണുപ്പ് അരിച്ചു കയറി. ഹൃദയം നിലച്ചുപോകുന്നത് പോലെ തോന്നി. എങ്കിലും അദ്ദേഹത്തിന്റെ വരവും പോക്കും എന്നെ ബാധിക്കുന്ന കാര്യമല്ലല്ലോ എന്ന് ഞാൻ സ്വയം സമാധാനിപ്പിച്ചു. പക്ഷേ എനിക്ക് ആ കറുത്ത രൂപത്തിൽ നിന്നും വിളറിയ മുഖത്ത് നിന്നും കണ്ണെടുക്കാൻ കഴിഞ്ഞില്ല. അദ്ദേഹം എനിക്ക് നേരെ എത്തിയപ്പോൾ, പള്ളിക്ക് കുറുകെ എന്റെ കണ്ണുകളിലേക്ക് നേരിട്ട് നോക്കി. അത്യന്തം മാരകമായ ഒരു വെറുപ്പ് ആ കണ്ണുകളിൽ ഞാൻ കണ്ടു! ദൈവമേ, അത്തരമൊരു നോട്ടം ഞാൻ ജീവിതത്തിൽ കണ്ടിട്ടില്ല; ഇനിയൊരിക്കലും കാണാൻ ഇടയാക്കരുതേ! ഒരു മിനിറ്റ് തികയുന്നതിന് മുൻപ് തന്നെ അദ്ദേഹം ആ ചെറിയ വാതിലിലൂടെ വീണ്ടും മറഞ്ഞു.

ഞാൻ എന്റെ ചിന്തകളെ ഒരുമിപ്പിക്കാൻ ശ്രമിച്ചു. ഒരു ചെറിയ കുട്ടിക്ക് വല്ലാതെ പരിക്കേൽക്കുമ്പോൾ കരയുന്നതിന് മുമ്പ് ശ്വാസമടക്കി പിടിക്കുന്നത് പോലെയാണ് എനിക്ക് തോന്നിയത്.

തികച്ചും അപരിചിതനായ ഒരാൾക്ക് എന്നോട് ഇത്രയധികം വെറുപ്പ് തോന്നാൻ കാരണമെന്താണ്? എന്നെ മുമ്പ് കണ്ടിട്ടുപോലുമില്ലാത്ത ഒരാൾ! ഭയത്തേക്കാൾ ഉപരിയായി ആ വെറുപ്പ് എന്നെ വേദനിപ്പിച്ചു. എങ്കിലും അടുത്ത നിമിഷം ഞാൻ യുക്തിപരമായി ചിന്തിക്കാൻ ശ്രമിച്ചു.

സെന്റ് ബർണബെ ഒരു ആധുനിക പള്ളിയാണ്. അവിടെ വെളിച്ചത്തിന് ഒരു കുറവുമില്ല. ഓർഗൻ ഗാലറിയിൽ മുകളിലത്തെ ജനാലകളിൽ (Clerestory) നിന്നും നല്ല വെളിച്ചം വരുന്നുണ്ട്. പ്രസംഗപീഠം പള്ളിയുടെ മധ്യഭാഗത്തായതുകൊണ്ട് പടിഞ്ഞാറ് വശത്ത് എന്ത് ചലനമുണ്ടായാലും അത് ശ്രദ്ധിക്കപ്പെടും. ഞാൻ സമയക്രമം കണക്കുകൂട്ടിയതിൽ തെറ്റ് പറ്റിയതാകാം. അയാൾ രണ്ടാമത്തെ വാതിലിലൂടെ തിരികെ വന്നതാകാം. ആ നോട്ടം വെറും എന്റെ തോന്നലാകാം. ഞാൻ വെറുമൊരു പേടിക്കാരനായി മാറുകയാണ്.

ഞാൻ ചുറ്റും നോക്കി. ഇത്രയും വെളിച്ചമുള്ള ഒരു സ്ഥലത്ത് എന്ത് നിഗൂഢത ഉണ്ടാകാനാണ്? മോൺസിഞ്ഞോർ സിയുടെ ആ ശാന്തമായ മുഖവും പെരുമാറ്റവും കാണുമ്പോൾ ഇതൊക്കെ വെറും തോന്നലുകളാണെന്ന് തോന്നി. പ്രസംഗപീഠത്തിന്റെ മുകളിലെ അലങ്കാരങ്ങൾ നോക്കി ഞാൻ ചിരിക്കാൻ ശ്രമിച്ചു. ഭക്തിയെല്ലാം എന്നിൽ നിന്നും പമ്പ കടന്നിരുന്നു. അതുവരെ ഇല്ലാത്ത ഒരു പരിഹാസ മനോഭാവം എന്നിൽ ഉടലെടുത്തു. പള്ളിയിൽ കയറാൻ കസേരയ്ക്ക് പണം വാങ്ങിയ ആ വൃദ്ധയെപ്പോലും ഞാൻ പരിഹസിക്കാൻ തുടങ്ങി. പ്രസംഗത്തെ സംബന്ധിച്ചിടത്തോളം, എന്റെ കാതുകളിൽ മുഴങ്ങിക്കൊണ്ടിരുന്ന വിചിത്രമായ പാട്ടിന്റെ ശബ്ദത്തിനിടയിൽ എനിക്ക് ഒന്നും കേൾക്കാൻ കഴിഞ്ഞില്ല. അവിടെ ഇനിയും ഇരിക്കുന്നത് കൊണ്ട് ഒരു ഗുണവുമില്ലെന്ന് എനിക്ക് തോന്നി. പള്ളിയിലെ മര്യാദകൾ ലംഘിച്ചാണെങ്കിലും ഞാൻ എഴുന്നേറ്റ് പുറത്തേക്ക് നടന്നു. പള്ളിയുടെ പടികൾ ഇറങ്ങിയപ്പോൾ റൂ സെന്റ് ഹോണറെയിൽ (Rue St. Honoré) വസന്തകാലത്തെ സൂര്യപ്രകാശം തിളങ്ങുന്നുണ്ടായിരുന്നു. തെരുവ് മുഴുവൻ ഞായറാഴ്ച ആഘോഷിക്കാൻ ഇറങ്ങിയവരെക്കൊണ്ട് നിറഞ്ഞിരുന്നു. ഞാൻ എന്റെ വടി വീശിക്കൊണ്ട് മറ്റുള്ളവരെപ്പോലെ ചിരിക്കാൻ ശ്രമിച്ചു. പെട്ടെന്ന് ഒരാൾ എന്നെ മറികടന്നു മുന്നോട്ട് പോയി. അദ്ദേഹം തിരിഞ്ഞു നോക്കിയില്ല, എങ്കിലും പള്ളിയിൽ വെച്ച് അദ്ദേഹത്തിന്റെ കണ്ണുകളിൽ കണ്ട അതേ മാരകമായ വിദ്വേഷം ആ മുഖത്തിന്റെ പാർശ്വഭാഗത്ത് (Profile) ഞാൻ കണ്ടു. എന്റെ നാശത്തിനായി ഏതോ ദൗത്യവുമായി പോകുന്നതുപോലെയാണ് അദ്ദേഹത്തിന്റെ ഓരോ ചുവടും എനിക്ക് തോന്നിയത്.

എന്റെ കാലുകൾ നീങ്ങാൻ വിസമ്മതിക്കുന്നത് പോലെ തോന്നി. പണ്ടെന്നോ മറന്നുപോയ ഒരു കാര്യത്തിന് ഞാൻ ഉത്തരം പറയേണ്ടതുണ്ടെന്നൊരു തോന്നൽ എന്നിൽ ഉദിച്ചു. അദ്ദേഹം ഭീഷണിപ്പെടുത്തുന്ന ആ ശിക്ഷയ്ക്ക് ഞാൻ അർഹനാണ് എന്ന് എനിക്ക് തോന്നിത്തുടങ്ങി. അത് വർഷങ്ങളോളം എന്നിൽ ഉറങ്ങിക്കിടക്കുകയായിരുന്നു; ഇപ്പോൾ അത് എന്നെ അഭിമുഖീകരിക്കാൻ ഉണർന്നിരിക്കുന്നു. ഞാൻ അവിടെ നിന്നും രക്ഷപ്പെടാൻ ശ്രമിച്ചു. റൂ ഡി റിവോളിയിലൂടെയും (Rue de Rivoli) പ്ലേസ് ഡി ലാ കോൺകോർഡിലൂടെയും (Place de la Concorde) ഞാൻ വേച്ചു വേച്ചു നടന്നു. സൂര്യപ്രകാശവും പുഴയോരത്തെ കാഴ്ചകളും എല്ലാം എനിക്ക് ഭയാനകമായി തോന്നി. അപ്പോഴതാ, കുതിരപ്പടയാളികളുടെയും ആഘോഷക്കാരുടെയും ഇടയിൽ വീണ്ടും

അദ്ദേഹത്തെ ഞാൻ കണ്ടു.

ഓരോ തവണ കാണുമ്പോഴും എന്റെ വിധി എന്നിലേക്ക് അടുക്കുകയാണെന്ന് എനിക്ക് മനസ്സിലായി. ഞാൻ അവിടെ നിന്നും ഓടി. പാരീസിലെ ബൊയിസ് (Bois) വനപ്രദേശത്തേക്കും അതിനപ്പുറത്തേക്കും ഞാൻ അലഞ്ഞു. കുറെ നേരം കഴിഞ്ഞപ്പോൾ രാത്രിയായി. ഞാൻ ഒരു ചെറിയ കഫേയിൽ ഇരുന്നു. ശാരീരികവും മാനസികവുമായ തളർച്ച കാരണം എനിക്ക് ഒന്നും ചിന്തിക്കാൻ കഴിഞ്ഞില്ല. എനിക്ക് എന്റെ വീട്ടിലേക്ക് പോകണം. പക്ഷേ അത് അവിടെ നിന്നും ഒരുപാട് ദൂരത്തായിരുന്നു.

ഞാൻ താമസിക്കുന്നത് 'ഡ്രാഗണിന്റെ അങ്കണത്തിലാണ്' (Court of the Dragon). റൂ ഡി റെന്നസിനും (Rue de Rennes) റൂ ഡു ഡ്രാഗണിനും (Rue du Dragon) ഇടയിലുള്ള ഒരു ഇടുങ്ങിയ വഴിയാണത്. ഇതിന്റെ പ്രവേശന കവാടത്തിന് മുകളിലായി ഒരു ഇരുമ്പ് ഡ്രാഗൺ താങ്ങിനിൽക്കുന്ന ബാൽക്കണിയുണ്ട്. അർദ്ധരാത്രി കഴിഞ്ഞാൽ ഇതിന്റെ വലിയ വാതിലുകൾ അടയ്ക്കും; പിന്നെ ഒരു ചെറിയ വാതിലിലൂടെ മാത്രമേ അകത്തേക്ക് കയറാൻ കഴിയൂ. അവിടെ താഴെ ആക്രിക്കടകളും ഇരുമ്പ് പണിക്കാരും ഒക്കെയാണെങ്കിലും മുകളിലത്തെ നിലകളിൽ ആർക്കിടെക്റ്റുകളും എന്നെപ്പോലെ ഒറ്റയ്ക്ക് താമസിക്കാൻ ആഗ്രഹിക്കുന്നവരുമായ വിദ്യാർത്ഥികളുമാണ് ഉള്ളത്. ഞാൻ ഒരു ടാക്സി വിളിച്ച് റൂ ഡി റെന്നസിലെത്തി. ഡ്രാഗണിന്റെ ചിറകുകൾക്ക് താഴെ എത്തിയപ്പോൾ എന്റെ ശത്രു അവിടെയുണ്ടാകുമെന്ന് ഞാൻ പേടിച്ചു, പക്ഷേ ആരെയും കണ്ടില്ല. ഞങ്ങളുടെ പള്ളിക്കാരും (Concierge) കുട്ടികളും അവിടെ തെരുവിൽ ആഘോഷത്തിലായിരുന്നു. ഞാൻ വേഗത്തിൽ അകത്തേക്ക് കയറി. എന്റെ അപ്പാർട്ട്മെന്റ് ആ അങ്കണത്തിന്റെ പകുതി ദൂരെ ഒരു വീടിന്റെ മുകളിലത്തെ നിലയിലാണ്. ഞാൻ വാതിൽക്കൽ കാലെടുത്തുവെച്ചപ്പോൾ, എന്റെ തോളിലൂടെ പുറകോട്ട് നോക്കിയ ഞാൻ ഞെട്ടിപ്പോയി. പത്തടി അകലെ ഇതാ അദ്ദേഹം നിൽക്കുന്നു! അദ്ദേഹം എന്റെ കൂടെത്തന്നെ ആ അങ്കണത്തിലേക്ക് പ്രവേശിച്ചിരിക്കണം.

അദ്ദേഹം എനിക്ക് നേരെ വരികയാണ്; വേഗത്തിലല്ല, എന്നാൽ നേരെ എന്റെ അടുത്തേക്ക്. പള്ളിയിൽ വെച്ച് കണ്ടുമുട്ടിയതിന് ശേഷം ആദ്യമായി ഞങ്ങളുടെ കണ്ണുകൾ വീണ്ടും സന്ധിച്ചു. സമയം വന്നെത്തിയെന്ന് എനിക്ക് മനസ്സിലായി. ഞാൻ പുറകോട്ട് നീങ്ങി. റൂ ഡു ഡ്രാഗണിലുള്ള കവാടത്തിലൂടെ രക്ഷപ്പെടാമെന്ന് ഞാൻ

കരുതി. പക്ഷേ ഒരിക്കലും എനിക്ക് രക്ഷപ്പെടാൻ കഴിയില്ലെന്ന് അദ്ദേഹത്തിന്റെ കണ്ണുകൾ പറഞ്ഞു.

ഞങ്ങൾക്കിടയിൽ യുഗങ്ങൾ കടന്നുപോയതുപോലെ തോന്നി. ഒടുവിൽ ഞാൻ ആ പ്രവേശന കവാടത്തിന്റെ നിഴലിലെത്തി. അവിടെ നിന്നും തെരുവിലേക്ക് ഓടാമെന്ന് ഞാൻ കരുതി. പക്ഷേ ആ നിഴൽ ഒരു പ്രവേശന കവാടത്തിന്റേതായിരുന്നില്ല; അതൊരു ശവക്കല്ലറയുടേതായിരുന്നു (Vault). റൂ ഡു ഡ്രാഗണിലെ വലിയ വാതിലുകൾ അടയ്ക്കപ്പെട്ടിരുന്നു! ആ ഇരുട്ടിൽ ഞാൻ അത് തിരിച്ചറിഞ്ഞു. അതേ നിമിഷം തന്നെ അദ്ദേഹത്തിന്റെ മുഖം ഇരുട്ടിൽ തിളങ്ങുന്നത് ഞാൻ കണ്ടു. ആ വലിയ വാതിലുകളും ഇരുമ്പ് കൊളുത്തുകളും എല്ലാം അദ്ദേഹത്തിന്റെ പക്ഷത്തായിരുന്നു. അദ്ദേഹം ഭീഷണിപ്പെടുത്തിയ ആ നിമിഷം വന്നെത്തിയിരിക്കുന്നു. നിസ്സഹായനായി ഞാൻ ആ അടഞ്ഞ വാതിലുകളിൽ ചാരി നിന്നു.

കല്ലുപാകിയ തറയിൽ കസേരകൾ വലിച്ചിഴയ്ക്കുന്ന ശബ്ദവും പ്രാർത്ഥന കഴിഞ്ഞു വിശ്വാസികൾ എഴുന്നേൽക്കുന്ന തിരക്കും അവിടെയുണ്ടായിരുന്നു. മോൺസിഞ്ഞോർ സിയെ (Monseigneur C——) പിന്തുടർന്ന് പള്ളിയിലെ കാവൽക്കാരനായ സൂയിസ് തന്റെ വടിയൂന്നി വരുന്നത് എനിക്ക് കേൾക്കാമായിരുന്നു.

ധ്യാനത്തിലായിരുന്ന കന്യാസ്ത്രീകൾ ഉണർന്നു വണങ്ങി അവിടെനിന്നും മടങ്ങി. എന്റെ അരികിലിരുന്ന ആ പരിഷ്കാരിണിയായ സ്ത്രീയും ഗാംഭീര്യത്തോടെ എഴുന്നേറ്റു. പോകുന്നതിനിടയിൽ അല്പം നീരസത്തോടെ അവളെന്നെ ഒന്നു നോക്കി. പകുതി മരിച്ചതുപോലെയോ അല്ലെങ്കിൽ തീവ്രമായി ജീവിക്കുന്നതുപോലെയോ തോന്നിച്ച ഞാൻ, ആ ജനക്കൂട്ടത്തിനിടയിലൂടെ പതുക്കെ വാതിലിന് നേരെ നടന്നു.

ഞാൻ പ്രസംഗത്തിനിടയിൽ ഉറങ്ങിപ്പോയതാണോ? എനിക്കറിയില്ല. ഞാൻ തലയുയർത്തി നോക്കിയപ്പോൾ അദ്ദേഹം ഗാലറിയിലൂടെ തന്റെ സീറ്റിലേക്ക് പോകുന്നത് കണ്ടു. അദ്ദേഹത്തിന്റെ പാർശ്വഭാഗം മാത്രമേ എനിക്ക് കാണാൻ കഴിഞ്ഞുള്ളൂ; കറുത്ത വസ്ത്രത്തിനുള്ളിലെ ആ മെലിഞ്ഞ കൈകൾ മധ്യകാലഘട്ടത്തിലെ കോട്ടകളിലെ പീഡനമുറികളിൽ (Torture-chambers) കാണപ്പെടുന്ന ഏതോ പൈശാചികമായ ആയുധം പോലെ തോന്നി.

പക്ഷേ ഞാൻ അദ്ദേഹത്തിൽ നിന്നും രക്ഷപ്പെട്ടിരിക്കുന്നു, അദ്ദേഹത്തിന്റെ കണ്ണുകൾ അസാധ്യമെന്ന് പറഞ്ഞിരുന്നെങ്കിലും. ഞാൻ ശരിക്കും രക്ഷപ്പെട്ടോ? എന്നെ കീഴ്പ്പെടുത്താൻ അദ്ദേഹത്തിന്

ശക്തി നൽകുന്ന ആ പഴയ കാര്യങ്ങൾ മറവിയിൽനിന്നും മടങ്ങിയെത്തിയിരിക്കുന്നു.

ഇപ്പോൾ എനിക്ക് അദ്ദേഹത്തെ തിരിച്ചറിയാം. മരണവും ആത്മാക്കളുടെ നരകതുല്യമായ വാസസ്ഥലവും—എന്റെ പണ്ടത്തെ ഏതോ ദൗർബല്യം കാരണം ഞാൻ അദ്ദേഹത്തെ അങ്ങോട്ടേക്ക് അയച്ചതായിരുന്നു—അവ അദ്ദേഹത്തെ മറ്റുള്ളവരുടെ കണ്ണുകളിൽ നിന്നും മാറ്റിക്കളഞ്ഞിരിക്കുന്നു, പക്ഷേ എന്റെ കണ്ണുകളിൽ നിന്നല്ല. തുടക്കം മുതലേ ഞാൻ അദ്ദേഹത്തെ തിരിച്ചറിഞ്ഞിരുന്നു; അദ്ദേഹം എന്തിനാണ് വന്നതെന്നും എനിക്കറിയാമായിരുന്നു. എന്റെ ശരീരം ഈ ചെറിയ പള്ളിയിൽ സുരക്ഷിതമായി ഇരിക്കുമ്പോൾ തന്നെ, അദ്ദേഹം 'ഡ്രാഗണിന്റെ അങ്കണത്തിൽ' (Court of the Dragon) വെച്ച് എന്റെ ആത്മാവിനെ വേട്ടയാടുകയായിരുന്നു എന്ന് ഇപ്പോൾ ഞാൻ മനസ്സിലാക്കുന്നു.

ഞാൻ പതുക്കെ വാതിലിന് നേരെ നീങ്ങി; അപ്പോഴതാ മുകളിൽ ഓർഗൻ സംഗീതം അലറിവിളിച്ചു. പള്ളിയിൽ കണ്ണഞ്ചിപ്പിക്കുന്ന വെളിച്ചം നിറഞ്ഞു, അൾത്താര എന്റെ കാഴ്ചയിൽ നിന്നും മറഞ്ഞു. ആളുകളും പള്ളിയിലെ കമാനങ്ങളും മേൽക്കൂരയുമെല്ലാം അപ്രത്യക്ഷമായി. ആ വെളിച്ചത്തിലേക്ക് ഞാൻ കണ്ണുകൾ ഉയർത്തി നോക്കിയപ്പോൾ ആകാശത്ത് തൂങ്ങിക്കിടക്കുന്ന ആ കറുത്ത നക്ഷത്രങ്ങളെ (Black stars) ഞാൻ കണ്ടു; ഹാലി തടാകത്തിൽ (Lake of Hali) നിന്നുള്ള കുളിർകാറ്റ് എന്റെ മുഖത്ത് തട്ടി.

അകലെ, മേഘമാലകൾക്ക് മുകളിലൂടെ ചന്ദ്രൻ മഞ്ഞുതുള്ളികൾ തൂവി നിൽക്കുന്നത് ഞാൻ കണ്ടു; അതിനപ്പുറം ചന്ദ്രന് പിന്നിലായി കാർകോസയിലെ (Carcosa) ഗോപുരങ്ങൾ ഉയർന്നു നിന്നു.

മരണവും ആത്മാക്കളുടെ നരകവും അദ്ദേഹത്തെ മറ്റാർക്കും തിരിച്ചറിയാൻ കഴിയാത്ത വിധം മാറ്റിയിരിക്കുന്നു, എനിക്ക് ഒഴികെ. ഇപ്പോൾ ഞാൻ അദ്ദേഹത്തിന്റെ ശബ്ദം കേൾക്കുന്നു; ആ വെളിച്ചത്തിനിടയിലൂടെ ഇടിമുഴക്കം പോലെ അത് വളർന്നു വരുന്നു. ഞാൻ താഴെ വീഴുമ്പോൾ ആ പ്രകാശം അഗ്നിജ്വാലകളായി എന്നെ വിഴുങ്ങി. ഞാൻ ആ ആഴങ്ങളിലേക്ക് താഴ്ന്നു പോയി, അപ്പോൾ 'ദ കിംഗ് ഇൻ യെല്ലോ' എന്റെ ആത്മാവിനോട് മന്ത്രിക്കുന്നത് ഞാൻ കേട്ടു: "ജീവിക്കുന്ന ദൈവത്തിന്റെ കൈകളിൽ വീഴുന്നത് ഭയാനകമായ കാര്യമാണ്!"

മഞ്ഞ അടയാളം

"ചുവന്ന പ്രഭാതം ചിന്തിക്കട്ടെ, നമ്മൾ എന്ത് ചെയ്യുമെന്ന്, ഈ നീല നക്ഷത്രവെളിച്ചം അണയുമ്പോൾ, എല്ലാം അവസാനിക്കുമ്പോൾ."

I

വിശദീകരിക്കാൻ അസാധ്യമായ എത്രയോ കാര്യങ്ങളുണ്ട്! സംഗീതത്തിലെ ചില പ്രത്യേക രാഗങ്ങൾ കേൾക്കുമ്പോൾ എന്തിനാണ് ഞാൻ ശരത്കാലത്തെ ഇലകളുടെ ആ സുവർണ്ണ നിറത്തെക്കുറിച്ച് ഓർക്കുന്നത്? സെന്റ് സിസീലിയ പള്ളിയിലെ പ്രാർത്ഥന കേൾക്കുമ്പോൾ വെള്ളി അയിരുകൾ നിറഞ്ഞ ഗുഹകളെക്കുറിച്ച് ചിന്തിക്കുന്നത് എന്തുകൊണ്ടാണ്? വൈകുന്നേരം ആറുമണിക്ക് ബ്രോഡ്‌വേയിലെ ബഹളങ്ങൾക്കിടയിൽ നിൽക്കുമ്പോൾ, സൂര്യപ്രകാശം ഇലകൾക്കിടയിലൂടെ അരിച്ചിറങ്ങുന്ന ആ പഴയ വനത്തെക്കുറിച്ചും, അവിടെ ഒരു ചെറിയ പച്ച ഓന്തിനെ നോക്കി "ഇതും ദൈവത്തിന്റെ ഒരു കൊച്ചു സൃഷ്ടിയാണല്ലോ" എന്ന് മന്ത്രിക്കുന്ന സിൽവിയയെക്കുറിച്ചും ഞാൻ ഓർക്കുന്നത് എന്തുകൊണ്ടാണ്?

ഞാൻ ആദ്യമായി ആ കാവൽക്കാരനെ കണ്ടപ്പോൾ അദ്ദേഹം എനിക്ക് പുറംതിരിഞ്ഞു നിൽക്കുകയായിരുന്നു. അദ്ദേഹം പള്ളിക്കുള്ളിലേക്ക് പോകുന്നത് വരെ ഞാൻ അലസമായി നോക്കിനിന്നു. വാഷിംഗ്ടൺ സ്ക്വയറിലൂടെ നടന്നുപോകുന്ന മറ്റേതൊരു മനുഷ്യനെപ്പോലെയോ ഞാൻ അദ്ദേഹത്തെയും കരുതിയുള്ളൂ. ഞാൻ ജനാല അടച്ച് സ്റ്റുഡിയോയിലേക്ക് മടങ്ങിയപ്പോൾ അദ്ദേഹത്തെക്കുറിച്ച് മറന്നുപോയിരുന്നു. ഉച്ചകഴിഞ്ഞ്, ചൂടുള്ള സമയമായതുകൊണ്ട് ഞാൻ വീണ്ടും ജനാല തുറന്ന് പുറത്തേക്ക് നോക്കി. പള്ളിയുടെ അങ്കണത്തിൽ അതേ മനുഷ്യൻ നിൽക്കുന്നുണ്ടായിരുന്നു. രാവിലെ കണ്ട അതേ താല്പര്യക്കുറവോടെ തന്നെ ഞാൻ അദ്ദേഹത്തെ വീണ്ടും നോക്കി. സ്ക്വയറിലെ

കാഴ്ചകളിലും ജോലിക്കാരിലും ഒക്കെ കുറച്ചുനേരം ശ്രദ്ധിച്ച ശേഷം ഞാൻ പെയിന്റിംഗിലേക്ക് മടങ്ങാൻ തീരുമാനിച്ചു. ഞാൻ തിരിഞ്ഞപ്പോൾ താഴെ പള്ളിമുറ്റത്ത് നിൽക്കുന്ന ആ മനുഷ്യന്റെ മുഖം എന്റെ കണ്ണിൽപ്പെട്ടു. യാദൃശ്ചികമായി ഞാൻ അദ്ദേഹത്തെ സൂക്ഷിച്ചു നോക്കി. അതേ നിമിഷം തന്നെ അദ്ദേഹം തലയുയർത്തി എന്നെയും നോക്കി. തൽക്ഷണം എന്റെ മനസ്സിലേക്ക് വന്നത് ഒരു 'ശവപ്പുഴതിനെ' (Coffin-worm) കുറിച്ചാണ്. അദ്ദേഹത്തിന്റെ എന്താണ് എന്നെ ഇത്രയധികം വെറുപ്പിച്ചത് എന്ന് എനിക്കറിയില്ല. പക്ഷേ ആ വെളുത്ത ശവപ്പുഴതിനെപ്പോലെയുള്ള അദ്ദേഹത്തിന്റെ മുഖം എന്നിൽ അത്യന്തം മനംപുരട്ടലുണ്ടാക്കി. എന്റെ മുഖഭാവത്തിൽ നിന്നും അത് മനസ്സിലാക്കിയതുപോലെ, അദ്ദേഹം തന്റെ വീർത്ത മുഖം വശത്തേക്ക് തിരിച്ചു. ചെസ്റ്റ്നട്ട് പഴത്തിനുള്ളിലെ ഒരു പുഴുവിനെ ശല്യപ്പെടുത്തിയതുപോലെയാണ് എനിക്ക് അദ്ദേഹത്തിന്റെ ആ ചലനം തോന്നിയത്.

ഞാൻ സ്റ്റുഡിയോയിലേക്ക് മടങ്ങി മോഡലിനോട് പോസ് ചെയ്യാൻ ആവശ്യപ്പെട്ടു. കുറച്ചുനേരം പണിയെടുത്തു കഴിഞ്ഞപ്പോൾ ഞാൻ അതുവരെ ചെയ്തത് മുഴുവൻ നശിപ്പിക്കുകയാണെന്ന് എനിക്ക് തോന്നി. ഞാൻ ഒരു കത്തി (Palette knife) എടുത്ത് ആ നിറങ്ങൾ ചുരണ്ടി മാറ്റി. ഞാൻ വരച്ച ശരീരത്തിന്റെ നിറങ്ങളെല്ലാം മഞ്ഞിച്ചതും രോഗാതുരവുമായി തോന്നി. അതുവരെ ആരോഗ്യകരമായ നിറങ്ങൾ നൽകിയിരുന്ന ഒരു പെയിന്റിംഗിൽ എങ്ങനെയാണ് ഇത്രയും വികൃതമായ നിറങ്ങൾ വന്നതെന്ന് എനിക്ക് മനസ്സിലായില്ല.

ഞാൻ ടെസ്സിയെ നോക്കി. അവളിൽ ഒരു മാറ്റവുമില്ലായിരുന്നു; അവളുടെ കവിളുകളിൽ ആരോഗ്യത്തിന്റെ തെളിച്ചം ഉണ്ടായിരുന്നു. "ഞാൻ എന്തെങ്കിലും തെറ്റ് ചെയ്തോ?" അവൾ ചോദിച്ചു. "ഇല്ല, ഞാൻ ഈ കയ്യിന്റെ ഭാഗം വൃത്തികേടാക്കി. ഇത്രയും മോശം നിറങ്ങൾ ഞാൻ എങ്ങനെയാണ് ഈ കാൻവാസിൽ ഉപയോഗിച്ചതെന്ന് എനിക്ക് മനസ്സിലാകുന്നില്ല," ഞാൻ മറുപടി നൽകി.

"ഞാൻ പോസ് ചെയ്യുന്നത് ശരിയല്ലേ?" അവൾ വീണ്ടും ചോദിച്ചു.

"തീർച്ചയായും, അത് പരിപൂർണ്ണമാണ്."

"അപ്പോൾ അത് എന്റെ തെറ്റല്ല?"

"അല്ല. അത് എന്റേതാണ്."

ഞാൻ കാൻവാസിലെ ആ കറകൾ മായ്ക്കാൻ തുടങ്ങിയപ്പോൾ അവൾ ഒരു സിഗരറ്റ് വലിക്കാനായി പോയി. ഞാൻ എത്രത്തോളം മായ്ക്കാൻ ശ്രമിക്കുന്നുവോ അത്രത്തോളം ആ 'ഗാംഗ്രീൻ' (Gangrene - ജീർണ്ണത) കാൻവാസിലുടനീളം പടരുന്നതായി എനിക്ക് തോന്നി. ആ രോഗം

പെയിന്റിംഗിലെ ശരീരത്തിന്റെ ഓരോ ഭാഗത്തേക്കും പടരുകയായിരുന്നു. പരിഭ്രമിച്ചുകൊണ്ട് ഞാൻ അത് തടയാൻ ശ്രമിച്ചു. പക്ഷേ അപ്പോഴേക്കും പെയിന്റിംഗിലെ നെഞ്ചിലെ നിറം മാറുകയും ആ ശരീരം മുഴുവൻ ആ അണുബാധയെ ആവാഹിച്ചെടുക്കുകയും ചെയ്തു.

നിറങ്ങളുടെയോ കാൻവാസിന്റെയോ പ്രശ്നമാണോ ഇതെന്ന് ഞാൻ ആലോചിച്ചു. പക്ഷേ അത് കാൻവാസിന്റെയോ നിറങ്ങളുടെയോ കുഴപ്പമല്ലെന്ന് എനിക്ക് തോന്നി. "വെളിച്ചം കാരണം എന്റെ കണ്ണുകൾക്ക് തോന്നുന്നതാകാം," ഞാൻ ദേഷ്യത്തോടെ ചിന്തിച്ചു. ഞാൻ ടെസ്സിയെ വിളിച്ചു. അവൾ വന്ന് എന്റെ കസേരയ്ക്ക് പിന്നിൽ നിന്ന് പെയിന്റിംഗിലേക്ക് നോക്കി.

"നിങ്ങൾ ഇതിനോട് എന്താണ് ചെയ്തത്?" അവൾ അത്ഭുതപ്പെട്ടു.

"ഒന്നുമില്ല!" ഞാൻ അലറി.

"ഇത് ഇതിലെ ടർപ്പന്റൈന്റെ കുഴപ്പമാകും!"

"എന്ത് ഭീകരമായ നിറമാണിത്," അവൾ തുടർന്നു. "എന്റെ ശരീരം പച്ചചീസ് (Green cheese) പോലിരിക്കുമെന്നാണോ നിങ്ങൾ കരുതുന്നത്?"

"അല്ല!" ഞാൻ ദേഷ്യപ്പെട്ടു. "ഞാൻ ഇതിനുമുമ്പ് എപ്പോഴെങ്കിലും ഇങ്ങനെ വരയ്ക്കുന്നത് നീ കണ്ടിട്ടുണ്ടോ?"

"ഇല്ല, ഒരിക്കലുമില്ല!"

"എങ്കിൽ പിന്നെ!"

"അത് ടർപ്പന്റൈന്റെയോ മറ്റോ കുഴപ്പമായിരിക്കും," അവൾ സമ്മതിച്ചു.

അവൾ ഒരു ജാപ്പനീസ് വസ്ത്രം (Japanese robe) ധരിച്ച് ജനാലയ്ക്കൽ പോയി നിന്നു. ഞാൻ ആ നിറങ്ങൾ ചുരണ്ടി മാറ്റിയും ഉരസിയും തളർന്നു. ഒടുവിൽ ദേഷ്യം സഹിക്കാനാവാതെ ബ്രഷുകൾ ദൂരേക്ക് വലിച്ചെറിഞ്ഞു. എന്റെ ആ പ്രകടനം കണ്ട് ടെസ്സി ഉപദേശിക്കാൻ തുടങ്ങി:

"അതൊന്നു നിർത്തു! ഇങ്ങനെ ദേഷ്യപ്പെട്ട് ബ്രഷുകൾ നശിപ്പിക്കുന്നത് എന്തിനാണ്? മൂന്നാഴ്ച നീ എടുത്ത പണിയാണ് ഈ നശിപ്പിച്ചത്. ആർട്ടിസ്റ്റുകൾ എന്തൊരു വിചിത്ര ജീവികളാണ്!"

അല്പം കഴിഞ്ഞപ്പോൾ എനിക്ക് തന്നെ എന്റെ പ്രവൃത്തിയിൽ ലജ്ജ തോന്നി. ഞാൻ നശിച്ച ആ കാൻവാസ് ചുവരിലേക്ക് തിരിച്ചു വെച്ചു. ബ്രഷുകൾ വൃത്തിയാക്കാൻ ടെസ്സി എന്നെ സഹായിച്ചു. പിന്നീട് അവൾ വസ്ത്രം മാറാനായി പോയി. അവിടുത്തെ സ്ക്രീനിന് പിന്നിൽ നിന്ന് അവൾ എനിക്ക് ദേഷ്യത്തെക്കുറിച്ച് കുറെ ഉപദേശങ്ങൾ തന്നു. ഒടുവിൽ, താൻ എന്നെ ആവശ്യത്തിന് ശല്യപ്പെടുത്തിയെന്ന് തോന്നിയപ്പോഴാകണം,

തനിക്ക് കൈയെത്താത്ത തോളിലെ ബട്ടൺ ഇട്ടു തരാൻ അവൾ എന്നോട് ആവശ്യപ്പെട്ടു.

“നിങ്ങൾ ആ ജനാലയ്ക്കൽ പോയി പള്ളിമുറ്റത്തെ ആ ഭീകരരൂപത്തെ ക്കുറിച്ച് സംസാരിച്ച അന്നു മുതലാണ് എല്ലാം തെറ്റാൻ തുടങ്ങിയത്,” അവൾ പ്രഖ്യാപിച്ചു.

“അതെ, അയാൾ ആ ചിത്രത്തെ ആവാഹിച്ചിട്ടുണ്ടാകാം,” ഞാൻ അ നുകൂലിച്ച് കൊണ്ട് പറഞ്ഞു. ഞാൻ വാച്ച് നോക്കി.

“ആറുമണി കഴിഞ്ഞു എന്നെനിക്കറിയാം,” കണ്ണാടിക്ക് മുന്നിൽ നിന്ന് തന്റെ തൊപ്പി ശരിയാക്കി അവൾ പറഞ്ഞു.

“നിന്നെ ഇത്രയും നേരം ഇരുത്താൻ ഞാൻ ഉദ്ദേശിച്ചിരുന്നില്ല,” ഞാൻ മറുപടി നൽകി. ഞാൻ വീണ്ടും ജനാലയിലൂടെ പുറത്തേക്ക് നോക്കി, പക്ഷേ പെട്ടെന്ന് വെറുപ്പോടെ പുറകോട്ട് മാറി. ആ വിളറിയ മുഖമുള്ള യുവാവ് പള്ളിമുറ്റത്ത് താഴെ നിൽക്കുന്നുണ്ടായിരുന്നു. എന്റെ ആ ഭാവം കണ്ട് ടെസ്സി ജനാലയിലൂടെ താഴേക്ക് നോക്കി.

“നിങ്ങൾക്ക് ഇഷ്ടമല്ലാത്ത ആ മനുഷ്യനാണോ അത്?” അവൾ മന്ത്രിച്ചു. ഞാൻ തലയാട്ടി.

“എനിക്ക് അയാളുടെ മുഖം കാണാൻ കഴിയുന്നില്ല, പക്ഷേ അയാൾ വല്ലാതെ തടിച്ചതും മൃദുവായതും (Soft) പോലെ ഇരിക്കുന്നു. എന്തോ,” എന്നെ നോക്കിക്കൊണ്ട് അവൾ തുടർന്നു,

“അയാൾ എനിക്ക് എന്റെ പഴയൊരു സ്വപ്നത്തെ ഓർമ്മിപ്പിക്കുന്നു— പണ്ട് കണ്ട ഒരു ഭീകരസ്വപ്നം. അതോ,” തന്റെ ഷൂസിലേക്ക് നോക്കി അവൾ ചിന്തിച്ചു, “അതൊരു സ്വപ്നം തന്നെയായിരുന്നോ?”

“എനിക്കെങ്ങനെ അറിയാം?” ഞാൻ പുഞ്ചിരിച്ചു.

“ആ സ്വപ്നത്തിൽ നിങ്ങളും ഉണ്ടായിരുന്നു,” അവൾ പറഞ്ഞു, “അതുകൊണ്ട് നിങ്ങൾക്ക് അതിനെക്കുറിച്ച് എന്തെങ്കിലും അറിവുണ്ടാ യേക്കാം.”

“ടെസ്സി!” ഞാൻ തടഞ്ഞു, “നീ എന്നെക്കുറിച്ച് സ്വപ്നം കാണുന്നു എന്നൊക്കെ പറഞ്ഞ് എന്നെ സുഖിപ്പിക്കാൻ നോക്കണ്ട!”

“പക്ഷേ ഞാൻ കണ്ടു!” അവൾ ഉറപ്പിച്ചു പറഞ്ഞു; “ഞാൻ അത് പറയട്ടെ?”

“പറയൂ,” ഒരു സിഗരറ്റ് കത്തിച്ച് ഞാൻ മറുപടി നൽകി.

ടെസ്സി ജനാലപ്പടിയിൽ ചാരിയിരുന്ന് അതീവ ഗൗരവത്തോടെ പറഞ്ഞു തുടങ്ങി.

“കഴിഞ്ഞ ശൈത്യകാലത്തെ ഒരു രാത്രിയിൽ ഞാൻ ഒന്നും ആലോ ചിക്കാതെ കിടക്കുകയായിരുന്നു. നിനക്ക് വേണ്ടി പോസ് ചെയ്യുന്നത്

കൊണ്ട് ഞാൻ വല്ലാതെ തളർന്നിരുന്നു, എങ്കിലും ഉറക്കം വരുന്നുണ്ടായിരുന്നില്ല. പത്തിലും പതിനൊന്നിലും പന്ത്രണ്ടിലും നഗരത്തിലെ മണികൾ മുഴങ്ങുന്നത് ഞാൻ കേട്ടു. പന്ത്രണ്ട് മണിക്ക് ശേഷം ഞാൻ ഉറങ്ങിപ്പോയിട്ടുണ്ടാകണം. കണ്ണടച്ച ഉടനെ ആരോ എന്നെ ജനാലയ്ക്കൽ പോകാൻ പ്രേരിപ്പിക്കുന്നത് പോലെ എനിക്ക് തോന്നി. ഞാൻ എഴുന്നേറ്റ് ജനാല തുറന്നു. നോക്കിയടത്തോളം ദൂരം ആ തെരുവ് വിജനമായിരുന്നു. എനിക്ക് പേടി തോന്നി; പുറത്തുള്ളതെല്ലാം ഇരുണ്ടതും ഭയാനകവുമായിരുന്നു. പെട്ടെന്ന് ഒരു വണ്ടിയുടെ ചക്രങ്ങൾ ഉരുളുന്ന ശബ്ദം ഞാൻ കേട്ടു. ഞാൻ അതിനുവേണ്ടി കാത്തിരിക്കുകയാണെന്ന് എനിക്ക് തോന്നി. വളരെ സാവധാനം അത് അടുത്തേക്ക് വന്നു. ഒടുവിൽ അതൊരു ശവപ്പെട്ടിയുമായി പോകുന്ന വണ്ടിയാണെന്ന് (Hearse) എനിക്ക് മനസ്സിലായി. ഞാൻ ഭയന്ന് വിറയ്ക്കുമ്പോൾ ആ വണ്ടി ഓടിക്കുന്നയാൾ തിരിഞ്ഞ് എന്നെ സൂക്ഷിച്ച് നോക്കി. ഞാൻ ഞെട്ടി ഉണർന്നപ്പോൾ ജനാലയ്ക്കൽ നിൽക്കുകയായിരുന്നു; പക്ഷേ ആ വണ്ടിയോ ഡ്രൈവറോ അവിടെ ഉണ്ടായിരുന്നില്ല. കഴിഞ്ഞ മാർച്ചിലും ഞാൻ ഇതേ സ്വപ്നം കണ്ടു. കഴിഞ്ഞ രാത്രിയും അത് വീണ്ടും വന്നു. മഴ പെയ്യുന്നുണ്ടായിരുന്നു; ഞാൻ ഉണർന്നപ്പോൾ മഴ നനഞ്ഞ് എന്റെ വസ്ത്രം മുഴുവൻ കുതിർന്നിരുന്നു."

"പക്ഷേ ഞാൻ എങ്ങനെയാണ് ആ സ്വപ്നത്തിൽ വന്നത്?" ഞാൻ ചോദിച്ചു.

"നിങ്ങൾ—നിങ്ങൾ ആ ശവപ്പെട്ടിയ്ക്കുള്ളിൽ ഉണ്ടായിരുന്നു; പക്ഷേ മരിച്ചിരുന്നില്ല."

"ശവപ്പെട്ടിക്കുള്ളിലോ?"

"അതെ."

"നിനക്ക് എങ്ങനെ അറിയാം? നീ എന്നെ കണ്ടോ?"

"ഇല്ല; പക്ഷേ നിങ്ങൾ അവിടെ ഉണ്ടെന്ന് എനിക്ക് ഉറപ്പായിരുന്നു."

"നീ രാത്രി വല്ലതും വാരിവലിച്ച കഴിച്ചിരുന്നോ?" ഞാൻ ചിരിച്ചുകൊണ്ട് ചോദിച്ചെങ്കിലും അവൾ ഭയന്നൊരു നിലവിളിയോടെ ജനാലയുടെ മറവിലേക്ക് ഒളിഞ്ഞു.

"എന്തുപറ്റി?" ഞാൻ ചോദിച്ചു.

"താഴെ പള്ളിമുറ്റത്തുള്ള ആ മനുഷ്യൻ; അയാളാണ് ആ ശവവണ്ടി ഓടിച്ചിരുന്നത്!"

"അസംബന്ധം!" ഞാൻ പറഞ്ഞു, പക്ഷേ ടെസ്സിയുടെ കണ്ണുകളിൽ വലിയ ഭീതി ഉണ്ടായിരുന്നു. ഞാൻ ജനാലയിലൂടെ നോക്കി. അയാൾ അവിടെ ഉണ്ടായിരുന്നില്ല.

“വാ ടെസ്സി,” ഞാൻ അവളെ ആശ്വസിപ്പിച്ചു,

“വിഡ്ഢിത്തം പറയാതെ. നീ ഒരുപാട് നേരം പണിയെടുത്തതിന്റെ ക്ഷീണത്തിലാണ്.”

“ആ മുഖം എനിക്ക് മറക്കാൻ കഴിയുമെന്ന് നിങ്ങൾക്ക് തോന്നുന്നുണ്ടോ?” അവൾ മന്ത്രിച്ചു. “മൂന്നു വട്ടം ആ വണ്ടി എന്റെ ജനാലയ്ക്കൽ കടന്നുപോയി, ഓരോ തവണയും ആ ഡ്രൈവർ എന്നെ തിരിഞ്ഞു നോക്കി. ഓ, അയാളുടെ മുഖം വല്ലാത്ത വെളുത്ത നിറമായിരുന്നു—മൃദുവായതും! അയാൾ മരിച്ചിട്ട് കുറെ കാലമായതുപോലെയാണ് എനിക്ക് തോന്നിയത്.”

ഞാൻ അവളെ പിടിച്ചിരുത്തി അല്പം വീഞ്ഞ് (Marsala) നൽകി. എന്നിട്ട് അവളുടെ അരികിലിരുന്ന് ഉപദേശിച്ചു.

“ടെസ്സി, നീ കുറച്ചുദിവസം മാറിനിൽക്കണം. ഈ പണി കാരണം നിന്റെ ഞരമ്പുകൾക്ക് തളർച്ച ബാധിച്ചിരിക്കുകയാണ്. രാത്രി നീ ശരിയായി ഉറങ്ങുന്നുമില്ല. ശവവണ്ടി എന്നൊക്കെ പറയുന്നത് വെറും തോന്നലാണ്.”

അവൾ മങ്ങിയൊന്നു പുഞ്ചിരിച്ചു.

“ആ പള്ളിമുറ്റത്തുള്ള മനുഷ്യന്റെ കാര്യമോ?”

“അതൊരു സാധാരണക്കാരനായ മനുഷ്യൻ മാത്രമാണ്.”

“മിസ്റ്റർ സ്കോട്ട്, എന്റെ പേര് ടെസ്സി റിയർഡൻ എന്നാണെങ്കിൽ സത്യമായി ഞാൻ പറയുന്നു, ആ പള്ളിമുറ്റത്തുള്ളത് ആ ശവവണ്ടി ഓടിച്ച അതേ മനുഷ്യൻ തന്നെയാണ്!”

“അതുകൊണ്ട് എന്താണ്?” ഞാൻ പറഞ്ഞു. “അതും ഒരു തൊഴിലല്ലേ.”

“അപ്പോൾ ഞാൻ ശരിക്കും ശവവണ്ടി കണ്ടുവെന്ന് നിങ്ങൾ വിശ്വസിക്കുന്നുണ്ടോ?”

“നീ കണ്ടിട്ടുണ്ടെങ്കിൽ അയാൾ അതോടിക്കുന്ന ആളാകാൻ സാധ്യതയുണ്ട്. അതിൽ അത്ഭുതപ്പെടാനൊന്നുമില്ല,” ഞാൻ തന്ത്രപരമായി പറഞ്ഞു.

ടെസ്സി എഴുന്നേറ്റ് തൊപ്പി ശരിയാക്കി എനിക്ക് കൈ നൽകി. “ഗുഡ് നൈറ്റ് മിസ്റ്റർ സ്കോട്ട്,” എന്ന് പറഞ്ഞ് അവൾ അവിടെനിന്നും ഇറങ്ങി.

II

അടുത്ത ദിവസം രാവിലെ പള്ളിയിലെ സഹായിയായ തോമസ് എനിക്ക് പത്രവും കുറച്ചു വാർത്തകളും കൊണ്ടുവന്നു. തൊട്ടടുത്തുള്ള പള്ളി വിറ്റുപോയിരിക്കുന്നു. ദൈവത്തിന് നന്ദി! ആ പള്ളിയിലെ പ്രാസംഗികന്റെ ഉച്ചത്തിലുള്ള ശബ്ദവും അരോചകമായ ഓർഗൻ സംഗീതവും

എന്റെ സമാധാനം കളഞ്ഞിരുന്നു.
"ആരാണ് ആ സ്ഥലം വാങ്ങിയത്?" ഞാൻ തോമസിനോട് ചോദിച്ചു.
"കൃത്യമായി അറിയില്ല സാർ. ഈ ഫ്ലാറ്റിന്റെ ഉടമസ്ഥൻ തന്നെയാകാം എന്ന് കേൾക്കുന്നു. അദ്ദേഹം കൂടുതൽ സ്റ്റുഡിയോകൾ നിർമ്മിക്കുമായിരിക്കും."
ഞാൻ ജനാലയ്ക്കൽ പോയി നോക്കി. ആ വിളറിയ മുഖമുള്ള യുവാവ് പള്ളിമുറ്റത്തെ കവാടത്തിനടുത്ത് നിൽക്കുന്നുണ്ടായിരുന്നു. അയാളെ കണ്ടമാത്രയിൽ തന്നെ വല്ലാത്തൊരു വെറുപ്പ് എന്നിൽ നിറഞ്ഞു.
"തോമസ്, ആരാണ് താഴെ നിൽക്കുന്ന ആ ആൾ?" തോമസ് നീരസത്തോടെ പറഞ്ഞു, "ആ പുഴുവോ സാർ? അയാൾ ഈ പള്ളിയിലെ രാത്രി കാവൽക്കാരനാണ്. രാത്രി മുഴുവൻ ആ പടികളിലിരുന്ന് നിങ്ങളെ ഒരുമാതിരി നോക്കുന്നത് കാണുമ്പോൾ എനിക്ക് ദേഷ്യം വരും. ഒരിക്കൽ ഞാനും കൂട്ടുകാരും കൂടി വരുമ്പോൾ അയാൾ ഞങ്ങളെ അധിക്ഷേപിക്കുന്ന രീതിയിൽ നോക്കി. ഞാൻ അയാളോട് പുറത്തു വരാൻ പറഞ്ഞു. വാതിൽ തുറന്ന് ഞാൻ അകത്തു ചെന്ന് അയാളുടെ തലയ്ക്ക് ഒന്നു കൊടുത്തു. പക്ഷേ സാർ, അയാളുടെ തല അത്രമേൽ തണുത്തതും മാംസളവുമായിരുന്നു (Mushy), അത് തൊടുമ്പോൾ തന്നെ അറപ്പ് തോന്നും!"
"എന്നിട്ട് അയാൾ എന്തുചെയ്തു?" ഞാൻ ആകാംക്ഷയോടെ ചോദിച്ചു.
"അയാൾ? ഒന്നും ചെയ്തില്ല."
"പിന്നെ നീ എന്തുചെയ്തു?"
തോമസ് അല്പം ജാള്യതയോടെ പുഞ്ചിരിച്ചു.
"മിസ്റ്റർ സ്കോട്ട്, ഞാൻ പേടിയുള്ളവനല്ല. പക്ഷേ അന്ന് ഞാൻ എന്തിനാണ് ഓടിയതെന്ന് എനിക്കറിയില്ല. ഞാൻ അയാളെ അടിച്ചപ്പോൾ അയാൾ എന്റെ കൈകളിൽ പിടിച്ചു. ഞാൻ അവന്റെ ആ മാംസളമായ കൈ തിരിച്ചപ്പോൾ, അവന്റെ ഒരു വിരൽ ഒടിഞ്ഞ് എന്റെ കൈയ്യിൽ വന്നു!"
തോമസിന്റെ മുഖത്തെ ഭീതി എന്റെ മുഖത്തും പ്രതിഫലിച്ചു. അവൻ തുടർന്നു, "അതൊരു വല്ലാത്ത കാഴ്ചയായിരുന്നു. ഇപ്പോൾ അയാളെ കാണുമ്പോൾ തന്നെ എനിക്ക് അസുഖം വരുന്നത് പോലെ തോന്നും."
തോമസ് പോയിക്കഴിഞ്ഞപ്പോൾ ഞാൻ ജനാലയിലൂടെ നോക്കി. അയാൾ രണ്ട് കൈകളും പള്ളിയുടെ വേലിയിൽ വെച്ച് നിൽക്കുകയായിരുന്നു. ഞെട്ടലോടെ ഞാൻ കണ്ടു, അയാളുടെ വലതുകൈയിലെ നടുവിരൽ കാണാനില്ലായിരുന്നു!
ഒൻപത് മണിക്ക് ടെസ്സി വന്നു. ഞാൻ പുതിയൊരു കാൻവാസ് എടുത്തു.

അവൾ വിശേഷങ്ങൾ പറഞ്ഞുകൊണ്ടിരുന്നു. കഴിഞ്ഞ രാത്രി സുഹൃത്തുക്കൾക്കൊപ്പം ആഘോഷിക്കാൻ പോയതിനെക്കുറിച്ചും അവിടെ കണ്ടുമുട്ടിയ എഡ് ബർക്ക് എന്ന യുവാവിനെക്കുറിച്ചും അവൾ വാചാലയായി. എഡ് തന്റെ ജോലിയിൽ പ്രവേശിച്ചതിന്റെ സന്തോഷത്തിൽ ഐസ്ക്രീമും മറ്റും വാങ്ങി നൽകിയതിനെക്കുറിച്ച് അവൾ കുഞ്ഞിക്കിളിയെപ്പോലെ സംസാരിച്ചു കൊണ്ടിരുന്നു.

ഉച്ചയ്ക്ക് ഞങ്ങൾ ഒരുമിച്ച് ഭക്ഷണം കഴിച്ചു. ടെസ്സി ഒരു ചെറിയ കുട്ടിയായിരുന്നപ്പോൾ മുതൽ ഞാൻ അവളെ കാണുന്നതാണ്. ഇപ്പോൾ അവൾ സുന്ദരിയായ ഒരു യുവതിയായി വളർന്നിരിക്കുന്നു. അവൾ എന്റെ പ്രിയപ്പെട്ട മോഡലായിരുന്നു. അവൾക്ക് മോശം കൂട്ടുകെട്ടുകൾ ഉണ്ടാകരുതെന്ന് ഞാൻ ആഗ്രഹിച്ചു. ഒരു കത്തോലിക്കാ വിശ്വാസിയായ അവൾക്ക് നല്ലൊരു ഭാവി ഉണ്ടാകണമെന്ന് ഞാൻ പ്രാർത്ഥിച്ചു.

“എനിക്കും ഇന്നലെ ഒരു സ്വപ്നം ഉണ്ടായിരുന്നു,” ഞാൻ അവളോട് പറഞ്ഞു. “ആ മനുഷ്യനെക്കുറിച്ചാണോ?” അവൾ ചിരിച്ചു.

“അതെ. നിന്റെ സ്വപ്നത്തിന് സമാനമായ ഒന്ന്, പക്ഷേ കുറച്ചുകൂടി ഭയാനകം.”

average പെയിന്റർമാർക്ക് പലപ്പോഴും വിവേചനബുദ്ധി കുറവാണല്ലോ, ഞാനും അത് ആലോചിക്കാതെ പറഞ്ഞു തുടങ്ങി.

“രാത്രി ഞാൻ ഉറക്കത്തിൽ ഒരു പെട്ടിയിൽ കിടക്കുകയാണെന്ന് സ്വപ്നം കണ്ടു. അതിന് മുകളിൽ ഒരു ഗ്ലാസ് മൂടിയുണ്ടായിരുന്നു. കുലുങ്ങിക്കൊണ്ടിരിക്കുന്ന ഒരു വണ്ടിയിൽ ആ പെട്ടി കിടക്കുകയാണ്. എനിക്ക് അനങ്ങാൻ കഴിയുന്നില്ല. ഞാൻ കരയാൻ നോക്കി, പക്ഷേ ശബ്ദം പുറത്തുവന്നില്ല. പെട്ടെന്ന് ഞാൻ ഒരു വീടിന് മുന്നിലെത്തി. അവിടെ ജനാലയ്ക്കൽ വെളുത്ത വസ്ത്രം ധരിച്ച് ദുഃഖഭാവത്തിൽ നീ നിൽക്കുന്നത് ഞാൻ കണ്ടു. പിന്നെ ആ വണ്ടി ഇരുണ്ടൊരു വഴിയിലൂടെ മുന്നോട്ട് നീങ്ങി. കുറെ നേരം കഴിഞ്ഞ് ആരോ എന്റെ അടുത്തുണ്ടെന്ന് തോന്നി ഞാൻ കണ്ണുതുറന്നു. ആ ശവവണ്ടി ഡ്രൈവറുടെ വിളറിയ മുഖം ശവപ്പെട്ടിയുടെ ഗ്ലാസ് മൂടിയിലൂടെ എന്നെ നോക്കുന്നു!”

ടെസ്സിയുടെ കരച്ചിൽ കേട്ടാണ് ഞാൻ നിർത്തിയത്. അവൾ ഒരു ഇല പോലെ വിറയ്ക്കുകയായിരുന്നു. ഞാൻ വലിയൊരു മണ്ടത്തരമാണ് ചെയ്തതെന്ന് എനിക്ക് മനസ്സിലായി. ഞാൻ അവളെ ആശ്വസിപ്പിക്കാൻ ശ്രമിച്ചു.

“ടെസ്സി, നിന്റെ കഥ കേട്ടതുകൊണ്ട് എനിക്കുണ്ടായ വെറുമൊരു സ്വപ്നമാണത്. ഞാൻ ശരിക്കും ശവപ്പെട്ടിയിൽ കിടക്കുകയാണെന്ന് നീ കരുതുന്നുണ്ടോ?”

അവൾ തലകുനിച്ചിരുന്ന് തേങ്ങിക്കരഞ്ഞു. ഞാൻ അവളുടെ തോളിൽ കൈവെച്ചു.

“എന്നെ ക്ഷമിക്കു ടെസ്സി, ഇത്തരം വിഡ്ഢിത്തങ്ങൾ പറഞ്ഞു നിന്നെ പേടിപ്പിക്കാൻ എനിക്ക് അധികാരമില്ല. നീ ബുദ്ധിയുള്ള പെൺകുട്ടിയല്ലേ.”

അവൾ കണ്ണുകൾ തുറന്ന് എന്നെ നോക്കി. ആ നോട്ടത്തിൽ വല്ലാത്തൊരു ഭാവമായിരുന്നു. “നീ നിനക്ക് എന്തെങ്കിലും സംഭവിക്കുമെന്ന് പേടിക്കുകയാണോ?” ഞാൻ ചോദിച്ചു.

“അല്ല.”

“പിന്നെ എനിക്ക് വേണ്ടിയാണോ?”

“അതെ,” അവൾ മൃദുവായി മന്ത്രിച്ചു.

“എനിക്ക്... എനിക്ക് നിങ്ങളെ വലിയ ഇഷ്ടമാണ്.”

ആദ്യം എനിക്ക് ചിരിയാണ് വന്നത്, പക്ഷേ അവളുടെ ഗൗരവം കണ്ടപ്പോൾ ഞാൻ സ്തബ്ധനായിപ്പോയി. ആ നിമിഷം എനിക്ക് അവളെ കളിയാക്കി വിടാമായിരുന്നു, അല്ലെങ്കിൽ കാര്യം മനസ്സിലാകാത്ത ഭാവത്തിൽ സംസാരിക്കാമായിരുന്നു. പക്ഷേ എന്റെ ചിന്തകളേക്കാൾ വേഗത്തിൽ എന്റെ ശരീരം പ്രതികരിച്ചു. ഞാൻ അവളെ ചുംബിച്ചു.

അന്ന് വൈകുന്നേരം വാഷിംഗ്ടൺ പാർക്കിലൂടെ നടക്കുമ്പോൾ ഞാൻ ഈ സംഭവങ്ങളെക്കുറിച്ച് ആലോചിച്ചു. എനിക്ക് തിരിച്ചുപോകാൻ കഴിയില്ല. പക്ഷേ എന്റെ ഉള്ളിലെ ഏക പ്രണയം ബ്രിട്ടാനിയിലെ ആ വനങ്ങളിൽ സിൽവിയയോടൊപ്പം എന്നോ കുഴിച്ചുമൂടപ്പെട്ടതാണ്. അവൾ എന്നെ മറന്നോ? ഇല്ല എന്ന് എന്റെ പ്രതീക്ഷ പറഞ്ഞു. കഴിഞ്ഞ മൂന്ന് വർഷമായി ഞാൻ അവൾക്കായി കാത്തിരിക്കുകയാണ്. പക്ഷേ ടെസ്സിയുടെ കാര്യത്തിൽ ഇനി എന്ത് സംഭവിക്കും?

ഞാൻ നല്ലവനല്ലെന്ന് നേരത്തെ പറഞ്ഞിട്ടുണ്ടല്ലോ. അത് സത്യമാണ്, എങ്കിലും ഞാനൊരു നാടകത്തിലെ വില്ലനൊന്നുമല്ല. ഉത്തരവാദിത്തങ്ങളില്ലാത്ത, ആഗ്രഹിക്കുന്ന സുഖങ്ങളെല്ലാം തേടിപ്പോകുന്ന ഒരു ജീവിതമായിരുന്നു എന്റേത്. എന്റെ പെയിന്റിംഗ് കഴിഞ്ഞാൽ ഞാൻ ഗൗരവമായി കണ്ടിട്ടുള്ള ഒരേയൊരു കാര്യം ബ്രിട്ടാനിയിലെ (Brittany) വനങ്ങളിൽ എവിടെയോ മറഞ്ഞുകിടക്കുന്ന ആ പഴയ പ്രണയം മാത്രമാണ്.

അന്ന് സംഭവിച്ച കാര്യങ്ങളിൽ ഖേദിച്ചിട്ട് ഇനി കാര്യമില്ല. അതൊരു സഹതാപമായിരുന്നോ അതോ വെറുമൊരു നിമിഷത്തെ ബലഹീനതയായിരുന്നോ എന്നതൊന്നും ഇപ്പോൾ പ്രസക്തമല്ല. ടെസ്സിയെപ്പോലൊരു നിഷ്കളങ്കയായ പെൺകുട്ടിയെ വേദനിപ്പിക്കാൻ എനിക്ക്

കഴിയില്ല. അവളുടെ പ്രണയത്തിന്റെ ആഴം കണ്ടപ്പോൾ ഒന്നുകിൽ അത് സ്വീകരിക്കുക അല്ലെങ്കിൽ അവളെ എന്നെന്നേക്കും എന്നിൽ നിന്നും അകറ്റുക—ഇതല്ലാതെ മറ്റൊരു വഴി എന്റെ മുന്നിലുണ്ടായിരുന്നില്ല. മറ്റുള്ളവരെ വേദനിപ്പിക്കാനുള്ള പേടി കൊണ്ടാണോ അതോ എന്റെ സ്വഭാവത്തിന്റെ പ്രത്യേകത കൊണ്ടാണോ എന്നറിയില്ല, ആ ചുംബനത്തിന്റെ ഉത്തരവാദിത്തത്തിൽ നിന്നും ഒഴിഞ്ഞുമാറാൻ എനിക്ക് തോന്നിയില്ല.

അവൾ എന്നെ സ്നേഹിക്കുന്നതിനേക്കാൾ നല്ലത് എഡ് ബർക്കിനെപ്പോലൊരാളെ വിവാഹം കഴിച്ച് ജീവിക്കുന്നതായിരുന്നു എന്ന് ഞാൻ അവളോട് പറഞ്ഞു. പക്ഷേ അവൾ അത് കേൾക്കാൻ തയ്യാറല്ലായിരുന്നു. എങ്കിലും അവൾ എന്റെ കൂടെ സുരക്ഷിതയായിരിക്കുമെന്ന് എനിക്ക് ഉറപ്പുണ്ടായിരുന്നു. ടെസ്സിയല്ലാതെ മറ്റൊരു സ്ത്രീയായിരുന്നെങ്കിൽ ഞാൻ ഇത്രയൊന്നും ചിന്തിക്കുമായിരുന്നില്ല. ഭാവിയിൽ ഒന്നുകിൽ അവൾക്ക് എന്നോട് മടുപ്പ് തോന്നും, അല്ലെങ്കിൽ എന്നെ വിവാഹം കഴിക്കണമെന്ന് അവൾ നിർബന്ധം പിടിക്കും. അങ്ങനെയുണ്ടായാൽ ഞങ്ങൾ രണ്ടുപേരും ദുഃഖിക്കേണ്ടി വരും. എങ്കിലും തൽക്കാലം അവൾക്കൊരു നല്ല സുഹൃത്തായിരിക്കാൻ ഞാൻ തീരുമാനിച്ചു.

അന്ന് രാത്രി ഞാൻ മെട്രോപൊളിറ്റൻ തിയേറ്ററിലെ എഡിത്ത് കാർമൈക്കിളിനൊപ്പം സമയം ചെലവഴിച്ചു. പുലർച്ചെ ഞാൻ വാഷിംഗ്ടൺ സ്ക്വയറിൽ തിരിച്ചെത്തിയപ്പോൾ പാർക്കിൽ ഒരാൾ പോലും ഉണ്ടായിരുന്നില്ല. എന്നാൽ പള്ളിമുറ്റത്തെ ആ കല്ല് പടികളിൽ ഇരിക്കുന്ന ആ രൂപത്തെ ഞാൻ കണ്ടു. ആ വിളറി വീർത്ത മുഖം കണ്ടപ്പോൾ എന്റെ ഉള്ളിലൂടെ ഒരു വിറയൽ കടന്നുപോയി. ഞാൻ വേഗത്തിൽ നടന്നു നീങ്ങി. അപ്പോൾ അയാൾ എന്തോ മന്ത്രിക്കുന്നത് ഞാൻ കേട്ടു. അതെന്നോട് പറഞ്ഞതാണോ എന്ന് എനിക്ക് ഉറപ്പില്ലായിരുന്നു. അയാൾ എന്നോട് സംസാരിക്കാൻ ധൈര്യം കാണിച്ചല്ലോ എന്നോർത്ത് എനിക്ക് ദേഷ്യം വന്നു. തിരിഞ്ഞു നിന്ന് അയാളെ എന്റെ വടികൊണ്ട് അടിക്കാൻ തോന്നിയെങ്കിലും ഞാൻ എന്റെ അപ്പാർട്ട്മെന്റിലേക്ക് നടന്നു.

മുറിയിലെത്തി കിടന്നിട്ടും അയാളുടെ ആ ശബ്ദം എന്റെ കാതുകളിൽ മുഴങ്ങിക്കൊണ്ടിരുന്നു. ചീഞ്ഞഴുകിയ മാംസത്തിന്റെ ഗന്ധം പോലെ ആ ശബ്ദം എന്റെ തലയ്ക്കുള്ളിൽ നിറഞ്ഞു. സാവധാനം ആ വാക്കുകളുടെ അർത്ഥം എനിക്ക് മനസ്സിലായി. അയാൾ മന്ത്രിച്ചത് ഇതായിരുന്നു:

"നീ 'യെല്ലോ സൈൻ' (Yellow Sign) കണ്ടെത്തിയോ?" "നീ 'യെല്ലോ സൈൻ' കണ്ടെത്തിയോ?" "നീ യെല്ലോ സൈൻ' കണ്ടെത്തിയോ?"

എനിക്ക് വല്ലാത്ത ദേഷ്യം തോന്നി. എന്താണ് അയാൾ അതുകൊണ്ട് ഉദ്ദേശിച്ചത്? ഞാൻ അയാളെ ശപിച്ചുകൊണ്ട് ഉറങ്ങാൻ ശ്രമിച്ചു. പക്ഷേ തലേരാത്രി കണ്ട അതേ ശവവണ്ടിയുടെ സ്വപ്നം വീണ്ടും എന്നെ വേട്ടയാടി. ഉണർന്നപ്പോൾ ഞാൻ തളർന്ന നിലയിലായിരുന്നു.

ഞാൻ സ്റ്റുഡിയോയിലേക്ക് ചെന്നു. ടെസ്സി ജനാലയ്ക്കൽ ഇരിക്കുന്നുണ്ടായിരുന്നു. അവൾ എന്നെ കെട്ടിപ്പിടിച്ചു ചുംബിച്ചു. അവൾ വളരെ സുന്ദരിയായി തോന്നി. ഞാൻ ഈസലിന് (Easel) മുന്നിലിരുന്നു.

"ഹലോ! ഇന്നലെ ഞാൻ തുടങ്ങിയ പെയിന്റിംഗ് എവിടെ?" ഞാൻ ചോദിച്ചു. ടെസ്സി ഒന്നും മിണ്ടാതെ നിന്നു. ഞാൻ കാൻവാസുകൾക്കിടയിൽ അത് തിരയാൻ തുടങ്ങി.

"വേഗം തയ്യാറാകൂ ടെസ്സി, നമുക്ക് വെളിച്ചം പോകുന്നതിന് മുൻപ് പണി തുടങ്ങണം."

തിരച്ചിൽ അവസാനിപ്പിച്ച് ഞാൻ നോക്കിയപ്പോൾ ടെസ്സി അവിടെത്തന്നെ നിൽക്കുകയാണ്. അവൾ വസ്ത്രം മാറിയിരുന്നില്ല.

"എന്തുപറ്റി ടെസ്സി, നിനക്ക് സുഖമില്ലേ?" ഞാൻ ചോദിച്ചു.

"കുഴപ്പമില്ല"

"എങ്കിൽ വേഗം തയ്യാറാകൂ."

"എന്നെ... എപ്പോഴും പോസ് ചെയ്യിക്കുന്നതുപോലെ തന്നെ ഇന്നും ചെയ്യിക്കണോ?" അവൾ ചോദിച്ചു.

അപ്പോഴാണ് എനിക്ക് കാര്യം മനസ്സിലായത്. ഇവിടെ പുതിയൊരു പ്രശ്നം ഉടലെടുത്തിരിക്കുന്നു. എനിക്ക് ലഭിച്ചിട്ടുള്ളതിൽ വെച്ച് ഏറ്റവും മികച്ച മോഡലിനെ എനിക്ക് നഷ്ടപ്പെട്ടിരിക്കുന്നു. ഞാൻ ടെസ്സിയെ നോക്കി; അവളുടെ മുഖം ചുവന്നു തുടുത്തിരുന്നു. കഷ്ടം! ഞങ്ങൾ അറിവിന്റെ കനി ഭക്ഷിച്ചു കഴിഞ്ഞിരിക്കുന്നു, ഈഡൻ തോട്ടവും നിഷ്കളങ്കതയും ഇനി പഴയ സ്വപ്നങ്ങൾ മാത്രം.

എന്റെ മുഖത്തെ നിരാശ അവൾ ശ്രദ്ധിച്ചു കാണണം.

"നിങ്ങൾക്ക് വേണമെങ്കിൽ ഞാൻ പഴയതുപോലെ തന്നെ പോസ് ചെയ്യാം," അവൾ പറഞ്ഞു.

"ഇന്നലത്തെ പെയിന്റിംഗ് ആ സ്ക്രീനിന് പിന്നിലുണ്ട്."

"വേണ്ട," ഞാൻ പറഞ്ഞു. "നമുക്ക് പുതിയൊന്ന് തുടങ്ങാം." ഞാൻ അലമാരയിൽ നിന്നും സ്വർണ്ണ നൂലുകൾ കൊണ്ട് തുന്നിയ ഒരു മൂറിഷ് (Moorish) വസ്ത്രം എടുത്തു നൽകി. ടെസ്സി അതീവ സന്തോഷത്തോടെ അത് വാങ്ങി സ്ക്രീനിന് പിന്നിലേക്ക് പോയി. അവൾ തിരികെ വന്നപ്പോൾ ഞാൻ അത്ഭുതപ്പെട്ടുപോയി. അവളുടെ നീളമുള്ള കറുത്ത മുടി വൈഡൂര്യം (Turquoise) പതിച്ച ഒരു ബാൻഡു കൊണ്ട് കെട്ടിയിരുന്നു.

വെള്ളി നൂലുകൾ കൊണ്ട് അലങ്കരിച്ച നീല വസ്ത്രം അവൾക്ക് അതീവ ചാരുത നൽകി. അവൾ പുഞ്ചിരിയോടെ എന്റെ അടുത്തേക്ക് വന്നു. ഞാൻ പോക്കറ്റിൽ നിന്നും കുരിശു തൂക്കിയ ഒരു സ്വർണ്ണമാല എടുത്ത് അവളുടെ കഴുത്തിലിട്ടു.

“ഇത് നിനക്കുള്ളതാണ് ടെസ്സി.”

“എനിക്കോ?” അവൾ വിശ്വസിക്കാനാവാതെ ചോദിച്ചു.

“നിനക്ക് തന്നെ. ഇനി പോയി പോസ് ചെയ്യൂ.” അവൾ ആവേശത്തോടെ സ്ക്രീനിന് പിന്നിലേക്ക് ഓടിപ്പോയി. തിരികെ വന്നപ്പോൾ അവളുടെ കയ്യിൽ എന്റെ പേരെഴുതിയ ഒരു ചെറിയ പെട്ടി ഉണ്ടായിരുന്നു.

“ഇന്ന് രാത്രി വീട്ടിൽ പോകുമ്പോൾ നിനക്ക് തരാൻ വെച്ചതായിരുന്നു ഇത്,” അവൾ പറഞ്ഞു. “പക്ഷേ ഇപ്പോൾ തരാതിരിക്കാൻ എനിക്ക് കഴിയില്ല.”

ഞാൻ ആ പെട്ടി തുറന്നു. അതിനുള്ളിലെ പിങ്ക് പഞ്ഞിക്ക് മുകളിൽ കറുത്ത കല്ലിൽ (Onyx) നിർമ്മിച്ച ഒരു കൊളുത്ത് (Clasp) ഉണ്ടായിരുന്നു. അതിൽ സ്വർണ്ണ നൂലുകൾ കൊണ്ട് വിചിത്രമായ ഒരു ചിഹ്നമോ അക്ഷരമോ കൊത്തിവെച്ചിരുന്നു. അത് അറബിയോ ചൈനീസോ അല്ലെങ്കിൽ മറ്റേതെങ്കിലും മനുഷ്യഭാഷയോ ആയിരുന്നില്ല.

അല്പം നീരസം തോന്നിയെങ്കിലും ഞാനത് സന്തോഷത്തോടെ സ്വീകരിക്കുകയും എപ്പോഴും ധരിക്കാമെന്ന് അവൾക്ക് വാക്ക് നൽകുകയും ചെയ്തു. അവൾ എന്റെ കോട്ടിന്റെ ഉൾഭാഗത്തായി അത് കുത്തിവെച്ചു.

“ഇത്രയും വിലപിടിപ്പുള്ള സാധനം എനിക്ക് വാങ്ങാൻ നീ എന്തിനാണ് പോയത്?” ഞാൻ ചോദിച്ചു.

“ഞാനിത് വാങ്ങിയതല്ല,” അവൾ ചിരിച്ചു.

“പിന്നെ നിനക്കിത് എവിടെ നിന്ന് കിട്ടി?”

അവൾ ആ കഥ പറഞ്ഞു. ഒരിക്കൽ അക്വേറിയത്തിൽ നിന്നും വരുമ്പോൾ വഴിയിൽ നിന്നും കിട്ടിയതാണത്രേ. ഉടമസ്ഥനെ കണ്ടെത്താൻ അവൾ പത്രത്തിൽ പരസ്യം നൽകിയെങ്കിലും ആരും വന്നില്ല.

“കഴിഞ്ഞ ശൈത്യകാലത്തായിരുന്നു അത്,” അവൾ പറഞ്ഞു. “ഞാൻ ആ ശവവണ്ടിയെക്കുറിച്ച് ആദ്യമായി സ്വപ്നം കണ്ട അതേ ദിവസം!”

കഴിഞ്ഞ രാത്രിയിലെ എന്റെ സ്വപ്നത്തെക്കുറിച്ച് ഞാൻ ഓർത്തെങ്കിലും ഒന്നും പറഞ്ഞില്ല. പെട്ടെന്നുതന്നെ ഞാൻ പുതിയ കാൻവാസിൽ പെയിന്റിംഗ് ആരംഭിച്ചു, ടെസ്സി അനങ്ങാതെ പോസ് ചെയ്തു നിന്നു.

III

പിറ്റേദിവസം എനിക്ക് ഒട്ടും ഗുണകരമായിരുന്നില്ല. ഒരു കാൻവാസ് ഒരിടത്തുനിന്നും മാറ്റുന്നതിനിടയിൽ തറയിൽ തെന്നി ഞാൻ വീണു. എന്റെ രണ്ട് കൈത്തണ്ടകൾക്കും വല്ലാതെ പരിക്കേറ്റു. ബ്രഷ് പിടിക്കാൻ പോലും കഴിയാത്ത അവസ്ഥയിൽ ഞാൻ സ്റ്റുഡിയോയിലൂടെ നിസ്സഹായനായി നടന്നു. പെയ്തുകൊണ്ടിരുന്ന മഴയുടെ ശബ്ദം എന്നെ കൂടുതൽ അസ്വസ്ഥനാക്കി. ടെസ്സി ജനാലയ്ക്കൽ ഇരുന്ന് തുന്നൽ ജോലി ചെയ്യുകയായിരുന്നു. ഇടയ്ക്കിടെ അവൾ സഹതാപത്തോടെ എന്നെ നോക്കുന്നത് കണ്ടപ്പോൾ എനിക്ക് ദേഷ്യം തോന്നി. എന്തെങ്കിലും ചെയ്യാൻ വേണ്ടി ഞാൻ ലൈബ്രറിയിലെ പുസ്തക അലമാരകൾ തുറന്നു. അവിടുത്തെ എല്ലാ പുസ്തകങ്ങളും എനിക്ക് പരിചിതമായിരുന്നു. എന്നാൽ അവസാനത്തെ അലമാരയുടെ മുകളിലെ മൂലയിൽ പാമ്പിന്റെ തൊലി (Serpent skin) കൊണ്ട് പൊതിഞ്ഞ ഒരു പുസ്തകം ഇരിക്കുന്നത് എന്റെ ശ്രദ്ധയിൽപ്പെട്ടു.

അങ്ങനെയൊരു പുസ്തകം എന്റെ ശേഖരത്തിലുള്ളതായി ഞാൻ ഓർത്തില്ല. എനിക്ക് ഉയരമില്ലാത്തതുകൊണ്ട് ഞാൻ ടെസ്സിയെ വിളിച്ചു. അവൾ വന്ന് ആ പുസ്തകം കൈയ്യിലെടുത്തു.

“ഇത് ഏതാണ് പുസ്തകം?” ഞാൻ ചോദിച്ചു. “ദ കിംഗ് ഇൻ യെല്ലോ (The King in Yellow).”

ഞാൻ സ്തബ്ധനായിപ്പോയി! ആരാണിത് ഇവിടെ വെച്ചത്? എങ്ങനെയത് എന്റെ മുറിയിലെത്തി? ആ പുസ്തകം ഒരിക്കലും തുറക്കില്ലെന്ന് ഞാൻ പണ്ടേ തീരുമാനിച്ചതാണ്. ഞാൻ മുമ്പ് പരിചയപ്പെട്ടിരുന്ന കാസ്റ്റെയ്ൻ എന്ന യുവാവിന്റെ ദുരന്തം എനിക്കറിയാമായിരുന്നു. അതുകൊണ്ട് തന്നെ അതിന്റെ ആ ദുഷിച്ച പേജുകളിലേക്ക് നോക്കാൻ പോലും എനിക്ക് ഭയമായിരുന്നു. അതിന്റെ രണ്ടാം ഭാഗത്തെക്കുറിച്ച് ആരും ഉറക്കെ സംസാരിക്കാറില്ല. ഒരു പാമ്പിനെ നോക്കുന്നതുപോലെ വിഷലിപ്തമായ ആ പുസ്തകത്തിലേക്ക് ഞാൻ നോക്കി നിന്നു.

“ടെസ്സി, അത് തൊടരുത്. താഴെയിറങ്ങൂ,” ഞാൻ പറഞ്ഞു. എന്റെ ഈ വിലക്ക് അവളുടെ കൗതുകം വർദ്ധിപ്പിച്ചു. ഞാൻ തടയുന്നതിന് മുൻപ് തന്നെ അവൾ ആ പുസ്തകവുമായി സ്റ്റുഡിയോയിലേക്ക് ഓടി. പരിക്കേറ്റ കൈകളുമായി എനിക്ക് അവളെ തടയാൻ കഴിഞ്ഞില്ല.

“ടെസ്സി! തമാശയല്ല, അത് താഴെ വെക്കൂ. നീ അത് തുറക്കുന്നത് എനിക്ക് ഇഷ്ടമല്ല!” ഞാൻ അലറി. ലൈബ്രറിയിൽ അവളെ കണ്ടില്ല. ഞാൻ മുറികളിലെല്ലാം തിരഞ്ഞു. ഒടുവിൽ അരമണിക്കൂറിന് ശേഷം സ്റ്റോർ റൂമിലെ ജനാലയ്ക്കൽ വിളറി വെളുത്ത് നിശബ്ദയായി ഇരിക്കുന്ന അവളെ

ഞാൻ കണ്ടെത്തി. തന്റെ വിഡ്ഢിത്തത്തിന് അവൾക്ക് അർഹിച്ച ശിക്ഷ ലഭിച്ചുവെന്ന് എനിക്ക് തോന്നി. അവളുടെ കാൽക്കൽ ആ പുസ്തകം തുറന്നു കിടപ്പുണ്ടായിരുന്നു. അത് വൈകിപ്പോയിരുന്നു; അവൾ 'ദ കിംഗ് ഇൻ യെല്ലോ' വായിച്ചു കഴിഞ്ഞു!

ഞാൻ അവളെ കൈപിടിച്ച് സ്റ്റുഡിയോയിലേക്ക് കൊണ്ടുപോയി. അവൾ മരവിച്ച അവസ്ഥയിലായിരുന്നു. സോഫയിൽ കിടക്കാൻ പറഞ്ഞപ്പോൾ ഒരു വാക്കുപോലും മിണ്ടാതെ അവൾ അനുസരിച്ചു. അവൾ ഉറങ്ങുകയാണോ എന്ന് എനിക്ക് മനസ്സിലായില്ല. ഞാൻ കുറെ നേരം അവളുടെ അരികിലിരുന്നു. ഒടുവിൽ ഞാൻ ആ സ്റ്റോർ റൂമിൽ പോയി ആ പുസ്തകം എടുത്തു. അതിന് ഈയത്തേക്കാൾ (Lead) ഭാരമുള്ളതായി എനിക്ക് തോന്നി. ഞാൻ അത് സ്റ്റുഡിയോയിൽ കൊണ്ടുവന്ന് സോഫയ്ക്കടുത്തിരുന്ന് തുടക്കം മുതൽ ഒടുക്കം വരെ വായിച്ചു തീർത്തു. വികാരങ്ങൾ കൊണ്ട് തളർന്ന് ഞാൻ ആ പുസ്തകം താഴെയിട്ടപ്പോൾ ടെസ്സി കണ്ണുകൾ തുറന്ന് എന്നെ നോക്കി.

'ദ കിംഗ് ഇൻ യെല്ലോ' എന്ന പുസ്തകത്തെക്കുറിച്ച് ഞങ്ങൾ ഏറെ നേരം സംസാരിച്ചു. സ്ഫടികം പോലെ തെളിഞ്ഞതും നീരുറവ പോലെ സംഗീതാത്മകവുമായ ആ വാക്കുകൾ എഴുതിയത് എത്ര വലിയ പാപമാണ്! വിഷം പുരട്ടിയ വജ്രങ്ങളെപ്പോലെ ആ വാക്കുകൾ ജ്വലിക്കുന്നു. സാധാരണക്കാരനും വിദ്വാനും ഒരുപോലെ മനസ്സിലാകുന്ന, സംഗീതത്തേക്കാൾ ആശ്വാസകരവും എന്നാൽ മരണത്തേക്കാൾ ഭീകരവുമായ ആ വരികൾ കൊണ്ട് മനുഷ്യരെ തളച്ചിടുന്ന ആത്മാവിന്റെ ആ ഗതികേട് എത്ര ഭയാനകമാണ്!

ഇരുട്ട് പടരുന്നത് ഞങ്ങൾ അറിഞ്ഞില്ല. ആ കറുത്ത കല്ലിൽ കൊത്തിവെച്ച ചിഹ്നം—ഇപ്പോൾ ഞങ്ങൾക്കറിയാം അത് 'യെല്ലോ സൈൻ' ആണെന്ന്—അത് എറിഞ്ഞുകളയാൻ ടെസ്സി എന്നോട് അപേക്ഷിക്കുന്നുണ്ടായിരുന്നു. എന്റെ നെഞ്ചിൽ നിന്നും അത് പറിച്ച് തീയിലേക്ക് എറിയുന്നതിൽ നിന്നും എന്നെ തടഞ്ഞത് എന്താണെന്ന് എനിക്ക് ഇപ്പോഴും അറിയില്ല. ഞാൻ അത് ചെയ്യാൻ ആഗ്രഹിച്ചിരുന്നു, പക്ഷേ എനിക്ക് കഴിഞ്ഞില്ല. രാത്രി വൈകുവോളം ഞങ്ങൾ ആ രാജാവിനെക്കുറിച്ചും 'വിളറിയ മുഖംമൂടിയെക്കുറിച്ചും' (Pallid Mask) മന്ത്രിച്ചുകൊണ്ടിരുന്നു. മൂടൽമഞ്ഞ് പുതച്ച നഗരത്തിലെ മണികൾ പന്ത്രണ്ട് വട്ടം മുഴങ്ങി. ഹാലി തടാകത്തിന്റെ തീരത്ത് തിരമാലകൾ അലച്ചു വീഴുന്നതുപോലെ ജനാലച്ചില്ലുകളിൽ മൂടൽമഞ്ഞ് വന്നിടിച്ചു.

വീട് നിശബ്ദമായിരുന്നു. ഇരുട്ടിൽ ടെസ്സിയുടെ മുഖം ഒരു ചാരനിറത്തിലുള്ള നിഴൽ പോലെ മാത്രമേ എനിക്ക് കാണാൻ കഴിഞ്ഞുള്ളൂ.

അവളുടെ കൈകൾ എന്റെ കൈകൾക്കുള്ളിലായിരുന്നു. ഹയാഡെസിന്റെ (Hyades) രഹസ്യം ഞങ്ങൾ മനസ്സിലാക്കിക്കഴിഞ്ഞിരുന്നു. പെട്ടെന്ന്, ദൂരെ തെരുവിൽ ഒരു ശബ്ദം കേട്ടു. ചക്രങ്ങൾ ഉരുളുന്ന ശബ്ദം! അത് അടുത്തടുത്ത് വന്നു. ഒടുവിൽ അത് എന്റെ വാതിൽക്കൽ വന്നു നിന്നു. ഞാൻ ജനാലയിലൂടെ നോക്കി—അതൊരു കറുത്ത ശവവണ്ടി (Hearse) ആയിരുന്നു!

താഴത്തെ കവാടം തുറക്കുന്നതും അടയുന്നതും ഞാൻ കേട്ടു. ഞാൻ വിറച്ചുകൊണ്ട് എന്റെ മുറിയുടെ വാതിൽ പൂട്ടി. പക്ഷേ, ആ യെല്ലോ സൈനിനായി വരുന്ന ആ രൂപത്തെ തടയാൻ ഒരു പൂട്ടുകൾക്കും കഴിയില്ലെന്ന് എനിക്കറിയാമായിരുന്നു. ഇടനാഴിയിലൂടെ അയാൾ നടന്നു വരുന്നത് ഞാൻ കേട്ടു. അയാൾ വാതിൽക്കൽ എത്തിയതും എന്റെ വാതിലിലെ ആണിപ്പൂട്ടുകൾ ഇളകിവീണു! അയാൾ അകത്തു പ്രവേശിച്ചു. ഇരുട്ടിൽ അയാളെ എനിക്ക് കാണാൻ കഴിഞ്ഞില്ല. പക്ഷേ, തണുത്തതും മൃദുവായതുമായ ആ കൈകൾ എന്നെ പൊതിഞ്ഞപ്പോൾ ഞാൻ ഭ്രാന്തമായി പോരാടി. എന്റെ കൈകൾ നിസ്സഹായമായിരുന്നു. അയാൾ എന്റെ കോട്ടിൽ നിന്നും ആ ചിഹ്നം പിച്ചിച്ചീന്തിയെടുത്തു, എന്റെ മുഖത്തടിച്ചു. ഞാൻ വീഴുമ്പോൾ ടെസ്സിയുടെ നേർത്ത നിലവിളി കേട്ടു; അവളുടെ ആത്മാവ് പറന്നുപോയിരിക്കുന്നു. എനിക്കും അവൾക്കൊപ്പം പോകണമെന്ന് തോന്നി, കാരണം 'കിംഗ് ഇൻ യെല്ലോ' തന്റെ കീറിപ്പറിഞ്ഞ വസ്ത്രങ്ങൾ വിടർത്തിക്കഴിഞ്ഞിരുന്നു. ഇനി ദൈവത്തോട് അപേക്ഷിക്കാൻ മാത്രമേ കഴിയൂ.

ഇതിലപ്പുറം എനിക്ക് ഒന്നും പറയാനില്ല. ലോകത്തിന് ഇതുകൊണ്ട് എന്ത് ഗുണമുണ്ടാകുമെന്ന് എനിക്കറിയില്ല. ഞാൻ എല്ലാ പ്രതീക്ഷകൾക്കും അപ്പുറത്താണ്. മരിക്കുന്നതിന് മുൻപ് ഇത് എഴുതിത്തീർക്കാൻ കഴിയുമോ എന്ന് പോലും എനിക്കറിയില്ല. ഡോക്ടർ തന്റെ മരുന്നുകൾ മാറ്റിവെച്ച് എന്റെ അരികിലുള്ള പുരോഹിതന് ഒരു സൂചന നൽകുന്നത് എനിക്ക് മനസ്സിലാകുന്നുണ്ട്.

പുറത്തുള്ള ലോകം ഈ ദുരന്തത്തെക്കുറിച്ച് അറിയാൻ കൗതുകപ്പെട്ടേക്കാം. പത്രങ്ങൾ കണ്ണുനീരും രക്തവും കൊണ്ട് നിറയുമായിരിക്കും. പക്ഷേ, ഈ കുമ്പസാരക്കൂടിന് മുന്നിൽ അവർക്ക് നിൽക്കേണ്ടി വരും. ടെസ്സി മരിച്ചുവെന്നും ഞാൻ മരിച്ചുകൊണ്ടിരിക്കുകയാണെന്നും അവർക്കറിയാം. ഒരു ഭയാനകമായ നിലവിളി കേട്ട് മുറിയിലേക്ക് ഓടിക്കയറിയവർ കണ്ടത് രണ്ട് ശവങ്ങളും മരിക്കാറായ എന്നെയുമാണ്. പക്ഷേ ഡോക്ടർ പറഞ്ഞ കാര്യം അവർക്കറിയില്ല. തറയിൽ കിടക്കുന്ന, അഴുകിത്തീർന്ന ആ മനുഷ്യന്റെ ശവത്തെ—പള്ളിയിലെ ആ കാവൽക്കാരന്റെ

ശവത്തെ—ചൂണ്ടി ഡോക്ടർ പറഞ്ഞു: "എനിക്ക് ഇതൊന്നും വിശദീകരിക്കാൻ കഴിയില്ല. ഈ മനുഷ്യൻ മരിച്ചിട്ട് മാസങ്ങളായിട്ടുണ്ടാകണം!"

ഞാൻ മരിക്കുകയാണെന്ന് തോന്നുന്നു. പുരോഹിതൻ ദയവായി ഒന്ന്.....

ദ ഡെമോയിസെൽ ഡി ഇസ്

"സത്യം ഒളിഞ്ഞിരിക്കുന്ന എന്ന് ഹെരാക്ലിറ്റസ് പറഞ്ഞ ആ ഇരുണ്ട കിണറ്റിലേക്ക് ഞാൻ വീണുവെന്ന് ഞാൻ വിശ്വസിക്കുന്നു."

"എനിക്ക് അത്ഭുതകരമായി തോന്നുന്ന മൂന്ന് കാര്യങ്ങളുണ്ട്, അല്ല എനിക്ക് മനസ്സിലാകാത്ത നാല് കാര്യങ്ങൾ: ആകാശത്തിലൂടെയുള്ള കഴുകന്റെ വഴി; പാറയ്ക്ക് മുകളിലൂടെയുള്ള പാമ്പിന്റെ വഴി; കടലിന് നടുവിലൂടെയുള്ള കപ്പലിന്റെ വഴി; പിന്നെ, ഒരു യുവതിയോട് ഒരു പുരുഷനുള്ള പ്രണയത്തിന്റെ വഴി."

I

ചുറ്റുമുള്ള വിജനത എന്നെ തളർത്തിത്തുടങ്ങിയിരുന്നു; ഞാൻ താഴെയിരുന്ന് സാഹചര്യം വിലയിരുത്താൻ ശ്രമിച്ചു. എങ്ങനെയെങ്കിലും കടൽത്തീരം കണ്ടെത്താൻ കഴിഞ്ഞാൽ രക്ഷപ്പെടാമായിരുന്നു. ഗ്രോയിക്സ് (Groix) ദ്വീപ് പാറക്കെട്ടുകൾക്ക് മുകളിൽ നിന്ന് കാണാൻ കഴിയുമെന്ന് എനിക്കറിയാമായിരുന്നു.

ഞാൻ തോക്ക് താഴെ വെച്ച്, ഒരു പാറയ്ക്ക് പിന്നിലിരുന്ന് പൈപ്പ് കത്തിച്ചു. സമയം നാലുമണി കഴിഞ്ഞിരിക്കുന്നു. പുലർച്ചെ മുതൽ തുടങ്ങിയ നടത്തമാണ്, ഞാൻ കെർസെലെക്കിൽ (Kerselec) നിന്ന് ഒരുപാട് ദൂരം പിന്നിട്ടിട്ടുണ്ടാകണം. തലേദിവസം ഗൗൾവെനോടൊപ്പം (Goulven) പാറക്കെട്ടുകൾക്ക് മുകളിൽ നിന്ന് നോക്കിയപ്പോൾ ഈ ചതുപ്പുനിലം ഒരു പുൽമേടുപോലെ പരന്നാണ് എനിക്ക് തോന്നിയത്. ദൂരം പലപ്പോഴും നമ്മെ വഞ്ചിക്കുമെന്ന് എനിക്കറിയാമായിരുന്നു. കെർസെലെക്കിൽ നിന്ന് വെറും കുഴികളായി തോന്നിയവ വലിയ താഴ്വരകളാണെന്നും, ചെറിയ കല്ലുകളായി കണ്ടവ ഭീമാകാരമായ ഗ്രാനൈറ്റ് പാറകളാണെന്നും എനിക്ക് അപ്പോൾ മനസ്സിലായി.

“അപരിചിതർക്ക് ഇതൊരു മോശം സ്ഥലമാണ്, ഒരു വഴികാട്ടിയെ കൂടെക്കൂട്ടുന്നതാണ് നല്ലത്,” എന്ന് വൃദ്ധനായ ഗൗൾവെൻ പറഞ്ഞപ്പോൾ, “എനിക്ക് വഴി തെറ്റില്ല” എന്നായിരുന്നു എന്റെ മറുപടി. ഇപ്പോൾ, ആ കടൽക്കാറ്റ് മുഖത്തേറ്റ് പുകവലിച്ചിരിക്കുമ്പോൾ എനിക്ക് മനസ്സിലായി, എനിക്ക് വഴി വഴിതെറ്റിയിരിക്കുന്നു എന്ന്. എല്ലാ വശങ്ങളിലും മനോഹരമായി പൂത്തുനിൽക്കുന്ന മുള്ളൻ ചെടികളും (Gorse) ഗ്രാനൈറ്റ് പാറകളും മാത്രം. ഒരു മരമോ വീടോ എവിടെയും കാണാനില്ലായിരുന്നു. അല്പം കഴിഞ്ഞ് ഞാൻ തോക്കെടുത്ത് സൂര്യന് പുറംതിരിഞ്ഞു വീണ്ടും നടക്കാൻ തുടങ്ങി.

വഴിയിൽ കണ്ട ചെറിയ തോടുകളെ പിന്തുടരുന്നത് കൊണ്ട് പ്രയോജനമില്ലായിരുന്നു; അവ കടലിലേക്ക് ഒഴുകുന്നതിന് പകരം ചതുപ്പുനിലങ്ങളിലെ കുളങ്ങളിലേക്കാണ് പോയിരുന്നത്. സൂര്യൻ താഴ്ന്നു തുടങ്ങി. മഞ്ഞ നിറത്തിലുള്ള മുള്ളൻ ചെടികൾക്കും കുളങ്ങൾക്കും മുകളിലൂടെ സന്ധ്യാപ്രകാശം പടർന്നു.

നടക്കുന്തോറും എന്റെ വലിയ നിഴൽ എനിക്ക് മുന്നേ നീളുന്നത് പോലെ തോന്നി. ചെടികൾ എന്റെ കാലുകളിൽ ഉരസുന്നുണ്ടായിരുന്നു. കാട്ടുതാറാവുകളുടെ ശബ്ദവും മുയലുകളുടെ ഓട്ടവും ആ വിജനതയിൽ മുഴങ്ങി. ഒരിക്കൽ ഒരു കുറുക്കൻ എന്റെ വഴി മുറിച്ചു കടന്നുപോയി. ഒരു തോടിന് അരികിൽ വെള്ളം കുടിക്കാൻ കുനിഞ്ഞപ്പോൾ ഒരു പെരുമുണ്ടി (Heron) ചിറകടിച്ചു പറന്നുപോയി. സൂര്യൻ ചക്രവാളത്തെ തൊടുന്നത് ഞാൻ കണ്ടു. ഇനി നടന്നിട്ട് കാര്യമില്ലെന്നും ഒരു രാത്രി ഇവിടെ ചെലവഴിക്കേണ്ടി വരുമെന്നും ഉറപ്പിച്ച ഞാൻ തളർന്നു താഴെയിരുന്നു. സന്ധ്യാപ്രകാശം എന്റെ ശരീരത്തിൽ തട്ടിയിരുന്നെങ്കിലും തണുത്ത കടൽക്കാറ്റ് എന്നെ വിറപ്പിക്കുന്നുണ്ടായിരുന്നു. ആകാശത്ത് കടൽകാക്കകൾ കടലാസു കഷണങ്ങളെപ്പോലെ പറന്നു നടന്നു.

പെട്ടെന്ന്, കാട്ടുചെടികൾക്കിടയിൽ ഉണ്ടായ ഒരു ശബ്ദം എന്നെ ഉണർത്തി. തലയുയർത്തി നോക്കിയപ്പോൾ ഒരു വലിയ പക്ഷി എന്റെ മുഖത്തിന് നേരെ അന്തരീക്ഷത്തിൽ പിടഞ്ഞുനിൽക്കുന്നത് കണ്ടു. ഒരു നിമിഷം ഞാൻ സ്തബ്ധനായി. അപ്പോഴതാ, പുൽക്കാടുകൾക്കിടയിലൂടെ എന്തോ ഒന്ന് പാഞ്ഞുപോയി, ആ പക്ഷി താഴേക്ക് വീണു.

ഞാൻ വേഗം എഴുന്നേറ്റ് ആ ചെടികൾക്കിടയിലൂടെ നോക്കി. അല്പം അകലെയുള്ള ഒരു ഹീത്ത് ചെടിക്കൂട്ടത്തിന് (Heather) ഉള്ളിൽ ഒരു മൽപ്പിടുത്തത്തിന്റെ ശബ്ദം കേട്ടു, പിന്നെ എല്ലാം ശാന്തമായി. ഞാൻ തോക്കുമായി അങ്ങോട്ട് ചെന്നു. അവിടെ കണ്ട കാഴ്ച എന്നെ അത്ഭുതപ്പെടുത്തി. ഒരു മുയൽ ചത്തു കിടക്കുന്നു, അതിന് മുകളിൽ

ഗാംഭീര്യമുള്ള ഒരു വേട്ടപ്പരുന്ത് (Falcon) നിൽക്കുന്നു! അതിന്റെ ഒരു നഖം മുയലിന്റെ കഴുത്തിലും മറ്റൊന്ന് ശരീരത്തിലും ആഴ്ന്നിറങ്ങിയിരുന്നു. എന്നാൽ എന്നെ അത്ഭുതപ്പെടുത്തിയത് ആ പരുന്തല്ല, മറിച്ച് അതിന്റെ കാലുകളിൽ കെട്ടിയിരുന്ന ഒരു ചെറിയ മണി (Bell) ആയിരുന്നു. ആ പക്ഷി തന്റെ തീക്ഷ്ണമായ മഞ്ഞക്കണ്ണുകളാൽ എന്നെ നോക്കി.

അതേ നിമിഷം തന്നെ ചെടികൾക്കിടയിൽ നിന്നും കാൽപ്പെരുമാറ്റം കേട്ടു, ഒരു പെൺകുട്ടി അവിടേക്ക് ചാടിവന്നു. എന്നെ ശ്രദ്ധിക്കാതെ അവൾ ആ പരുന്തിന്റെ അടുത്തേക്ക് നടന്നു. തന്റെ ഗ്ലൗസ് ധരിച്ച കൈകൊണ്ട് അവൾ പക്ഷിയെ തലോടി അതിനെ ഉയർത്തി. വേഗത്തിൽ അവൾ ആ പക്ഷിയുടെ തലയിൽ ഒരു ചെറിയ തൊപ്പി (Hood) ധരിപ്പിക്കുകയും അതിനെ തന്റെ കയ്യിലിരുത്തി മുയലിനെ എടുക്കുകയും ചെയ്തു.

അവൾ ആ മുയലിനെ തന്റെ അരക്കെട്ടിൽ കെട്ടി തിരികെ നടക്കാൻ തുടങ്ങി. അവൾ എന്നെ കടന്നുപോയപ്പോൾ ഞാൻ എന്റെ തൊപ്പി യുയർത്തി അഭിവാദ്യം ചെയ്തു, അവൾ ചെറിയൊരു തലയാട്ടലിലൂടെ അത് സ്വീകരിച്ചു. ആ രംഗം കണ്ട് ഞാൻ അത്രമേൽ അത്ഭുതപ്പെട്ടിരി ക്കുകയായിരുന്നു. പക്ഷേ അവൾ ദൂരേക്ക് പോകുന്നത് കണ്ടപ്പോൾ, ആ തണുത്ത രാത്രിയിൽ ചതുപ്പനിലത്ത് കിടക്കാൻ ആഗ്രഹമില്ലെ ങ്കിൽ ഇപ്പോൾ സംസാരിക്കണമെന്ന് എനിക്ക് മനസ്സിലായി. ഞാൻ വിളിച്ചപ്പോൾ അവൾ ഒന്നു മടിച്ചു. അവളുടെ സുന്ദരമായ കണ്ണുകളിൽ ചെറിയൊരു ഭയം കണ്ടു. എന്നാൽ എന്റെ അവസ്ഥ ഞാൻ വിവരിച്ച പ്പോൾ അവളുടെ മുഖം ചുവക്കുകയും അവൾ അത്ഭുതത്തോടെ എന്നെ നോക്കുകയും ചെയ്തു.

"തീർച്ചയായും നിങ്ങൾ കെർസെലെക്കിൽ നിന്നല്ല വരുന്നത്!" അവൾ ആവർത്തിച്ചു.

അവളുടെ മധുരമായ ശബ്ദത്തിൽ ബ്രിട്ടൻ (Breton) ചുവയോ എനിക്ക് പരിചിതമായ മറ്റേതെങ്കിലും ഉച്ചാരണ രീതികളോ ഉണ്ടായിരുന്നില്ല. എങ്കിലും എവിടെയോ കേട്ടു മറന്ന ഒരു പഴയ പാട്ടിന്റെ ഈണം പോലെ എന്തോ ഒന്ന് ആ ശബ്ദത്തിലുണ്ടായിരുന്നു.

ഞാൻ ഒരു അമേരിക്കക്കാരനാണെന്നും ഈ പ്രദേശം എനിക്ക് അപരി ചിതമാണെന്നും വിനോദത്തിനായി നായാട്ടിന് ഇറങ്ങിയതാണെന്നും ഞാൻ വിശദീകരിച്ചു.

"ഒരു അമേരിക്കക്കാരൻ," സംഗീതാത്മകമായ ആ ശബ്ദത്തിൽ അവൾ ആവർത്തിച്ചു. "ഞാൻ ഇതിനുമുമ്പ് ഒരു അമേരിക്കക്കാരനെ കണ്ടിട്ടില്ല." അല്പനേരം അവൾ നിശബ്ദയായി നിന്നു, പിന്നീട് എന്നെ നോക്കി

പറഞ്ഞു: “നിങ്ങൾ രാത്രി മുഴുവൻ നടന്നാലും ഇപ്പോൾ കെർസെലെക്കിൽ എത്തില്ല, ഒരു വഴികാട്ടി കൂടെയുണ്ടെങ്കിൽ പോലും.”

അതൊരു നല്ല വാർത്തയല്ലായിരുന്നു. “പക്ഷേ,” ഞാൻ തുടർന്നു, “എനിക്ക് അല്പം ഭക്ഷണവും തങ്ങാൻ ഇടവും ലഭിക്കുന്ന ഏതെങ്കിലും കർഷകന്റെ കുടിലെങ്കിലും കണ്ടെത്താൻ കഴിഞ്ഞിരുന്നെങ്കിൽ...”

അവളുടെ കൈത്തണ്ടയിലിരുന്ന പരുന്ത് ചിറകടിച്ച് തല കുടഞ്ഞു. അവൾ അതിന്റെ പുറത്ത് തലോടിക്കൊണ്ട് എന്നെ നോക്കി.

“ചുറ്റും നോക്കൂ,” അവൾ മൃദുവായി പറഞ്ഞു. “ഈ ചതുപ്പുനിലത്തിന്റെ അവസാനം നിങ്ങൾക്ക് കാണാൻ കഴിയുന്നുണ്ടോ? വടക്കോട്ടും തെക്കോട്ടും കിഴക്കോട്ടും പടിഞ്ഞാറോട്ടും നോക്കൂ. ഈ പുൽക്കാടുകളല്ലാതെ മറ്റെന്തെങ്കിലും നിങ്ങൾക്ക് കാണാൻ കഴിയുന്നുണ്ടോ?”

“ഇല്ല,” ഞാൻ പറഞ്ഞു.

“ഈ ചതുപ്പുനിലം വന്യവും വിജനവുമാണ്. ഇതിനുള്ളിലേക്ക് കടക്കാൻ എളുപ്പമാണ്, പക്ഷേ ഉള്ളിൽ കടന്നവർ പലപ്പോഴും പുറത്തേക്ക് പോയിട്ടില്ല. ഇവിടെ കർഷകരുടെ കുടിലുകളൊന്നുമില്ല.”

“ശരി,” ഞാൻ പറഞ്ഞു. “കെർസെലെക്ക് ഏത് ദിശയിലാണെന്ന് പറഞ്ഞു തന്നാൽ നാളെ എനിക്ക് മടങ്ങിപ്പോകാം.”

അവൾ എന്നെ സഹതാപത്തോടെ നോക്കി. “ആഹ്,” അവൾ പറഞ്ഞു, “ഇങ്ങോട്ട് വരുന്നത് എളുപ്പമാണ്, അതിന് മണിക്കൂറുകൾ മതി; പക്ഷേ തിരിച്ചു പോകുന്നത് അങ്ങനെയല്ല—അതിന് നൂറ്റാണ്ടുകൾ എടുത്തേക്കാം.”

അവളുടെ വാക്കുകൾ കേട്ട് ഞാൻ അത്ഭുതപ്പെട്ടു, ഞാൻ സംസാരിക്കും മുൻപ് അവൾ തന്റെ അരക്കെട്ടിൽ നിന്നും ഒരു വിസിൽ എടുത്ത് ഊതി.

“ഇരുന്ന് വിശ്രമിക്കൂ,” അവൾ പറഞ്ഞു. “നിങ്ങൾ ഒരുപാട് ദൂരം നടന്നു തളർന്നിരിക്കുന്നു.”

അവൾ തന്റെ വസ്ത്രം ഒതുക്കിപ്പിടിച്ച് എന്നെയും കൂട്ടി അവിടെയുള്ള ഒരു പാറയിൽ ഇരുന്നു. സന്ധ്യാപ്രകാശം മാഞ്ഞു തുടങ്ങിയിരുന്നു. ആകാശത്ത് ഒരൊറ്റ നക്ഷത്രം മാത്രം തെളിഞ്ഞു നിന്നു. പ്ളോവർ (Plover) പക്ഷികളുടെ ശബ്ദം ചതുപ്പിൽ നിന്നും ഉയരുന്നുണ്ടായിരുന്നു.

“ഇവിടം വളരെ മനോഹരമാണ്—ഈ ചതുപ്പുനിലങ്ങൾ,” അവൾ ശാന്തമായി പറഞ്ഞു.

“മനോഹരമാണ്, പക്ഷേ അപരിചിതരോട് ക്രൂരത കാണിക്കുന്നു,” ഞാൻ മറുപടി നൽകി.

“മനോഹരവും ക്രൂരവും,” അവൾ സ്വപ്നത്തിലെന്നപോലെ ആവർത്തിച്ചു.

“ഒരു സ്ത്രീയെപ്പോലെ,” ഞാൻ അല്പം വിഡ്ഢിത്തം കലർത്തി പറഞ്ഞു.

പെട്ടെന്ന് അവൾ ശ്വാസമടക്കി എന്നെ നോക്കി. അവളുടെ ഇരുണ്ട കണ്ണുകൾ എന്റെ കണ്ണുകളിൽ ഉടക്കി. അവൾക്ക് ദേഷ്യം വന്നോ അതോ അവൾ ഭയന്നോ എന്ന് എനിക്ക് മനസ്സിലായില്ല.

"ഒരു സ്ത്രീയെപ്പോലെ," അവൾ മന്ത്രിച്ചു. "എത്ര ക്രൂരമായ വാക്കാണത്! അങ്ങനെ പറഞ്ഞത് എത്ര ക്രൂരമാണ്!"

ഞാൻ പറഞ്ഞ ആ വിഡ്ഢിത്തത്തിന് ഞാൻ മാപ്പു ചോദിച്ചു. ഫ്രഞ്ച് ഭാഷയിൽ വിദേശികൾക്ക് സംഭവിക്കാവുന്ന തെറ്റുകളെക്കുറിച്ച് ഞാൻ ആകുലപ്പെട്ടു. ഞങ്ങൾ സംസാരിച്ചു കൊണ്ടിരിക്കെ ദൂരെ നിന്നും ചില ശബ്ദങ്ങൾ കേട്ടു. അവൾ എഴുന്നേറ്റു.

"ഇല്ല monsieur, ഞാൻ നിങ്ങളുടെ മാപ്പ് സ്വീകരിക്കില്ല. പക്ഷേ നിങ്ങൾ പറഞ്ഞത് തെറ്റാണെന്ന് എനിക്ക് തെളിയിക്കണം. എന്റെ വീട്ടിൽ ഭക്ഷണവും താമസസൗകര്യവും നൽകി നിങ്ങളെ സൽക്കരിക്കുക എന്നതാണ് അതിനുള്ള എന്റെ പ്രതികാരം."

അപ്പോഴേക്കും രണ്ട് പുരുഷന്മാർ ഇരുട്ടിൽ നിന്നും പ്രത്യക്ഷപ്പെട്ടു. അവരിൽ ഒരാൾ തോളിൽ ഒരു വലിയ വട്ടക്കണ്ണിയും (Hoop) അതിൽ മണികൾ ഘടിപ്പിച്ച മൂന്ന് പരുന്തുകളെയും വഹിക്കുന്നുണ്ടായിരുന്നു. അവൾ തന്റെ കയ്യിലിരുന്ന പരുന്തിനെ ആ വട്ടക്കണ്ണിയിലേക്ക് മാറ്റി. അവളുടെ സഹായികളായ റാവുളും (Raoul) ഹസ്തൂറും (Hastur) എന്നെ വണങ്ങി. അവൾ അവരെ 'piqueurs' (വേട്ട സഹായികൾ) എന്നാണ് വിളിച്ചത്.

ഞങ്ങൾ മഞ്ഞുവീണ ആ പുൽമേട്ടുകളിലൂടെ നടന്നു. "നിങ്ങൾക്ക് തളർച്ച തോന്നുന്നില്ലേ?" അവൾ ചോദിച്ചു. അവളുടെ സാന്നിധ്യത്തിൽ എന്റെ തളർച്ചയെല്ലാം ഞാൻ മറന്നുപോയിരുന്നു. ആ ചതുപ്പുനിലം വല്ലാത്തൊരു നിശബ്ദതയിലായിരുന്നു.

പെട്ടെന്ന് മഞ്ഞിനിടയിലൂടെ കുറച്ച് നായാട്ടു നായ്ക്കൾ (Hounds) ഓടിവന്നു. അവൾ അവയെ തലോടി ശാന്തരാക്കി. പുരാതനമായ ഫ്രഞ്ച് ലിഖിതങ്ങളിൽ കണ്ടുപരിചിതമായ ചില വാക്കുകളാണ് അവൾ അവയോട് സംസാരിക്കാൻ ഉപയോഗിച്ചത്. അപ്പോഴേക്കും എവിടെ നിന്നോ ഒരു നായാട്ടു കാഹളത്തിന്റെ (Hunting horn) ശബ്ദം മുഴങ്ങി. ആ നായ്ക്കൾ ഇരുട്ടിലേക്ക് പാഞ്ഞുപോയി. അവൾ ആ കാഹളത്തിന്റെ സംഗീതം ഏറ്റുപാടി. രാത്രിയിലെ ആ തണുത്ത കാറ്റിൽ അവളുടെ ശബ്ദം അതീവ മനോഹരമായി മുഴങ്ങി.

"വേട്ടക്കാരാ, വേട്ടക്കാരാ, നീ ഇനിയും നായാട്ടുക, റോസറ്റിനെയും ജീനെറ്റനെയും വെടിയുക, (ടോൺടൺ, ടോൺടൺ, ടോൺടൈൻ, ടോൺടൺ...) പ്രഭാതം മുതൽ ഇരയെ ഓടിക്കാൻ, പ്രണയദേവന്മാർ

കാവലിരിക്കട്ടെ, (ടോൺടൺ, ടോൺടൈൻ, ടോൺടൺ...)"

അവളുടെ മനോഹരമായ സ്വരത്തിന് ഞാൻ കാതോർക്കുമ്പോൾ, മഞ്ഞിനിടയിൽ നിന്ന് ചാരനിറത്തിലുള്ള ഒരു വലിയ രൂപം തെളിഞ്ഞു വന്നു. നായാട്ടുനായ്ക്കളുടെയും പരുന്തുകളുടെയും ബഹളത്തിനിടയിലൂടെ നായാട്ടു കാഹളം മുഴങ്ങി. കോട്ടയുടെ കവാടത്തിൽ ഒരു പന്തം മിന്നി ത്തിളങ്ങുന്നുണ്ടായിരുന്നു. തുറന്ന വാതിലിലൂടെ വെളിച്ചം പുറത്തേക്ക് ഒഴുകി. ഞങ്ങൾ ഒരു മരപ്പാലത്തിലൂടെ (Wooden bridge) അങ്ങോട്ട് നടന്നു. ഞങ്ങളുടെ ചുവടുകൾക്കടിയിൽ ആ പാലം വിറയ്ക്കുന്നുണ്ടായിരു ന്നു. ഞങ്ങൾ കടന്നുപോയ ഉടനെ അത് വലിയ ശബ്ദത്തോടെ ഉയർ ത്തപ്പെട്ടു. ചുറ്റും മതിലുകളാൽ കെട്ടിപ്പടുക്കപ്പെട്ട ഒരു ചെറിയ മുറ്റത്താണ് (Stone court) ഞങ്ങൾ എത്തിയത്.

തുറന്ന ഒരു വാതിലിലൂടെ ഒരു മനുഷ്യൻ പുറത്തുവന്നു. അയാൾ വണങ്ങി ക്കൊണ്ട് ആ പെൺകുട്ടിക്ക് ഒരു പാനപാത്രം (Cup) നൽകി. അവൾ അത് വാങ്ങി ചുണ്ടുകളിൽ തൊട്ട ശേഷം താഴ്ത്തിപ്പിടിച്ചു. എന്നിട്ട് എന്നെ നോക്കി മൃദുവായ സ്വരത്തിൽ പറഞ്ഞു, "നിങ്ങൾക്ക് സ്വാഗതം."

അതേസമയം പരുന്തുകളെ വഹിച്ചിരുന്ന സഹായികളിൽ ഒരാൾ മറ്റൊരു പാനപാത്രവുമായി വന്നു. അത് എനിക്ക് നൽകുന്നതിന് മുമ്പ് അയാൾ അത് പെൺകുട്ടിക്ക് നേരെ നീട്ടി, അവൾ അത് രുചിച്ചു നോക്കി. സഹായി അത് തിരികെ വാങ്ങാൻ ആംഗ്യം കാണിച്ചെങ്കിലും അവൾ ഒന്നു മടിച്ചു. പിന്നീട് മുന്നോട്ട് വന്ന് അവൾ സ്വന്തം കൈകൾ കൊണ്ട് ആ പാനപാത്രം എനിക്ക് നൽകി. അതീവ സ്നേഹത്തോടെ യുള്ള ഒരു പ്രവൃത്തിയാണിതെന്ന് എനിക്ക് തോന്നിയെങ്കിലും, അവിടെ എന്താണ് ചെയ്യേണ്ടതെന്ന് എനിക്ക് കൃത്യമായി അറിയില്ലായിരുന്നു. ഞാൻ ഉടനെ അത് കുടിച്ചില്ല. അത് കണ്ട് അവളുടെ മുഖം ചുവന്നു. എനിക്ക് വേഗത്തിൽ പ്രതികരിക്കേണ്ടതുണ്ടെന്ന് മനസ്സിലായി.

"മഡെമോസെൽ (Mademoiselle)," ഞാൻ ഇടറുന്ന സ്വരത്തിൽ പറഞ്ഞു, "താങ്കൾ രക്ഷിച്ച ഈ അപരിചിതൻ, ഫ്രാൻസിലെ ഏറ്റവും സുന്ദരിയും ദയാലുവും ആയ ആതിഥേയയ്ക്ക് വേണ്ടി ഈ പാനപാത്രം കാലിയാക്കുന്നു."

"അവിടുത്തെ നാമത്തിൽ," ഞാൻ ആ പാനപാത്രം കുടിച്ചു തീർത്ത പ്പോൾ അവൾ കുരിശടയാളം വരച്ച് മന്ത്രിച്ചു. പിന്നീട് വാതിൽക്കൽ നിന്ന് മനോഹരമായ ഒരു ആംഗ്യത്തോടെ എന്റെ കൈപിടിച്ച് അവൾ എന്നെ വീടിനുള്ളിലേക്ക് നയിച്ചു. "നിങ്ങൾക്ക് ഹൃദ്യമായ സ്വാഗതം, ഷാറ്റോ ഡി ഇസ്സിലേക്ക് (Château d'Ys) നിങ്ങൾക്ക് സ്വാഗതം," എന്ന് അവൾ ആവർത്തിച്ചു പറഞ്ഞു കൊണ്ടിരുന്നു.

II

അടുത്ത ദിവസം രാവിലെ നായാട്ടു കാഹളത്തിന്റെ സംഗീതം കേട്ടാണ് ഞാൻ ഉണർന്നത്. പുരാതനമായ ആ കട്ടിലിൽ നിന്നും ചാടി എഴുന്നേറ്റ് ഞാൻ ജനാലയ്ക്കൽ ചെന്ന് താഴെ മുറ്റത്തേക്ക് നോക്കി. ഞാൻ നോക്കി യപ്പോൾ ആ ശബ്ദം നിലച്ചു.

തലേദിവസത്തെ പരുന്ത് വേട്ടക്കാരെപ്പോലെ തന്നെയുള്ള മറ്റൊരാൾ ഒരു കൂട്ടം നായാട്ടുനായ്ക്കൾക്ക് നടുവിൽ നിൽക്കുന്നു. അയാളുടെ പുറത്ത് വളഞ്ഞ ഒരു ഹോൺ കെട്ടിയിരുന്നു, കൈയ്യിൽ നീളമുള്ള ഒരു ചാട്ടയും ഉണ്ടായിരുന്നു. നായ്ക്കൾ ആവേശത്തോടെ അദ്ദേഹത്തിന് ചുറ്റും നൃത്തം ചെയ്യുന്നുണ്ടായിരുന്നു. മതിൽ കെട്ടിയ ആ മുറ്റത്ത് കുതിരകളുടെ കുളമ്പടി ശബ്ദവും കേൾക്കാമായിരുന്നു.

"കയറൂ!" ബ്രിട്ടൻ ഭാഷയിൽ ഒരാൾ വിളിച്ചു പറഞ്ഞു. കുതിരകളുടെ കുളമ്പടി ശബ്ദത്തോടെ, കൈത്തണ്ടയിൽ പരുന്തുകളുമായി രണ്ട് വേട്ടക്കാർ മുറ്റത്തേക്ക് പ്രവേശിച്ചു. അപ്പോഴാണ് എന്റെ ഹൃദയമിടിപ്പ് വർദ്ധിപ്പിച്ച ആ ശബ്ദം ഞാൻ വീണ്ടും കേട്ടത്:

"പിരിയൂ ലൂയിസ്, നായ്ക്കളെ നന്നായി നയിക്കുക. റാവുൾ, ഗാസ്റ്റൺ, നിങ്ങളുടെ പരുന്ത് ബുദ്ധിഹീനനാണെന്ന് വരുത്തിത്തീർക്കരുത്. പരുന്തിനെ പരിശീലിപ്പിക്കുന്നത് അത്ര ബുദ്ധിമുട്ടുള്ള കാര്യമല്ല, പക്ഷേ റാവുൾ, ആ കാട്ടുപരുന്തിനെ (Hagard) മെരുക്കുന്നത് അത്ര എളുപ്പമാകില്ല. കഴിഞ്ഞ ആഴ്ച രണ്ടുതവണ അത് ഇരയെ നഷ്ടപ്പെടുത്തിയിരുന്നു..."

ഞാൻ സ്വപ്നം കാണുകയാണോ? മഞ്ഞനിറത്തിലുള്ള പഴയ കയ്യെഴുത്തുപ്രതികളിൽ മാത്രം വായിച്ചിട്ടുള്ള, മധ്യകാലഘട്ടത്തിലെ ആ പഴയ ഫ്രഞ്ച് ഭാഷയിലുള്ള പദപ്രയോഗങ്ങൾ (Falconry terms) എന്റെ കാതുകളിൽ മുഴങ്ങുന്നു! കുതിരകളുടെയും പരുന്തുകളുടെയും ശബ്ദത്തിനൊപ്പം അവൾ ആ മനോഹരമായ പഴയ ഭാഷയിൽ സംസാരിച്ചു കൊണ്ടിരുന്നു.

"റാവുൾ, ആ പരുന്തിന് ശരിയായ പരിശീലനം ലഭിച്ചിട്ടില്ലെങ്കിൽ ഇന്ന് അതിനെ വേട്ടയ്ക്ക് കൊണ്ടുപോകേണ്ടതില്ല. അതിന് കൂടുതൽ സമയം നൽകുന്നതാണ് നല്ലത്." അവൾ തുടർന്നു.

"മഡെമോസെലിന് താല്പര്യമെങ്കിൽ ഞാൻ ഈ പരുന്തിനെ തന്നെ വെച്ചുകൊള്ളാം," വേട്ടക്കാരനായ റാവുൾ മറുപടി നൽകി.

"അത് എന്റെ ആഗ്രഹമാണ്," അവൾ പറഞ്ഞു. "റാവുൾ, പരുന്ത് വേട്ടയെക്കുറിച്ച് എനിക്കറിയാം, പക്ഷേ 'Autourserie' (മറ്റൊരു തരം പക്ഷി വേട്ട) സംബന്ധിച്ച് നീ ഇനിയും എനിക്ക് പാഠങ്ങൾ നൽകാനുണ്ട്. സിയർ പിരിയൂ ലൂയിസ്, കുതിരപ്പുറത്ത് കയറൂ!"

വേട്ടക്കാരൻ ഒരു കറുത്ത കുതിരപ്പുറത്ത് കയറി വന്നു. “ആഹ്!” അവൾ സന്തോഷത്തോടെ വിളിച്ചു പറഞ്ഞു, “വേഗമാകട്ടെ! എല്ലാവരും വേഗത്തിൽ നീങ്ങൂ! സിയർ പിരിയൂ, നിന്റെ കാഹളം മുഴക്കൂ!”

കാഹളത്തിന്റെ സംഗീതം ആ മുറ്റത്ത് നിറഞ്ഞു. നായ്ക്കൾ കവാടത്തിലൂടെ പുറത്തേക്ക് പാഞ്ഞു. കുതിരകളുടെ കുളമ്പടി ശബ്ദം ആ മരപ്പാലത്തിന് മുകളിൽ മുഴങ്ങി, പിന്നീട് ചതുപ്പുനിലങ്ങളിലെ ചെടികൾക്കിടയിൽ എവിടെയോ മറഞ്ഞു. ആ സംഗീതം അകന്നുപോയി, ഒടുവിൽ ആകാശത്ത് പാടുന്ന ഒരു പക്ഷിയുടെ ശബ്ദം മാത്രം ബാക്കിയായി.

താഴെ നിന്നും അവൾ വീണ്ടും ആരോടോ സംസാരിക്കുന്നത് ഞാൻ കേട്ടു. “എനിക്ക് വേട്ടയിൽ പങ്കെടുക്കാത്തതിൽ വിഷമമില്ല, മറ്റൊരു തവണ പോകാം. ആ അപരിചിതനോട് മര്യാദയോടെ (Courtesy) പെരുമാറണം, പെലാജി, അത് ഓർമ്മിക്കണം!”

അകത്തുനിന്നും ഒരു വൃദ്ധസമ്മതമായ ശബ്ദം മറുപടി നൽകി, “മര്യാദ (Courtoisie).”

ഞാൻ എഴുന്നേറ്റ് കട്ടിലിന്റെ ചുവട്ടിലിരുന്ന മൺപാത്രത്തിലെ തണുത്ത വെള്ളത്തിൽ ശരീരം വൃത്തിയാക്കി. എന്റെ വസ്ത്രങ്ങൾ അവിടെ കണ്ടില്ല. പകരം വാതിലിന് അടുത്തായി വച്ചിരുന്ന വസ്ത്രങ്ങൾ കണ്ടപ്പോൾ ഞാൻ അത്ഭുതപ്പെട്ടു. ആധുനിക കാലഘട്ടത്തിലെ വസ്ത്രങ്ങളല്ല അവ. മധ്യകാലഘട്ടത്തിലെ വേട്ടക്കാർ ധരിക്കുന്ന തരത്തിലുള്ള വെള്ളിനിറമുള്ള ചാര വസ്ത്രങ്ങളും തുന്നലുകളില്ലാത്ത ചെരുപ്പുകളുമായിരുന്നു അത്. പുറത്ത് പരുന്ത് വേട്ടക്കാർ ധരിച്ചിരുന്ന അതേ തരം വസ്ത്രം. എനിക്ക് മറ്റ് വഴികളില്ലാത്തതുകൊണ്ട് ഞാൻ അവ ധരിച്ചു. കണ്ണാടിക്ക് മുന്നിൽ നിന്നപ്പോൾ ഒരു മധ്യകാലഘട്ടത്തിലെ യുവ വേട്ടക്കാരനെപ്പോലെയാണ് എനിക്ക് തോന്നിയത്.

താഴെ വലിയ മുറിയിൽ ഒരു വൃദ്ധ തുന്നൽ ജോലിയിൽ ഏർപ്പെട്ടിരുന്നു. അവർ എന്നെ നോക്കി ബ്രിട്ടൻ ഭാഷയിൽ സുഖാന്വേഷണം നടത്തി. അതേസമയം എന്റെ ആതിഥേയയായ മനോഹരിയായ പെൺകുട്ടി അവിടേക്ക് വന്നു. അവളുടെ ശിരോവസ്ത്രം കണ്ടപ്പോൾ ഞങ്ങൾ ഇപ്പോൾ ഏത് കാലഘട്ടത്തിലാണ് ജീവിക്കുന്നത് എന്ന സംശയം എന്നിൽ ബലപ്പെട്ടു. അവൾ മനോഹരമായ വേട്ട വസ്ത്രം ധരിക്കുകയും കൈയ്യിൽ ഒരു പരുന്തിനെ വഹിക്കുകയും ചെയ്തിരുന്നു.

അവൾ എന്റെ കൈപിടിച്ച് മുറ്റത്തെ തോട്ടത്തിലേക്ക് നയിച്ചു. പണ്ടത്തെ ആ പഴയ ശൈലിയിൽ അവൾ എന്നോട് സുഖവിവരങ്ങൾ ചോദിച്ചു. ഉണങ്ങാൻ വച്ചിരുന്ന എന്റെ പഴയ വസ്ത്രങ്ങൾ ആ മനോഹരമായ വസ്ത്രങ്ങളുമായി താരതമ്യം ചെയ്യുമ്പോൾ എനിക്ക് വല്ലാത്ത വെറുപ്പ്

തോന്നി. "നമുക്ക് അവ എറിഞ്ഞുകളയാം" എന്ന് അവൾ ശാന്തമായി പറഞ്ഞു. പാരീസിലേക്ക് ഈ വേഷത്തിൽ മടങ്ങിപ്പോകാൻ കഴിയില്ലെന്ന് ഞാൻ വിശദീകരിക്കാൻ ശ്രമിച്ചെങ്കിലും അവൾ അതൊന്നും കാര്യമാക്കിയില്ല.

അവർ എനിക്ക് പാലും തേനും പഴങ്ങളും വീഞ്ഞും ചേർന്ന ലളിതമായ ഭക്ഷണം നൽകി. അവൾ എനിക്ക് വേണ്ടി കാത്തിരിക്കുകയായിരുന്നു. സംസാരത്തിനിടയിൽ ഞാൻ അവളോട് പറഞ്ഞു: "നീ പറഞ്ഞ ഓരോ വാക്കും മറക്കുന്നതിനേക്കാൾ നല്ലത് മരിക്കുന്നതാണ്." അവൾ എന്നെ അത്ഭുതത്തോടെയും തിളങ്ങുന്ന കണ്ണുകളോടെയും നോക്കി.

"അപ്പോൾ മൺസൂർ ഒരു ഉത്തമനായ യോദ്ധാവിനെപ്പോലെ (Chivalry) പെരുമാറുന്നു," അവൾ മന്ത്രിച്ചു.

ഞാൻ അവളുടെ വെളുത്ത കൈകളിലേക്ക് നോക്കി ഇരുന്നു. ആ ചതുപ്പനിലത്തിൽ വച്ച് അവളുടെ ഇരുണ്ട കണ്ണുകളിലേക്ക് നോക്കിയ ആ നിമിഷം മുതൽ ഞാൻ അവളെ സ്നേഹിച്ചു തുടങ്ങിയെന്ന് എനിക്ക് മനസ്സിലായി.

"ഞാൻ നിങ്ങളെ സ്നേഹിക്കുന്നു," എന്ന് എന്റെ വാക്കുകൾ പുറത്തുവന്നു. അവൾ മൃദുവായി മറുപടി നൽകി, "ഞാനും നിങ്ങളെ സ്നേഹിക്കുന്നു. നിങ്ങളുടെ വാക്കുകൾ എനിക്ക് പ്രിയപ്പെട്ടതാണ്."

യഥാർത്ഥത്തിൽ ഞങ്ങൾ അപ്പോൾ സംസാരിക്കുകയല്ലായിരുന്നു, മറിച്ച് ഞങ്ങളുടെ ആത്മാക്കൾ തമ്മിലുള്ള സംഭാഷണമായിരുന്നു അത്. അവൾ തന്റെ പേര് വെളിപ്പെടുത്തി—ഡെമോയിസെൽ ജീൻ ഡി ഇസ് (Jeanne d'Ys). അവൾക്ക് പത്തൊൻപത് വയസ്സാണ്. മാതാപിതാക്കളുടെ മരണശേഷം അവൾ ആ കോട്ടയിൽ തന്റെ നഴ്സായ പെലാജിക്കും വേട്ടക്കാർക്കുമൊപ്പമാണ് ജീവിക്കുന്നത്. അവൾ ഈ ചതുപ്പനിലത്തിനപ്പുറമുള്ള ലോകം കണ്ടിട്ടില്ല. ആ ചതുപ്പനിലങ്ങളിൽ വഴിതെറ്റുന്നവർക്ക് മന്ത്രശക്തിയാൽ ഒരിക്കലും തിരികെ പോകാൻ കഴിയില്ല എന്നൊരു കഥ പെലാജി അവൾക്ക് പറഞ്ഞു കൊടുത്തിരുന്നു. അവൾ വായിച്ചിരുന്ന പുസ്തകങ്ങൾക്ക് നൂറുകണക്കിന് വർഷം പഴക്കമുണ്ടായിരുന്നു.

ഞാൻ അവിടം വിട്ടു പോകുന്നതിനെക്കുറിച്ച് പറഞ്ഞപ്പോൾ അവൾ വിഷമിച്ചു. ഒടുവിൽ ഒരാഴ്ച കൂടി അവിടെ താമസിക്കാമെന്നും അവരോടൊപ്പം വേട്ടയ്ക്ക് പോകാമെന്നും ഞാൻ സമ്മതിച്ചു.

"നീ തിരിച്ചുവന്നില്ലെങ്കിൽ ഞാൻ എന്തുചെയ്യുമെന്ന് എനിക്കറിയില്ല," അവൾ നിഷ്കളങ്കമായി പറഞ്ഞു.

"ഞാൻ വരും, ദിവസവും വരും," ഞാൻ അവൾക്ക് വാക്ക് നൽകി.

“ഓ,” അവൾ ദീർഘനിശ്വാസം വിട്ടു, “ഞാൻ അതീവ സന്തോഷവതിയാണ്. വരൂ, എന്റെ പരുന്തുകളെ കാണാം.”

അവൾ വീണ്ടും ഒരു കൊച്ചു കുട്ടിയുടെ നിഷ്കളങ്കതയോടെ എന്റെ കൈപിടിച്ചു. ഞങ്ങൾ തോട്ടത്തിലൂടെ നടന്ന് ഒരു ചെറിയ തോടിന് അരികിലുള്ള പുൽമൈതാനത്തെത്തി. ആ പുൽത്തകിടിയിൽ അവിടെവിടെയായി മരക്കുറ്റികൾ ഉണ്ടായിരുന്നു. രണ്ടെണ്ണമൊഴികെ ബാക്കിയെല്ലാറ്റിലും ഓരോ പരുന്തുകൾ ഇരിപ്പുണ്ടായിരുന്നു. അവയുടെ കാലുകളിൽ ഉരുക്ക് വളയങ്ങളും അവയെ മരക്കുറ്റികളുമായി ബന്ധിപ്പിക്കുന്ന തുകൽവാറുകളും (Thongs) ഉണ്ടായിരുന്നു. ഓരോ പരുന്തിനും കുടിക്കാനായി തെളിനീരൊഴുകുന്ന ചെറിയ ചാലുകളും അരികിലുണ്ടായിരുന്നു.

പെൺകുട്ടിയെ കണ്ടതും പക്ഷികൾ ബഹളം വെക്കാൻ തുടങ്ങി. അവൾ ഓരോന്നിന്റെയും അടുത്തുചെന്ന് അവയെ തലോടുകയും ചിലതിനെ തന്റെ കൈത്തണ്ടയിൽ ഇരുത്തുകയും ചെയ്തു.

“ഇവ സുന്ദരമല്ലേ?” അവൾ ചോദിച്ചു. “നോക്കൂ, ഇതൊരു ‘ഫാൽക്കൺ-ജെന്റിൽ’ ആണ്. ഇതിനെ ഞങ്ങൾ ‘ignoble’ (കുലീനമല്ലാത്തത്) എന്ന് വിളിക്കുന്നു, കാരണം ഇത് ഇരയെ നേരിട്ട് പിന്തുടർന്ന് പിടിക്കുന്നു. എന്നാൽ ഇത് നീല പരുന്താണ്, ഇതിനെ ‘noble’ (കുലീനമായത്) എന്ന് വിളിക്കുന്നു. കാരണം ഇത് ഇരയ്ക്ക് മുകളിൽ വട്ടമിട്ടു പറന്ന് മുകളിൽ നിന്നും താഴേക്ക് പതിച്ചാണ് വേട്ടയാടുന്നത്.”

പരുന്ത് വേട്ടയുടെ ഈ പഴയ ഭാഷ അവൾ എങ്ങനെ പഠിച്ചു എന്ന് ഞാൻ ചോദിച്ചു. തനിക്കറിയില്ലെന്നും ഒരുപക്ഷേ കുട്ടിക്കാലത്ത് അച്ഛൻ പഠിപ്പിച്ചതാകാമെന്നും അവൾ മറുപടി നൽകി. തുടർന്ന് അവൾ പക്ഷികളെ പരിശീലിപ്പിക്കുന്ന രീതികളെക്കുറിച്ച് അതീവ ഗൗരവത്തോടെ സംസാരിച്ചു തുടങ്ങി.

“ആദ്യം പരുന്തിനെ പിടിക്കണം,” അവൾ പറഞ്ഞു.

“ഞാൻ പിടിക്കപ്പെട്ടു കഴിഞ്ഞു,” ഞാൻ മറുപടി നൽകി.

അവൾ മനോഹരമായി ചിരിച്ചു.

“ഞാൻ നിങ്ങളുടേതാണ്,” ഞാൻ ഗൗരവത്തോടെ പറഞ്ഞു.

അവൾ അല്പനേരം നിശബ്ദയായി നിന്നു. പിന്നീട് അവൾ പരുന്തുകളെ മെരുക്കുന്ന വിധം വിവരിച്ചു. എങ്ങനെയാണ് അവയെ കൈത്തണ്ടയിൽ ഇരിക്കാൻ പഠിപ്പിക്കുന്നതെന്നും, ‘ലൂർ’ (Leurre - കൃത്രിമ ഇര) ഉപയോഗിച്ച് അവയെ തിരികെ വിളിക്കാൻ ശീലിപ്പിക്കുന്നതെന്നും അവൾ വിശദീകരിച്ചു.

പെട്ടെന്ന് ഒരു പരുന്ത് ചിറകടിച്ചു കരയാൻ തുടങ്ങി. മരക്കുറ്റിയിൽ

അതിന്റെ വള്ളി കുടുങ്ങിയതാണോ എന്ന് നോക്കാൻ അവൾ എഴുന്നേറ്റു. പക്ഷികളുടെ ബഹളം കൂടിവന്നു. എന്താണ് സംഭവിക്കുന്നതെന്ന് ഞാൻ ചുറ്റും നോക്കി. അവൾ ഇരുന്നിരുന്ന ആ പരന്ന പാറയ്ക്ക് മുകളിൽ ഒരു ചാരനിറത്തിലുള്ള പാമ്പ് സാവധാനം ഇഴയുന്നത് ഞാൻ കണ്ടു. അതിന്റെ തല ത്രികോണാകൃതിയിലായിരുന്നു.

"അതൊരു ചേരയല്ലേ?" ഞാൻ ചോദിച്ചു.

അവൾ അതിന്റെ കഴുത്തിലെ കറുത്ത 'V' ആകൃതിയിലുള്ള അടയാളം ചൂണ്ടിക്കാണിച്ചു.

"അതല്ല, ഇതൊരു അണലിയാണ് (Viper)," അവൾ ശാന്തമായി പറഞ്ഞു.

പാമ്പ് പാറയുടെ മുകളിൽ വെയിലുള്ള ഭാഗത്തേക്ക് നീങ്ങി. ഞാൻ അത് പരിശോധിക്കാൻ മുന്നോട്ട് നീങ്ങിയപ്പോൾ അവൾ ഭയത്തോടെ എന്റെ കൈയ്യിൽ പിടിച്ചു.

"വേണ്ട ഫിലിപ്പ്, എനിക്ക് പേടിയാകുന്നു."

"എനിക്ക് വേണ്ടിയാണോ?"

"നിങ്ങൾക്ക് വേണ്ടി ഫിലിപ്പ്—ഞാൻ നിങ്ങളെ സ്നേഹിക്കുന്നു."

ഞാൻ അവളെ ചേർത്തുപിടിച്ച് ചുംബിച്ചു. "ജീൻ, ജീൻ, ജീൻ," എന്ന് മാത്രമേ എനിക്ക് പറയാൻ കഴിഞ്ഞുള്ളൂ. അവൾ എന്റെ നെഞ്ചിൽ വിറയലോടെ ഒതുങ്ങിക്കിടക്കുമ്പോൾ, പുല്ലുകൾക്കിടയിൽ നിന്നും എന്തോ ഒന്ന് എന്റെ പാദത്തിൽ തട്ടി. ഞാൻ അത് കാര്യമാക്കിയില്ല. എന്നാൽ വീണ്ടും എന്തോ ഒന്ന് എന്റെ കണങ്കാലിൽ ആഞ്ഞടിച്ചു. ഒരു കൊടുംവേദന എന്റെ ഉള്ളിലൂടെ പാഞ്ഞുപോയി. ഞാൻ ജീനിന്റെ സുന്ദരമായ മുഖത്തേക്ക് നോക്കി ഒന്നുകൂടി ചുംബിച്ച ശേഷം, എന്റെ സർവ്വ ശക്തിയുമെടുത്ത് അവളെ ഉയർത്തി ദൂരേക്ക് മാറ്റിയിട്ടു. പിന്നീട് കുനിഞ്ഞ് എന്റെ കണങ്കാലിൽ കടിച്ചുതൂങ്ങിയ അണലിയെ ഞാൻ വലിച്ചെറിഞ്ഞു. എന്റെ കാൽപാദം കൊണ്ട് അതിന്റെ തല ഞാൻ ചതച്ചു. എന്റെ ശരീരത്തിന് തളർച്ച അനുഭവപ്പെടാൻ തുടങ്ങി. ഞാൻ നിലത്തു വീണു. മങ്ങിക്കൊണ്ടിരിക്കുന്ന എന്റെ കണ്ണുകളിലൂടെ ജീനിന്റെ വെളുത്ത മുഖം എന്റെ മുഖത്തിന് അരികിൽ ഞാൻ കണ്ടു. ബോധം മറയുന്ന ആ അവസാന നിമിഷത്തിലും അവളുടെ കൈകൾ എന്റെ കഴുത്തിന് ചുറ്റുമുണ്ടായിരുന്നു, അവളുടെ മൃദുവായ കവിളുകൾ എന്റെ ചുണ്ടുകളിൽ തട്ടുന്നുണ്ടായിരുന്നു.

ഞാൻ കണ്ണുതുറന്നപ്പോൾ ഭയത്തോടെ ചുറ്റും നോക്കി. ജീൻ അവിടെ ഉണ്ടായിരുന്നില്ല. ആ തോട്ടം പരന്ന പാറയും ഞാൻ കണ്ടു; പുല്ലുകൾക്കിടയിൽ ചതഞ്ഞു കിടക്കുന്ന അണലിയെയും ഞാൻ കണ്ടു. പക്ഷേ

പരുന്തുകളോ അവയെ കെട്ടിയിരുന്ന മരക്കുറ്റികളോ അവിടെ ഉണ്ടായിരുന്നില്ല. ഞാൻ വേഗത്തിൽ എഴുന്നേറ്റു. ആ തോട്ടവും ഫലവൃക്ഷങ്ങളും മരപ്പാലവും മതിലുകൾ കെട്ടിയ ആ കോട്ടമുറ്റവും എല്ലാം അപ്രത്യക്ഷമായിരിക്കുന്നു!

പായൽ പിടിച്ചും ഐവി ചെടികൾ പടർന്നു കയറിയും തകർന്നു കിടക്കുന്ന ഒരു കൂട്ടം അവശിഷ്ടങ്ങളിലേക്ക് ഞാൻ സ്തബ്ധനായി നോക്കിനിന്നു. ആ തകർന്ന ചുവരുകൾക്കിടയിലൂടെ വലിയ മരങ്ങൾ വളർന്നു പന്തലിച്ചിരുന്നു. തളർന്ന എന്റെ കാലുകൾ വലിച്ചുവെച്ച് ഞാൻ മുന്നോട്ട് നീങ്ങി. പെട്ടെന്ന് ആ അവശിഷ്ടങ്ങൾക്കിടയിലെ മരത്തലപ്പുകളിൽ നിന്നും ഒരു പരുന്ത് ആകാശത്തേക്ക് പറന്നുയർന്നു. അത് വട്ടമിട്ടു പറന്ന് മേഘങ്ങൾക്കിടയിൽ എവിടെയോ മറഞ്ഞു.

"ജീൻ, ജീൻ!" ഞാൻ ഉറക്കെ വിളിച്ചു. പക്ഷേ എന്റെ ശബ്ദം തൊണ്ടയിൽ തന്നെ നിലച്ചുപോയി. കാട്ടുചെടികൾക്കിടയിൽ ഞാൻ മുട്ടുകുത്തി വീണു. ദൈവേഷ്ടമെന്നോണം ഞാൻ വീണത് കല്ലിൽ കൊത്തിവെച്ച പഴയൊരു പ്രാർത്ഥനാ പീഠത്തിന് (Shrine) മുന്നിലായിരുന്നു. ദുഃഖഭരിതമായ മാതാവിന്റെ (Mother of Sorrows) രൂപം ആ തണുത്ത കല്ലിൽ കൊത്തിവെച്ചിരുന്നു. ആ രൂപത്തിന്റെ പാദങ്ങളിലെ കുരിശും മുള്ളുകളും ഞാൻ കണ്ടു. അതിനു താഴെ ഇപ്രകാരം കൊത്തിവെച്ചിരുന്നു: ഫിലിപ്പ് എന്ന അപരിചിതനോടുള്ള പ്രണയത്താൽ തന്റെ യൗവനത്തിൽ മരിച്ചുപോയ ഡെമോയിസെൽ ജീൻ ഡി ഇസ്സിന്റെ ആത്മാവിനായി പ്രാർത്ഥിക്കുക. ക്രിസ്തുവർഷം 1573.

എന്നാൽ, തണുത്തുറഞ്ഞ ആ കല്ലിന് മുകളിൽ ഒരു പെൺകുട്ടിയുടെ കൈയുറ (Glove) ഇരിപ്പുണ്ടായിരുന്നു; അപ്പോഴും അതിന് ചൂടും സുഗന്ധവും ഉണ്ടായിരുന്നു.

പ്രവാചകന്മാരുടെ സ്വർഗ്ഗം

" വീഞ്ഞും പ്രണയവും വർജ്ജിക്കുന്നവർ മാത്രമാണ് "പ്രവാചകന്മാരുടെ സ്വർഗ്ഗത്തിൽ" ഇടം പിടിക്കുന്നതെങ്കിൽ, കഷ്ടം! ആ സ്വർഗ്ഗം ഒരാളുടെ ഉള്ളംകൈ പോലെ ശൂന്യമായിരിക്കുമെന്ന് ഞാൻ ഭയപ്പെടുന്നു."

സ്റ്റുഡിയോ (The Studio)

അയാൾ പുഞ്ചിരിച്ചുകൊണ്ട് പറഞ്ഞു, "ലോകം മുഴുവൻ അവളെ തിരയുക."

ഞാൻ പറഞ്ഞു, "എന്തിനാണ് എന്നോട് ലോകത്തെക്കുറിച്ച് പറയുന്നത്? എന്റെ ലോകം ഇവിടെയാണ്, ഈ ചുവരുകൾക്കും മുകളിലെ ആ വലിയ കണ്ണാടിക്കും ഇടയിൽ; സ്വർണ്ണനിറത്തിലുള്ള പാനപാത്രങ്ങൾക്കും രത്നങ്ങൾ പതിച്ച ആയുധങ്ങൾക്കും ഇടയിൽ; മങ്ങിയ ഫ്രെയിമുകൾക്കും കാൻവാസുകൾക്കും, കറുത്ത പെട്ടികൾക്കും നീലയും സ്വർണ്ണവും ചായം പൂശിയ കൊത്തുപണികളുള്ള കസേരകൾക്കും ഇടയിൽ."

"ആർക്കുവേണ്ടിയാണ് നീ കാത്തിരിക്കുന്നത്?" അയാൾ ചോദിച്ചു.

"അവൾ വരുമ്പോൾ എനിക്ക് അവളെ മനസ്സിലാകും," ഞാൻ മറുപടി നൽകി.

എന്റെ അടുപ്പിലെ തീനാളം ചാരമായി മാറിക്കൊണ്ടിരിക്കുന്ന കനലുകളോട് രഹസ്യങ്ങൾ മന്ത്രിക്കുന്നുണ്ടായിരുന്നു. താഴെ തെരുവിൽ ചില കാൽപ്പെരുമാറ്റങ്ങളും ഒരു ശബ്ദവും ഒരു പാട്ടും ഞാൻ കേട്ടു.

"പിന്നെ നീ ആർക്കുവേണ്ടിയാണ് കാത്തിരിക്കുന്നത്?" അയാൾ വീണ്ടും ചോദിച്ചു.

"ഞാൻ അവളെ തിരിച്ചറിയും," ഞാൻ ആവർത്തിച്ചു.

താഴെ തെരുവിൽ കാൽപ്പെരുമാറ്റങ്ങളും ശബ്ദവും പാട്ടും മുഴങ്ങിക്കൊണ്ടിരുന്നു. ആ പാട്ട് എനിക്ക് സുപരിചിതമായിരുന്നു, പക്ഷേ ആ

ശബ്ദവും കാൽപ്പെരുമാറ്റവും എനിക്ക് മനസ്സിലായില്ല.

"വിഡ്ഢീ!" അയാൾ വിളിച്ചുപറഞ്ഞു, "പാട്ട് അത് തന്നെയാണ്, വർഷങ്ങൾ കഴിഞ്ഞപ്പോൾ ആ ശബ്ദത്തിനും കാൽപ്പെരുമാറ്റത്തിനും മാറ്റം വന്നുവെന്നു മാത്രം!"

അടുപ്പിലെ തീനാളം ചാരത്തിന് മുകളിൽ നിന്ന് മന്ത്രിച്ചു:

"ഇനി കാത്തിരിക്കേണ്ട; താഴെ തെരുവിലെ ആ ശബ്ദവും കാൽപ്പെരുമാറ്റവും കടന്നുപോയിക്കഴിഞ്ഞു."

അയാൾ പുഞ്ചിരിച്ചുകൊണ്ട് വീണ്ടും പറഞ്ഞു,

"നീ ആർക്കുവേണ്ടിയാണ് കാത്തിരിക്കുന്നത്? ലോകം മുഴുവൻ അവളെ തിരയുക!"

ഞാൻ മറുപടി നൽകി, "എന്റെ ലോകം ഇവിടെയാണ്, ഈ ചുവരുകൾക്കും മുകളിലെ ആ വലിയ കണ്ണാടിക്കും ഇടയിൽ; സ്വർണ്ണനിറത്തിലുള്ള പാനപാത്രങ്ങൾക്കും രത്നങ്ങൾ പതിച്ച ആയുധങ്ങൾക്കും ഇടയിൽ; മങ്ങിയ ഫ്രെയിമുകൾക്കും കാൻവാസുകൾക്കും, കറുത്ത പെട്ടികൾക്കും നീലയും സ്വർണ്ണവും ചായം പൂശിയ കൊത്തുപണികളുള്ള കസേരകൾക്കും ഇടയിൽ."

പ്രേതം (The Phantom)

ഭൂതകാലത്തിന്റെ ഭൂതം ഇനി മുന്നോട്ട് പോകാൻ തയ്യാറായില്ല.

"ഇത് സത്യമാണെങ്കിൽ," അവൾ നിശ്വാസത്തോടെ പറഞ്ഞു,

"നിനക്ക് എന്നിൽ ഒരു സുഹൃത്തിനെ കാണാനാകുന്നുവെങ്കിൽ, നമുക്ക് ഒരുമിച്ച് തിരിഞ്ഞുപോകാം. ഇവിടെ, ഈ വേനൽആകാശത്തിന്റെ കീഴിൽ, നീ എല്ലാം മറന്നുപോകും."

ഞാൻ അവളെ ചേർത്തുപിടിച്ചു,

സ്നേഹത്തോടെ സ്പർശിച്ചു;

കോപത്തിൽ വെളുത്ത മുഖവുമായി ഞാൻ അവളെ പിടിച്ചടക്കി, എന്നാൽ അവൾ എതിർത്തുനിന്നു.

"ഇത് സത്യമാണെങ്കിൽ," അവൾ വീണ്ടും നിശ്വാസത്തോടെ പറഞ്ഞു,

"നിനക്ക് എന്നിൽ ഒരു സുഹൃത്തിനെ കാണാനാകുന്നുവെങ്കിൽ, നമുക്ക് ഒരുമിച്ച് തിരിഞ്ഞുപോകാം."

ഭൂതകാലത്തിന്റെ ഭൂതം ഇനി മുന്നോട്ട് പോകാൻ തയ്യാറായില്ല.

ബലി (The Sacrifice)

ഞാൻ ഒരു പുഷ്പവനത്തിലേക്ക് കടന്നു;

മഞ്ഞുപോലെ വെളുത്ത ദളങ്ങളുള്ളതും

ശുദ്ധസ്വർണ്ണമായ ഹൃദയങ്ങളുള്ളതുമായ പുഷ്പങ്ങൾ.
ദൂരെയൊരിടത്ത് ഒരു സ്ത്രീ നിലവിളിച്ചു:
"ഞാൻ സ്നേഹിച്ചവനെ ഞാൻ കൊന്നു!"
ഒരു പാത്രത്തിൽ നിന്നു അവൾ രക്തം ഒഴിച്ചു
മഞ്ഞുപോലെ വെളുത്ത ദളങ്ങളുള്ളതും
ശുദ്ധസ്വർണ്ണമായ ഹൃദയങ്ങളുള്ളതുമായ പുഷ്പങ്ങളിലേക്കു.
ദൂരെയായി ഞാൻ അവളെ പിന്തുടർന്നു;
ആ പാത്രത്തിന്മേൽ ഞാൻ ആയിരം പേരുകൾ വായിച്ചു,
അകത്തുനിന്ന് പുതുപുത്തൻ രക്തം
അറ്റത്തോളം പൊങ്ങിക്കുതിച്ചുകൊണ്ടിരുന്നു.
"ഞാൻ സ്നേഹിച്ചവനെ ഞാൻ കൊന്നു!" അവൾ നിലവിളിച്ചു.
"ലോകം ദാഹിച്ചിരിക്കുന്നു;
ഇനി അതിനെ കുടിക്കട്ടെ!"
അവൾ കടന്നുപോയി,
മഞ്ഞുപോലെ വെളുത്ത ദളങ്ങളുള്ളതും
ശുദ്ധസ്വർണ്ണമായ ഹൃദയങ്ങളുള്ളതുമായ
പുഷ്പങ്ങളിലേക്കു രക്തം ഒഴിക്കുന്നത് ഞാൻ നോക്കി നിന്നു.

.

വിധി (Destiny)

ചിലർക്ക് മാത്രം കടന്നുപോകാൻ കഴിയുന്ന ആ പാലത്തിന് മുന്നിൽ ഞാൻ എത്തി. "കടന്നുപോവുക!" കാവൽക്കാരൻ വിളിച്ചുപറഞ്ഞു. പക്ഷേ ഞാൻ ചിരിച്ചുകൊണ്ട് പറഞ്ഞു, "സമയമുണ്ടല്ലോ;" അയാൾ പുഞ്ചിരിച്ചുകൊണ്ട് കവാടങ്ങൾ അടച്ചു. വൃദ്ധരും യുവാക്കളും ആ പാലത്തിന് മുന്നിലെത്തി. എല്ലാവരും നിരസിക്കപ്പെട്ടു. അവരുടെ ബഹളവും വിലാപവും മട്ടുത്ത് ഞാൻ വീണ്ടും പാലത്തിനടുത്തെത്തി. കവാടത്തിന് ചുറ്റുമുണ്ടായിരുന്ന ജനക്കൂട്ടം നിലവിളിച്ചു,
"അവൻ വൈകിപ്പോയി!"
പക്ഷേ ഞാൻ ചിരിച്ചുകൊണ്ട് പറഞ്ഞു,
"സമയമുണ്ട്."
"കടന്നുപോവുക!" ഞാൻ അകത്തേക്ക് കയറിയപ്പോൾ കാവൽക്കാരൻ വിളിച്ചുപറഞ്ഞു; എന്നിട്ട് പുഞ്ചിരിച്ചുകൊണ്ട് കവാടങ്ങൾ അടച്ചു.

ജനക്കൂട്ടം (The Throng)

തെരുവിൽ ജനക്കൂട്ടം ഏറ്റവും അധികമുള്ളിടത്ത് ഞാൻ പിയറോട്ടി നൊപ്പം (Pierrot) നിന്നു. എല്ലാവരും എന്നെത്തന്നെ നോക്കുന്നു.

"എന്തിനാണ് അവർ ചിരിക്കുന്നത്?" ഞാൻ ചോദിച്ചു. എന്റെ കറുത്ത വസ്ത്രത്തിലെ ചോക്കുപൊടി തട്ടിക്കളഞ്ഞുകൊണ്ട് അവൻ ഇളിച്ചു: "എനിക്ക് കാണാൻ കഴിയുന്നില്ല; എന്തോ വിനോദകരമായ കാര്യമായിരിക്കും, ഒരുപക്ഷേ ഒരു മാന്യനായ കള്ളനായിരിക്കും!"

എല്ലാവരും എന്നെത്തന്നെ നോക്കുന്നു.

"അവൻ നിന്റെ പഴ്സ് മോഷ്ടിച്ചു!" അവർ ചിരിച്ചുകൊണ്ട് പറഞ്ഞു.

"എന്റെ പഴ്സോ!" ഞാൻ നിലവിളിച്ചു; "പിയറോട്ട്—സഹായിക്കു! അതൊരു കള്ളനാണ്!"

അവർ ചിരിച്ചു: "അവൻ നിന്റെ പഴ്സ് മോഷ്ടിച്ചു!"

അപ്പോൾ 'സത്യം' (Truth) ഒരു കണ്ണാടിയുമായി പുറത്തുവന്നു. "അവനൊരു മാന്യനായ കള്ളനാണെങ്കിൽ, പിയറോട്ട് ഈ കണ്ണാടി ഉപയോഗിച്ച് അവനെ കണ്ടെത്തട്ടെ!" സത്യം വിളിച്ചുപറഞ്ഞു.

പക്ഷേ അവൻ എന്റെ വസ്ത്രത്തിലെ ചോക്കുപൊടി തട്ടിക്കളഞ്ഞുകൊണ്ട് ഇളിച്ചതേയുള്ളൂ.

"നീ കാണുന്നില്ലേ," അവൻ പറഞ്ഞു, "സത്യം ഒരു മാന്യനായ കള്ളനാണ്, അവൾ നിനക്ക് നിന്റെ കണ്ണാടി തിരികെ തരുന്നു."

എല്ലാവരും എന്നെത്തന്നെ നോക്കുന്നു.

"സത്യത്തെ അറസ്റ്റ് ചെയ്യൂ!" ഞാൻ വിളിച്ചുപറഞ്ഞു.

എനിക്ക് നഷ്ടപ്പെട്ടത് കണ്ണാടിയല്ല പഴ്സ് ആണെന്ന കാര്യം ഞാൻ മറന്നുപോയിരുന്നു.

വിദൂഷകൻ (The Jester)

"അവൾ സുന്ദരിയായിരുന്നോ?" ഞാൻ ചോദിച്ചു. പക്ഷേ തന്റെ തൊപ്പിയിലെ മണികളുടെ ശബ്ദത്തിന് കാതോർത്തുകൊണ്ട് അയാൾ ചിരിക്കുക മാത്രം ചെയ്തു.

"കുത്തേറ്റു മരിച്ചു," അയാൾ പരിഹസിച്ചു.

"ആ നീണ്ട യാത്രയെക്കുറിച്ച് ചിന്തിക്കൂ, അപകടം നിറഞ്ഞ ദിനങ്ങൾ, ഭയാനകമായ രാത്രികൾ! അവൾക്ക് വേണ്ടി അയാൾ എത്ര വർഷം ശത്രുരാജ്യങ്ങളിലൂടെ അലഞ്ഞു, സ്വന്തക്കാരെയും അവളെയും കാണാൻ കൊതിച്ച്!"

"കുത്തേറ്റു മരിച്ചു," തൊപ്പിയിലെ മണികളുടെ ശബ്ദം കേട്ട് അയാൾ ആവർത്തിച്ചു.

"അവൾ സുന്ദരിയായിരുന്നോ?" ഞാൻ ചോദിച്ചു. അയാൾ പല്ലിറുമ്മിക്കൊണ്ട് മന്ത്രിച്ചു.

"കവാടത്തിൽ വെച്ച് അവൾ അയാളെ ചുംബിച്ചു,"

അയാൾ പരിഹസിച്ചു,
"പക്ഷേ ഹാളിൽ വെച്ച് സഹോദരന്റെ സ്വീകരണം അയാളുടെ ഹൃദയത്തെ സ്പർശിച്ചു."
"അവൾ സുന്ദരിയായിരുന്നോ?"
"കുത്തേറ്റു മരിച്ചു," അയാൾ ചിരിച്ചു.
"അവൾ കവാടത്തിൽ വെച്ച് അയാളെ ചുംബിച്ചു, പക്ഷേ ഹാളിൽ വെച്ച് സഹോദരന്റെ സ്വീകരണം (വാളുകൊണ്ട്) അയാളുടെ ഹൃദയത്തെ സ്പർശിച്ചു."

ഗ്രീൻ റൂം (The Green Room)

കോമാളി തന്റെ ചായം പൂശിയ മുഖം കണ്ണാടിയിലേക്ക് തിരിച്ചു.
"വെളുത്തിരിക്കുക എന്നാൽ സുന്ദരനായിരിക്കുക എന്നാണെങ്കിൽ, ഈ വെളുത്ത മുഖംമൂടി അണിഞ്ഞ എന്നോട് ആർക്ക് മത്സരിക്കാനാകും?" അയാൾ ചോദിച്ചു.
"ഈ വെളുത്ത മുഖംമൂടി അണിഞ്ഞ അയാളോട് ആർക്ക് മത്സരിക്കാനാകും?"
എന്റെ അരികിലിരുന്ന 'മരണത്തോടു' (Death) ഞാൻ ചോദിച്ചു. "എന്നോട് ആർക്ക് മത്സരിക്കാനാകും?"
മരണം പറഞ്ഞു, "കാരണം ഞാൻ അതിനേക്കാൾ വെളുത്തതാണ്."
"നിങ്ങൾ വളരെ സുന്ദരനാണ്," കോമാളി കണ്ണാടിയിൽ നിന്നും മുഖം തിരിച്ച് ദീർഘനിശ്വാസത്തോടെ പറഞ്ഞു.

പ്രണയ പരീക്ഷ (The Love Test)

"നീ സ്നേഹിക്കുന്നു എന്നത് സത്യമാണെങ്കിൽ," പ്രണയം (Love) പറഞ്ഞു, "ഇനി വൈകിക്കരുത്. അവൾക്ക് ഈ ആഭരണങ്ങൾ നൽകുക, അത് അവളെ അപമാനിതയാക്കും, അങ്ങനെ അപമാനിതയായ ഒരാളെ സ്നേഹിക്കുന്നതിലൂടെ നീയും അപമാനിതനാകും. നീ സ്നേഹിക്കുന്നു എന്നത് സത്യമാണെങ്കിൽ, ഇനി വൈകിക്കരുത്."
ഞാൻ ആ ആഭരണങ്ങളുമായി അവളുടെ അടുത്തേക്ക് ചെന്നു. പക്ഷേ അവൾ അവ ചവിട്ടിമെതിച്ചുകൊണ്ട് തേങ്ങിക്കരഞ്ഞു:
"എന്നെ കാത്തിരിക്കാൻ പഠിപ്പിക്കൂ—ഞാൻ നിങ്ങളെ സ്നേഹിക്കുന്നു!"
"എങ്കിൽ കാത്തിരിക്കൂ, അത് സത്യമാണെങ്കിൽ," പ്രണയം പറഞ്ഞു.

നാലു കാറ്റുകളുടെ തെരുവ്

"നിന്റെ കണ്ണുകൾ പകുതി അടയ്ക്കുക, നിന്റെ കൈകൾ നെഞ്ചോട് ചേർക്കുക, ഉറങ്ങുന്ന നിന്റെ ഹൃദയത്തിൽ നിന്നും സകല മോഹങ്ങളെയും എന്നെന്നേക്കുമായി ആട്ടിയോടിക്കുക."

"ഞാൻ പ്രകൃതിയെ പാടിപ്പുകഴ്ത്തുന്നു, സന്ധ്യാനക്ഷത്രങ്ങളെയും പ്രഭാതത്തിലെ കണ്ണുനീർത്തുള്ളികളെയും, അകലെയുള്ള ചക്രവാളത്തിലെ സൂര്യാസ്തമയങ്ങളെയും, ഭാവിജീവിതത്തെക്കുറിച്ച് ഹൃദയത്തോട് സംസാരിക്കുന്ന ആകാശത്തെയും!"

I

ആ ജീവി വാതിൽക്കൽ തങ്ങിനിന്നു; അത് ജിജ്ഞാസയോടെയും ജാഗ്രതയോടെയും ചുറ്റും നോക്കി, ആവശ്യമാണെങ്കിൽ ഓടിപ്പോകാൻ തയ്യാറായി നിന്നു. സെവേൺ തന്റെ പാലറ്റ് (Palette) താഴെ വെച്ച് സ്വാഗതസൂചകമായി കൈ നീട്ടി. മഞ്ഞക്കണ്ണുകൾ സെവേണിൽ തറപ്പിച്ച് നിർത്തി ആ പൂച്ച ചലനമറ്റ് നിന്നു.

"പൂച്ചക്കുട്ടീ," തന്റെ താഴ്ന്ന മധുരസ്വരത്തിൽ അവൻ പറഞ്ഞു, "അകത്തേക്ക് വരൂ."

അതിന്റെ മെലിഞ്ഞ വാലിന്റെ അറ്റം സംശയത്തോടെ ഒന്ന് വിറച്ചു.

"അകത്തേക്ക് വരൂ," അവൻ വീണ്ടും പറഞ്ഞു.

അവന്റെ ശബ്ദം അതിന് ആശ്വാസം നൽകി എന്ന് തോന്നുന്നു; പൂച്ച പതുക്കെ തന്റെ നാലു കാലുകളും നിലത്തുറപ്പിച്ചു. കണ്ണുകൾ ഇപ്പോഴും അവനിൽ തന്നെയായിരുന്നു.

അവൻ ഈസലിൽ നിന്നും പുഞ്ചിരിയോടെ എഴുന്നേറ്റു. അവൻ അടുത്തു ചെന്നപ്പോൾ പേടിക്കാതെ അത് അവനെ നോക്കി. അവന്റെ കൈ തന്റെ തലയിൽ തൊടുന്നത് വരെ ആ കണ്ണുകൾ അവനെ പിന്തുടർന്നു. പിന്നെ അത് ഒരു മുരൾച്ചയോടെ കരഞ്ഞു.

മൃഗങ്ങളോട് സംസാരിക്കുന്നത് സെവേണിന്റെ പണ്ടേയുള്ള ശീലമായിരുന്നു. ഒരുപക്ഷേ അയാൾ അധികവും ഒറ്റയ്ക്ക് ജീവിക്കുന്നത് കൊണ്ടാകാം അത്. “എന്തുപറ്റി പൂച്ചക്കുട്ടീ?” അവൻ ചോദിച്ചു.

അതിന്റെ പേടിച്ച കണ്ണുകൾ അവനെ തിരഞ്ഞു. “എനിക്ക് മനസ്സിലായി,” അവൻ മൃദുവായി പറഞ്ഞു, “നിനക്ക് വേണ്ടത് ഇപ്പോൾ തന്നെ തരാം.”

അവൻ ജനാലപ്പടിയിലിരുന്ന പാലിൽ നിന്നും അല്പം ഒരു പാത്രത്തിലൊഴിച്ച് അതിൽ ഒരു ബ്രെഡ് കഷ്ണം മുറിച്ചിട്ടു. പൂച്ച സാവധാനം പാത്രത്തിനടുത്തേക്ക് നീങ്ങി. അത് അതീവ വിശപ്പോടെ ആ ഭക്ഷണം മുഴുവൻ കഴിച്ചു തീർത്തു. ഭക്ഷണം കഴിഞ്ഞ് പാത്രം മിനുക്കിയ ശേഷം അത് അവന് പുറംതിരിഞ്ഞിരുന്ന് ശരീരം നക്കിത്തുടച്ച് വൃത്തിയാക്കാൻ തുടങ്ങി.

“അത് തുടരൂ,” സെവേൺ താല്പര്യത്തോടെ പറഞ്ഞു, “നിനക്ക് അത് ആവശ്യമാണ്.”

ചെളി നീക്കം ചെയ്തപ്പോൾ അതൊരു വെളുത്ത പൂച്ചയാണെന്ന് സെവേണിന് മനസ്സിലായി. രോഗം കൊണ്ടോ പട്ടിണി കൊണ്ടോ അതിന്റെ രോമങ്ങൾ പലയിടത്തും കൊഴിഞ്ഞുപോയിരുന്നു. വാലും നട്ടെല്ലും മെലിഞ്ഞുണങ്ങിയിരുന്നു. വൃത്തിയാക്കൽ കഴിഞ്ഞപ്പോൾ പൂച്ച സെവേണിന്റെ കാലുകൾക്കിടയിലൂടെ നടന്ന് സ്നേഹം പ്രകടിപ്പിച്ചു.

“നീ എങ്ങനെയാണ് ഇവിടെ എത്തിയത്?” അവൻ ചോദിച്ചു. “ഈ നാലു കാറ്റുകളുടെ തെരുവിലേക്ക്, അഞ്ചാം നിലയിലെ എന്റെ ഈ വാതിൽക്കലേക്ക് നീ എങ്ങനെ എത്തി? നീ എന്നെ കണ്ടപ്പോൾ ഓടിപ്പോകാതിരുന്നത് എന്തുകൊണ്ടാണ്? നീയും എന്നെപ്പോലെ ഈ ലാറ്റിൻ ക്വാർട്ടറിലെ ഒരു പൂച്ചയാണോ? പിന്നെ എന്തിനാണ് നിന്റെ കഴുത്തിൽ റോസാപ്പൂക്കളുടെ ചിത്രമുള്ള ഒരു ‘ഗാർട്ടർ’ (Garter - വസ്ത്രം ഉറപ്പിച്ചു നിർത്താൻ ഉപയോഗിക്കുന്ന നാട) കെട്ടിയിരിക്കുന്നത്?” പൂച്ച അവന്റെ മടിയിലേക്ക് കയറിയിരുന്നു.

“ക്ഷമിക്കണം,” അവൻ മെല്ലെ തലോടിക്കൊണ്ട് പറഞ്ഞു, “വെള്ളി കൊളുത്തുള്ള ഈ സിൽക്ക് നാട നിന്റെ കഴുത്തിൽ എങ്ങനെ വന്നു എന്ന് ഞാൻ ആലോചിച്ചു പോവുകയാണ്. ഈ വെള്ളി കൊളുത്തിൽ ഫ്രഞ്ച് റിപ്പബ്ലിക്കിന്റെ മുദ്ര പോലുമുണ്ട്. ആരായിരിക്കും ഇതിന്റെ ഉടമസ്ഥ? നിന്നെ അലങ്കരിക്കാൻ തന്റെ വസ്ത്രത്തിന്റെ ഒരു ഭാഗം തന്നെ നൽകിയ നിന്റെ യജമാനത്തി ആരാണ്?”

സെവേൺ ആ നാട പരിശോധിച്ചു. അതിൽ അഞ്ച് ദ്വാരങ്ങൾ

ഉണ്ടായിരുന്നു. അതിലെ അഞ്ചാമത്തെ ദ്വാരമാണ് ഏറ്റവും കൂടുതൽ ഉപയോഗിച്ചിരിക്കുന്നത് എന്ന് അവൻ ശ്രദ്ധിച്ചു. "അതിനർത്ഥം നിന്റെ യജമാനത്തി ആരോഗ്യമുള്ള ശരീരപ്രകൃതിയുള്ളവളാണ്," അവൻ മന്ത്രിച്ചു.

പൂച്ച സുഖമായി അവന്റെ മടിയിൽ കിടന്നു. പുറത്ത് തെരുവ് അതീവ നിശബ്ദമായിരുന്നു.

"അവളെക്കുറിച്ച് ഞാൻ നിനക്ക് പറഞ്ഞുതരട്ടെ?" അവൻ മയക്കത്തിൽ മന്ത്രിച്ചു.

"നിന്റെ യജമാനത്തി അതീവ സുന്ദരിയായിരിക്കണം. അവളുടെ മുടി സ്വർണ്ണത്തെപ്പോലെ തിളങ്ങുന്നുണ്ടാകും. എനിക്ക് അവളെ വരയ്ക്കണം—പക്ഷേ കാൻവാസിലല്ല. മഴവില്ലിനേക്കാൾ മനോഹരമായ നിറങ്ങൾ എനിക്ക് അതിനായി വേണ്ടിവരും. കണ്ണുകൾ അടച്ച് സ്വപ്നങ്ങളിൽ മാത്രമേ എനിക്ക് അവളെ വരയ്ക്കാൻ കഴിയൂ. ആകാശത്തിലെ നീലിമയും സ്വപ്നലോകത്തെ പനിനീർപ്പൂക്കളും ഹിമാലയത്തിലെ മഞ്ഞും ചേർത്തായിരിക്കണം അവളുടെ മുഖം വരയ്ക്കേണ്ടത്. അവൾ വളരെ സുന്ദരിയാണ്..."

വാക്കുകൾ അവന്റെ ചുണ്ടുകളിൽ തങ്ങിനിന്നു. സെവേൺ ഉറക്കത്തിലേക്ക് വഴുതി വീണു. അവന്റെ മടിയിൽ ആ പൂച്ചയും സുഖമായി ഉറങ്ങി.

II

"ഭാഗ്യമായി," സെവേൺ എഴുന്നേറ്റിരുന്ന് മടി കളഞ്ഞു കൊണ്ട് പറഞ്ഞു, "നമ്മൾ അത്താഴ സമയം വിശപ്പറിയാതെ കടന്നുപോയിരിക്കുന്നു. ഒരു വെള്ളി ഫ്രാങ്ക് കൊണ്ട് വാങ്ങാവുന്നതല്ലാതെ സൽക്കരിക്കാൻ എന്റെ കൈയ്യിൽ മറ്റൊന്നുമില്ല."

അവന്റെ മടിയിലിരുന്ന പൂച്ച എഴുന്നേറ്റ് വില്ലുപോലെ വളഞ്ഞു വീണ്ടും അവനെ നോക്കി. തനിക്കായി ഒരു മുട്ടയും ബ്രെഡ്ഡും പൂച്ചയ്ക്കായി അല്പം ഇറച്ചിയും പാലും അവൻ കരുതി. തന്റെ മുറിയിൽ നിന്നും പുറത്തിറങ്ങിയ സെവേൺ ആ തെരുവിലെ കടകളിൽ നിന്നും ഭക്ഷണം വാങ്ങി മടങ്ങിയെത്തി. പൂച്ച അതീവ സന്തോഷത്തോടെ തന്റെ ഭക്ഷണം കഴിച്ചു.ഭക്ഷണത്തിന് ശേഷം പൂച്ചയെ മടിയിലിരുത്തി അവൻ വീണ്ടും സംസാരിക്കാൻ തുടങ്ങി.

"പൂച്ചക്കുട്ടീ, നിന്റെ യജമാനത്തി എവിടെയാണ് താമസിക്കുന്നതെന്ന് ഞാൻ കണ്ടെത്തി. അത് അധികം ദൂരെയൊന്നുമല്ല; ഇതേ

പഴയ കെട്ടിടത്തിന്റെ വടക്കേ അറ്റത്തുള്ള മുറിയിലാണ് അവൾ താമസിക്കുന്നത്. അവിടെ ആരും താമസിക്കുന്നില്ലെന്നാണ് ഞാൻ കരുതിയിരുന്നത്. ഇറച്ചിക്കടക്കാരനും ബേക്കറിക്കാരനും നിന്നെ തിരിച്ചറിഞ്ഞു. അവർ നിന്റെ യജമാനത്തിയെക്കുറിച്ച് അത്ര നല്ല കാര്യങ്ങളല്ല പറഞ്ഞത്. അവൾ അലസയാണെന്നും ലക്ഷ്യബോധ മില്ലാത്തവളാണെന്നും ഒക്കെ അവർ പറയുന്നു. പക്ഷേ താഴത്തെ നിലയിലെ ആ ചെറിയ ശില്പി പറഞ്ഞത് അവൾ സുന്ദരിയാണെന്നും നല്ലവളാണെന്നുമാണ്."

പൂച്ച തന്റെ ശരീരം വൃത്തിയാക്കുന്നത് നിർത്തി തറയിലേക്ക് ചാടി വാതിലിനടുത്ത് ചെന്ന് മണം പിടിച്ചു. അവൻ അവളുടെ കഴുത്തിലെ ആ വെള്ളി കൊളുത്ത് പരിശോധിച്ചു. "ഇതിൽ ഒരു പേര് കൊത്തി വെച്ചിട്ടുണ്ട്," അവൻ പറഞ്ഞു. "സിൽവിയ എൽവൻ (Sylvia Elven). സിൽവിയ എന്നത് ഒരു പെൺപേരാണ്, എൽവൻ എന്നത് ഒരു നഗരത്തിന്റെയും. എനിക്ക് എൽവൻ എന്ന ആ കൊച്ചു നഗരത്തെ അറിയാം, അവിടെ വെച്ചാണ് ഞാൻ വിധിയെ നേരിട്ട് കണ്ടത്, വിധി എന്നോട് കരുണ കാണിച്ചില്ല. എൽവനിൽ വെച്ച് ആ വിധിക്ക് മറ്റൊരു പേരുണ്ടായിരുന്നു, ആ പേര് സിൽവിയ എന്നായിരുന്നു."

അവൻ എഴുന്നേറ്റ് വാതിൽക്കൽ നിൽക്കുന്ന പൂച്ചയെ നോക്കി. "എൽവൻ എന്ന പേര് എന്നെ പച്ചപുൽമേടുകളെയും തെളിനീരൊ ഴുകുന്ന പുഴകളെയും ഓർമ്മിപ്പിക്കുന്നു. സിൽവിയ എന്ന പേര് വാടി ക്കരിഞ്ഞ പൂക്കളുടെ സുഗന്ധം പോലെ എന്നെ അസ്വസ്ഥനാക്കുന്നു. നിന്റെ സിൽവിയ എന്റെ സിൽവിയ ആയിരിക്കില്ല; ലോകം വലുതാണ്, എൽവൻ എന്ന പേരിൽ വേറെയും സ്ഥലങ്ങൾ കണ്ടേക്കാം."

അവൻ പൂച്ചയെ കൈകളിലെടുത്ത് ആ പഴയ ഗോവണിപ്പടികൾ കയറി വടക്കേ അറ്റത്തെ മുറിയിലേക്ക് നടന്നു. ഒരു അടഞ്ഞ വാതിലിന് മുന്നിലെത്തിയ അവൻ ഏറെ നേരം മുട്ടി. ഒടുവിൽ വാതിൽ തുറന്നു. മുറിക്കുള്ളിൽ ഇരുട്ടായിരുന്നു. അവൻ അകത്തേക്ക് കയറിയതും പൂച്ച അവന്റെ കൈകളിൽ നിന്നും ഇരുട്ടിലേക്ക് ചാടിമറഞ്ഞു.

അവൻ ഒരു മെഴുകുതിരി കത്തിച്ചു. അതൊരു വലിയ മുറിയായിരു ന്നു. വിലപിടിപ്പുള്ള വസ്ത്രങ്ങളും ആഭരണങ്ങളും അവിടെ ചിതറിക്കിട ന്നിരുന്നു. അവിടെയുണ്ടായിരുന്ന കസേരയ്ക്ക് മുകളിൽ പട്ടു വസ്ത്രങ്ങളും ഗ്ലൗസുകളും കിടക്കുന്നു. തറയിൽ ഒരു ജോടി ചെറിയ ഷൂസുകളും പൂച്ചയുടെ കഴുത്തിൽ കണ്ടതിന് സമാനമായ റോസ് നിറത്തിലുള്ള മറ്റൊരു 'ഗാർട്ടറും' അവൻ കണ്ടു.

അവൻ മെഴുകുതിരി ഉയർത്തിപ്പിടിച്ച് കട്ടിലിനടുത്തേക്ക് നടന്നു. അവിടെയുള്ള കനത്ത തിരശ്ശീലകൾ മാറ്റിയപ്പോൾ മെഴുകുതിരി വെളിച്ചത്തിൽ രണ്ട് കണ്ണുകൾ അവനെ നോക്കി പുഞ്ചിരിക്കുന്നത് അവൻ കണ്ടു. സ്വർണ്ണനിറത്തിലുള്ള മുടിയിഴകൾ അവിടെ ചിതറിക്കിടക്കുന്നു.

അവളുടെ മുഖം വിളറിയിരുന്നു. സെവേൺ വിറച്ചുപോയി. അവൻ മൃദുവായി മന്ത്രിച്ചു: “സിൽവിയ, ഇത് ഞാനാണ്.”

അവൻ വീണ്ടും ആവർത്തിച്ചു, “ഇത് ഞാനാണ്.”

അവൾ മരിച്ചുവെന്ന് തിരിച്ചറിഞ്ഞ നിമിഷം, അവൻ അവളുടെ അധരങ്ങളിൽ ചുംബിച്ചു. ആ രാത്രിയുടെ യാമങ്ങളിൽ, പുലർച്ചെ വരെ ആ പൂച്ച അവന്റെ മടിയിലിരുന്ന് മുരണ്ടുകൊണ്ടിരുന്നു.

ആദ്യ ഷെൽ വീണ തെരുവ്

"മനക്കരുത്ത് വീണ്ടെടുക്കുക, ഈ ഇരുണ്ട മാസം ഉടനെ അവസാനിക്കും, ഒരു പുതിയ ചന്ദ്രൻ നമുക്ക് ആശ്വാസമായി ഉദിച്ചുയരും: നോക്കൂ, ആ പഴയ ചന്ദ്രൻ എത്രമേൽ മെലിഞ്ഞും കുനിഞ്ഞും മങ്ങിയും ഇരിക്കുന്നു, വാർദ്ധക്യത്താലും പട്ടിണിയാലും അത് ആകാശത്തുനിന്നും മാഞ്ഞുപോവുകയാണ്."

I

ആ മുറിയിൽ ഇരുട്ട് പടർന്നു കഴിഞ്ഞിരുന്നു. ഡിസംബറിലെ ആ ചെറിയ പകൽവെളിച്ചത്തെ അഭിമുഖമായി നിൽക്കുന്ന ഉയർന്ന കെട്ടിടങ്ങൾ തടഞ്ഞുനിർത്തി. ആ പെൺകുട്ടി തന്റെ കസേര ജനാലയ്ക്കലേക്ക് നീക്കി ഇട്ടു. ഒരു വലിയ സൂചിയിൽ നൂല് കോർത്ത് അവൾ വിരലുകൾക്കിടയിൽ അതിനൊരു കെട്ടിട്ടു. തന്റെ മടിയിലിരുന്ന ആ കൊച്ചു കുഞ്ഞിന്റെ വസ്ത്രം അവൾ നിവർത്തിയിട്ടു. പതുക്കെ കുനിഞ്ഞ് പല്ലുകൊണ്ട് നൂല് മുറിച്ച ശേഷം വസ്ത്രത്തിന്റെ അരികിൽ ഇരുന്ന ചെറിയ സൂചി അവൾ കയ്യിലെടുത്തു. അതിലെ നൂലുകൾ മാറ്റി അവൾ ആ വസ്ത്രത്തെ വാത്സല്യത്തോടെ തലോടി.

തന്റെ വസ്ത്രത്തിൽ നിന്നും കോർത്ത സൂചി എടുത്ത് ഒരു ബട്ടണിലൂടെ കടത്തിയപ്പോൾ അവളുടെ കൈകൾ വിറച്ചു. നൂല് പൊട്ടിപ്പോകുകയും ആ ബട്ടൺ തറയിലൂടെ ഉരുണ്ടു നീങ്ങുകയും ചെയ്തു. അവൾ തലയുയർത്തി നോക്കി. പുകക്കുഴലുകൾക്ക് മുകളിൽ അവശേഷിച്ച ആ വെളിച്ചത്തിന്റെ അവസാന നാളങ്ങളിൽ അവളുടെ കണ്ണുകൾ ഉടക്കി നിന്നു. നഗരത്തിന്റെ ഏതോ ഭാഗത്ത് നിന്ന് ചെണ്ടകൊട്ടുന്നത് പോലുള്ള ശബ്ദം കേൾക്കാം. അതിനുമപ്പുറം, കടൽപ്പാറകളിൽ വന്നിടിക്കുന്നത് പോലെ ദൂരെ നിന്നും ഒരു മുഴക്കം ഉയർന്നു വരുന്നുണ്ടായിരുന്നു. അത് ചിലപ്പോൾ അലറുന്നതുപോലെയും ചിലപ്പോൾ പിൻവാങ്ങുന്നതുപോലെയും ഭീഷണി മുഴക്കുന്നതുപോലെയും തോന്നി.

തണുപ്പ് അസഹനീയമായിരുന്നു. വീടിന്റെ മരത്തൂണുകളെപ്പോലും വിറപ്പിക്കുന്ന കഠിനമായ തണുപ്പ്. ഇന്നലത്തെ ചെളി മുഴുവൻ കല്ലുപോലെ ഉറച്ചുകഴിഞ്ഞിരുന്നു. താഴെ തെരുവിൽ നിന്നുള്ള ഓരോ ശബ്ദവും ലോഹം തട്ടുന്നത് പോലെ മൂർച്ചയുള്ളതായിരുന്നു—മരച്ചെരുപ്പുകളുടെ (Sabots) ശബ്ദവും ജനാലകൾ അടയ്ക്കുന്ന ശബ്ദവും വല്ലപ്പോഴും കേൾക്കുന്ന മനുഷ്യശബ്ദങ്ങളും. വായു പോലും തണുപ്പിനാൽ ഭാരമേറിയതായിരുന്നു. ശ്വസിക്കുന്നത് പോലും വേദനയുണ്ടാക്കുന്ന ഒന്നായി മാറി.

ആകാശത്തെ ഇരുണ്ട മേഘങ്ങൾ വല്ലാത്തൊരു വിഷാദം നഗരത്തിന് നൽകി. ഗോപുരങ്ങളും കമാനങ്ങളും പാലങ്ങളും ആയിരക്കണക്കിന് മിനാരങ്ങളുമുള്ള ആ സുന്ദരമായ നഗരത്തെ തണുപ്പ് വിഴുങ്ങി. ലാറ്റിൻ ക്വാർട്ടറിലെ ഇടുങ്ങിയ തെരുവുകളിൽ ആ ഡിസംബർ തണുപ്പ് ചാരനിറത്തിൽ പടർന്നു നിന്നു. തീർത്തും സങ്കടകരമായ ഒരന്തരീക്ഷം. ചെറിയ മഞ്ഞുകണങ്ങൾ ചില്ലുകളിൽ വന്നിടിച്ചു പെയ്യുന്നുണ്ടായിരുന്നു. വെളിച്ചം തീരെ ഇല്ലാതായപ്പോൾ അവൾ തന്റെ തുന്നൽ ജോലിക്കായി വല്ലാതെ കുനിഞ്ഞിരുന്നു. പെട്ടെന്ന് അവൾ തലയുയർത്തി തന്റെ മുടിയിഴകൾ ഒതുക്കിക്കൊണ്ട് വിളിച്ചു:

“ജാക്ക്?” “പറയൂ പ്രിയേ?” “നിന്റെ പാലറ്റ് (Palette) വൃത്തിയാക്കാൻ മറക്കണ്ട.”

“ശരി,” എന്ന് പറഞ്ഞുകൊണ്ട് അയാൾ ആ പാലറ്റ് എടുത്ത് അടുപ്പിന് മുന്നിൽ തറയിലിരുന്നു. അയാളുടെ തലയും തോളും നിഴലിലായിരുന്നെങ്കിലും തീജ്വാലകളുടെ വെളിച്ചം അയാളുടെ മുട്ടുകളിലും കയ്യിലിരുന്ന പാലറ്റ്-നൈഫിലും (Palette-knife) ചുവന്ന തിളക്കം നൽകി. അരികിലുണ്ടായിരുന്ന കളർ-ബോക്സിന് മുകളിൽ ഇപ്രകാരം കൊത്തിവെച്ചിരുന്നു:

ജെ. ട്രെന്റ് (J. TRENT) École des Beaux Arts (സ്കൂൾ ഓഫ് ഫൈൻ ആർട്സ്) 1870.

അമേരിക്കയുടെയും ഫ്രാൻസിന്റെയും പതാകകൾ കൊണ്ട് ആ കൊത്തുപണി അലങ്കരിച്ചിരുന്നു.

മഞ്ഞുകണങ്ങൾ ജനാലച്ചില്ലുകളിൽ വന്നിടിച്ച് നക്ഷത്രങ്ങളെപ്പോലെയും വജ്രങ്ങളെപ്പോലെയും തിളങ്ങി; പിന്നീട് അകത്തെ ചൂടിൽ ഉരുകി താഴേക്ക് ഒലിച്ചിറങ്ങി വീണ്ടും തണുത്തുറഞ്ഞ് മനോഹരമായ ചിത്രപ്പണികൾ പോലെ ചില്ലുകളിൽ പടർന്നു.

അടുപ്പിന് പിന്നിൽ സിങ്ക് ഷീറ്റിന് മുകളിൽ ഒരു നായുടെ കരച്ചിലും ചെറിയ പാദങ്ങളുടെ ശബ്ദവും കേട്ടു. “ജാക്ക്, ഹെർക്കുലീസിന് വിശക്കുന്നുണ്ടാകുമെന്ന് നിനക്ക് തോന്നുന്നുണ്ടോ?” അടുപ്പിന് പിന്നിലെ

പാദചലനങ്ങൾ വർദ്ധിച്ചു. "അവൻ കരയുകയാണ്," അവൾ പരിഭ്രമത്തോടെ തുടർന്നു. "അത് വിശപ്പ് കൊണ്ടല്ലെങ്കിൽ പിന്നെ—" അവളുടെ ശബ്ദം ഇടറി. അന്തരീക്ഷത്തിൽ ഒരു മുഴക്കം നിറഞ്ഞു, ജനാലകൾ വിറച്ചു.

"ഓ, ജാക്ക്," അവൾ നിലവിളിച്ചു,

"മറ്റൊന്ന് കൂടി—" മേഘങ്ങൾക്കിടയിലൂടെ ചീറിപ്പാഞ്ഞു വരുന്ന ഒരു പീരങ്കിയുണ്ടയുടെ (Shell) ഭീകരമായ ശബ്ദത്തിൽ അവളുടെ വാക്കുകൾ മുങ്ങിപ്പോയി.

"അത് തൊട്ടടുത്തായിരുന്നു," അവൾ മന്ത്രിച്ചു.

"അല്ലല്ല," അവൻ ആത്മവിശ്വാസത്തോടെ മറുപടി നൽകി, "അത് മിക്കവാറും മോണ്ട്മാർട്രെ (Montmartre) ഭാഗത്തായിരിക്കും വീണത്."

അവൾ മറുപടി നൽകാതിരുന്നപ്പോൾ അവൻ വീണ്ടും പറഞ്ഞു, "ലാറ്റിൻ ക്വാർട്ടറിന് നേരെ വെടിയുതിർക്കാൻ അവർ മെനക്കെടില്ല; അത്ര ദൂരേക്ക് പ്രഹരശേഷിയുള്ള പീരങ്കികളൊന്നും അവരുടെ കൈവശമില്ല."

കുറച്ച് കഴിഞ്ഞപ്പോൾ അവൾ ഉത്സാഹത്തോടെ ചോദിച്ചു: "ജാക്ക്, മിസ്റ്റർ വെസ്റ്റിന്റെ ശില്പങ്ങൾ കാണാൻ നീ എന്നെ എപ്പോഴാണ് കൊണ്ടുപോകുന്നത്?"

അവൻ തന്റെ പാലറ്റ് താഴെയിട്ട് അവളുടെ അരികിലേക്ക് നടന്നു. "ഇന്ന് കോളെറ്റ് ഇവിടെ വന്നിരുന്നു എന്ന് ഞാൻ പന്തയം വെക്കാം."

വടക്ക് ഭാഗത്ത് നിന്ന് മറ്റൊരു ഷെൽ കൂടി ആകാശത്തിലൂടെ ചൂളം വിളിയോടെ കടന്നുപോയി. ജനാലച്ചില്ലുകൾ ആ ശബ്ദത്തിൽ മുഴങ്ങി.

"അത്—അത് വല്ലാതെ അടുത്തായിരുന്നു," അവൻ അറിയാതെ പറഞ്ഞുപോയി. അല്പനേരം അവർ നിശബ്ദരായി. പിന്നീട് ജാക്ക് പ്രസന്നതയോടെ സംസാരിക്കാൻ ശ്രമിച്ചെങ്കിലും സിൽവിയ ദീർഘ നിശ്വാസത്തോടെ പറഞ്ഞു, "എനിക്ക് ഈ ഷെല്ലുകളുടെ ശബ്ദവുമായി പൊരുത്തപ്പെടാൻ കഴിയുന്നില്ല."

അവൾ തന്റെ കത്രിക താഴെയിട്ട്, തുന്നിക്കൊണ്ടിരുന്ന വസ്ത്രം മാറ്റിവെച്ച് അവന്റെ കഴുത്തിലൂടെ കൈകൾ ചുറ്റിപ്പിടിച്ചു.

"ഇന്ന് രാത്രി പുറത്തു പോകരുത്, ജാക്ക്." അവൻ അവളുടെ നെറ്റിയിൽ ചുംബിച്ചു.

"എനിക്ക് പോകണം പ്രിയേ, അതുകൊണ്ട് എനിക്ക് ബുദ്ധിമുട്ടുണ്ടാക്കരുത്."

"പക്ഷേ ഈ പീരങ്കിശബ്ദങ്ങൾ കേൾക്കുമ്പോൾ, നീ പുറത്താണെന്ന് അറിയുമ്പോൾ—"

"അതൊക്കെ മോണ്ട്മാർട്രെയിലല്ലേ വീഴുന്നത്—"

"അവ ചിലപ്പോൾ സ്കൂൾ ഓഫ് ഫൈൻ ആർട്സിലും (Beaux Arts) വീഴാം; രണ്ട് ഷെല്ലുകൾ ക്വായ് ഡി ഓർസെയിൽ (Quai d'Orsay) പതിച്ചുവെന്ന് നീ തന്നെയല്ലേ പറഞ്ഞത്—"

"അത് വെറും യാദൃശ്ചികതയാണ്—"

"ജാക്ക്, എന്നോട് കരുണ കാണിക്കൂ! എന്നെയും നിന്റെ കൂടെ കൊണ്ടുപോകൂ!"

"എങ്കിൽ പിന്നെ ആര് അത്താഴം തയ്യാറാക്കും?"

അവൾ നിരാശയോടെ കട്ടിലിലേക്ക് വീണു.

"എനിക്ക് ഇത് സഹിക്കാൻ കഴിയുന്നില്ല, നിനക്ക് പോകണമെന്ന് എനിക്കറിയാം. പക്ഷേ അത്താഴത്തിന് വൈകരുതെന്ന് ഞാൻ അപേക്ഷിക്കുന്നു. ഞാൻ എത്രമാത്രം അനുഭവിക്കുന്നുണ്ടെന്ന് നിനക്കറിയില്ല."

അവൻ അവൾക്കായി മദ്യവിളക്ക് (Alcohol lamp) തയ്യാറാക്കി നൽകി. തൊപ്പി എടുത്ത് പോകാൻ ഒരുങ്ങിയപ്പോൾ അവൾ അവനെ കെട്ടിപ്പിടിച്ചു.

"സിൽവിയ, നിന്റെ ധൈര്യമാണ് എന്റെ കരുത്ത്. ഞാൻ പോകട്ടെ," അവൻ പറഞ്ഞു. "വിഷമിക്കേണ്ട," ഒന്നുകൂടി ചുംബിച്ചുകൊണ്ട് അവൻ യാത്രയായി.

പടികൾ ഇറങ്ങുമ്പോൾ കെട്ടിടത്തിന്റെ സൂക്ഷിപ്പുകാരി ഒരു കത്തുമായി ഓടിവന്നു.

"മിസ്റ്റർ ജാക്ക്! മിസ്റ്റർ ഫാലോബി തന്ന കത്താണിത്!"

അവൻ ആ കത്ത് വാങ്ങി വായിച്ചു. ജാക്കിന്റെ സുഹൃത്തായ വെസ്റ്റ് എഴുതിയതായിരുന്നു അത്. തന്റെ കൂട്ടുകാരുടെ ദാരിദ്ര്യത്തെക്കുറിച്ചും, അത്താഴം കഴിക്കാൻ താൻ കണ്ടെത്തിയ ഒരു പുതിയ വഴിയെക്കുറിച്ചും അയാൾ അതിൽ എഴുതിയിരുന്നു. 'ഹാർട്ട്മാനും സംഘവും അത്ര ശരിയല്ല' എന്നൊരു മുന്നറിയിപ്പും അതിലുണ്ടായിരുന്നു.

"ശരി," ട്രെന്റ് പുഞ്ചിരിയോടെ സൂക്ഷിപ്പുകാരിയോട് പറഞ്ഞു.

"പറയൂ, പാപ്പാ കോട്ടാർഡിന് ഇപ്പോൾ എങ്ങനെയുണ്ട്?"

ആ വൃദ്ധ തലയാട്ടിക്കൊണ്ട് ലോഡ്ജിലെ കർട്ടനിട്ട കട്ടിലിലേക്ക് വിരൽ ചൂണ്ടി.

"പാപ്പാ കോട്ടാർഡ്!" ട്രെന്റ് ഉത്സാഹത്തോടെ വിളിച്ചു, "മുറിവൊക്കെ എങ്ങനെയുണ്ട് ഇന്ന്?"

അവൻ കട്ടിലിനടുത്തേക്ക് നടന്ന് കർട്ടൻ മാറ്റി. അലങ്കോലപ്പെട്ട കിടക്കവിരികൾക്കിടയിൽ ആ വൃദ്ധൻ കിടക്കുകയായിരുന്നു.

"ഭേദമുണ്ടോ?" ട്രെന്റ് പുഞ്ചിരിച്ചു.

“ഭേദമുണ്ട്,” അയാൾ തളർച്ചയോടെ ആവർത്തിച്ചു. അല്പം കഴിഞ്ഞ് ചോദിച്ചു, “എന്തെങ്കിലും വാർത്തയുണ്ടോ, മിസ്റ്റർ ജാക്ക്?”

“ഞാൻ ഇന്ന് പുറത്തിറങ്ങിയിട്ടില്ല. എന്തെങ്കിലും കേട്ടാൽ പറയാം,” അവൻ മന്ത്രിച്ചു. പിന്നീട് ഉറക്കെ പറഞ്ഞു:

“ധൈര്യമായിരിക്കൂ; നിങ്ങളെ കാണാൻ ഇപ്പോൾ കുഴപ്പമില്ല.”

ട്രെന്റ് പുറത്തിറങ്ങി തെരുവിലേക്ക് തിരിഞ്ഞു. തെരുവ് വിജനമായിരുന്നു. കീറിപ്പറിഞ്ഞ പട്ടാളക്കുപ്പായങ്ങൾ പുതച്ച ചില സ്ത്രീകൾ തണുത്തുറഞ്ഞ തറയിലൂടെ നീങ്ങുന്നുണ്ടായിരുന്നു. തെരുവിലെ അഴുക്കുചാലിന് മുകളിൽ കീറിപ്പറിഞ്ഞ വസ്ത്രം ധരിച്ച ഒരു ബാലൻ (Gamin) നിൽക്കുന്നു. അവന്റെ അരയിൽ ഒരു കയർ കെട്ടിയിട്ടുണ്ട്. ആ കയറിൽ ചോരയൊലിപ്പിക്കുന്ന ഒരു എലി തൂങ്ങിക്കിടക്കുന്നുണ്ടായിരുന്നു.

“അതിനകത്ത് ഒരെണ്ണം കൂടിയുണ്ട്,” അവൻ ട്രെന്റിനോട് വിളിച്ചുപറഞ്ഞു. ട്രെന്റ് റോഡ് മുറിച്ചുകടന്ന് ചോദിച്ചു:

“എത്രയാകും?” “നല്ല കൊഴുത്ത ഒന്നിന്റെ കാൽഭാഗത്തിന് രണ്ട് ഫ്രാങ്ക്. സെന്റ് ജെർമെയ്ൻ മാർക്കറ്റിൽ അതാണ് വില.”

കഠിനമായ ചുമ അവനെ തടസ്സപ്പെടുത്തി. അവൻ കൈവെള്ള കൊണ്ട് മുഖം തുടച്ച് കൗശലത്തോടെ ട്രെന്റിനെ നോക്കി.

“കഴിഞ്ഞ ആഴ്ച ആറ് ഫ്രാങ്കിന് എലിയെ കിട്ടുമായിരുന്നു. പക്ഷേ ഇപ്പോൾ എലികളൊക്കെ പുതിയ ആശുപത്രിയുടെ അങ്ങോട്ടേക്ക് മാറി. ഇതിന് ഞാൻ ഏഴ് ഫ്രാങ്ക് വാങ്ങും. ഐൽ സെന്റ് ലൂയിസിൽ കൊടുത്താൽ പത്ത് ഫ്രാങ്ക് കിട്ടും.”

“നീ കള്ളം പറയുകയാണ്,” ട്രെന്റ് പറഞ്ഞു. എങ്കിലും ചിരിച്ചുകൊണ്ട് അവൻ ഒരു ഫ്രാങ്ക് അവന് നേരെ എറിഞ്ഞു കൊടുത്തു. ആ കുട്ടി അത് വായയിലൊതുക്കി വീണ്ടും അഴുക്കുചാലിലേക്ക് ശ്രദ്ധ തിരിച്ചു.

“ബ്രെയ്ത്തിന്റെ അവസ്ഥയും ഇങ്ങനെയാകുമോ?” ട്രെന്റ് വ്യാകുലപ്പെട്ടു. അവൻ വേഗത്തിൽ നടന്ന് തന്റെ സുഹൃത്തുക്കൾ താമസിക്കുന്ന വീട്ടിലെത്തി. അവിടെ മുറിയിൽ വെസ്റ്റ് എന്ന സുഹൃത്ത് ദുരൂഹതയോടെ അവനെ സ്വീകരിച്ചു. തണുപ്പിൽ നിന്നും രക്ഷപ്പെടാൻ പുതപ്പിനുള്ളിലിരുന്ന് ചിത്രങ്ങൾ വരയ്ക്കുകയായിരുന്നു ബ്രെയ്ത്ത്.

“എന്തെങ്കിലും വാർത്തയുണ്ടോ?”

“പീരങ്കി ശബ്ദമല്ലാതെ മറ്റൊന്നുമില്ല,” ട്രെന്റ് മറുപടി നൽകി.

കഴുകാൻ വെച്ചിരുന്ന ഒരു പാത്രത്തിനുള്ളിൽ പകുതി തയ്യാറാക്കിയ കോഴിയിറച്ചി ഇരിക്കുന്നത് കണ്ട് ട്രെന്റ് അത്ഭുതപ്പെട്ടു.

“നിങ്ങൾ രണ്ടുപേരും ലക്ഷാധിപതികളായോ? ഇത് എവിടെ നിന്ന് കിട്ടി?”

വെസ്റ്റ് ആ കഥ പറഞ്ഞു. പണ്ട് തന്നെ പരിചയപ്പെടുത്താൻ തന്ന ഒരു കത്തുമായി താൻ ഒരു പണക്കാരനായ ബാങ്കറുടെ വീട്ടിൽ പോയെന്നും, അവിടെ അത്താഴത്തിന് വെച്ചിരുന്ന കോഴിയെ അടിച്ചുമാറ്റി തന്റെ വിസിറ്റിംഗ് കാർഡ് അവിടെ ഉപേക്ഷിച്ച് 'യുദ്ധവിജയ'വുമായി മടങ്ങിയതാണെന്നും വെസ്റ്റ് വീമ്പ് പറഞ്ഞു.

"ഇതിന്റെ പകുതി ബ്രെയ്സ്റ്റിനും എനിക്കും, ബാക്കി പകുതി കോളെറ്റിനുമുള്ളതാണ്. നീയും എന്റെ കൂടെ കഴിക്കണം," വെസ്റ്റ് പറഞ്ഞു. "എനിക്ക് വിശപ്പില്ല," എന്ന് ട്രെന്റ് കള്ളം പറഞ്ഞു. തന്റെ സുഹൃത്തുക്കളുടെ വിളറിയ മുഖങ്ങൾ കണ്ടപ്പോൾ അവന് സങ്കടം തോന്നി. വെസ്റ്റ് ആ ഇറച്ചിയുമായി തന്റെ കാമുകിയായ കോളെറ്റിന്റെ അടുത്തേക്ക് ഓടിപ്പോയി.

വെസ്റ്റ് പോയതിന് ശേഷം ട്രെന്റ് ബ്രെയ്സ്റ്റിന്റെ അടുത്തേക്ക് ചെന്നു. "സത്യം പറയൂ, നിന്റെ കൈയ്യിൽ ഇനി എത്ര പണമുണ്ട്?"

ബ്രെയ്സ്റ്റ് മടിച്ചുമടിച്ച് തന്റെ തലയിണയ്ക്കടിയിൽ നിന്നും പേഴ്സ് എടുത്തു നൽകി. അതിൽ വെറും ഏഴ് നാണയങ്ങൾ (Sous) മാത്രമേ ഉണ്ടായിരുന്നുള്ളൂ. "നിനക്ക് എന്നോട് ചോദിച്ചുകൂടേ? എന്റെ കൈയ്യിൽ പണമുണ്ടെങ്കിൽ അത് നിങ്ങളുമായി പങ്കിടുക എന്നത് എന്റെ കടമയല്ലേ?" ട്രെന്റ് ദേഷ്യപ്പെട്ടു.

"ട്രെന്റ്, എനിക്ക് ഇത് തിരിച്ചു നൽകാൻ കഴിഞ്ഞില്ലെങ്കിലോ..." ബ്രെയ്സ്റ്റ് വിഷമിച്ചു.

"നീ തിരിച്ചു നൽകും! നീ പ്രശസ്തനാകുമ്പോൾ എനിക്ക് ഇത് നൽകിയാൽ മതി," ട്രെന്റ് അവനെ ആശ്വസിപ്പിച്ചു.

അവൻ ആ പേഴ്സിനുള്ളിൽ ഒരു ഡസൻ സ്വർണ്ണനാണയങ്ങൾ നിക്ഷേപിച്ചു. ബ്രെയ്സ്റ്റിന് വെറും പതിനാറ് വയസ്സേ ഉണ്ടായിരുന്നുള്ളൂ. ട്രെന്റിന് ഇരുപത്തിരണ്ടും. ആ ഡിസംബർ രാത്രിയിലെ ആകാശത്തിലൂടെ മറ്റൊരു ഷെൽ കൂടി ചീറിപ്പാഞ്ഞു പോകുമ്പോൾ അവരുടെ ഉള്ളിൽ ഒരു പ്രാർത്ഥന മാത്രമേ ഉണ്ടായിരുന്നുള്ളൂ: "ദൈവമേ, ഇത് എത്ര നാൾ കൂടി നീളും!"

II

റൂ സെർപന്റൈനിലെ ഒരു വീടിന്റെ വാതിൽക്കൽ നിന്ന് വെസ്റ്റ് ദേഷ്യപ്പെടുകയായിരുന്നു. ഹാർട്ട്മാൻ എന്ന വ്യക്തിയുടെ കാപട്യത്തെക്കുറിച്ച് അയാൾ രൂക്ഷമായി സംസാരിച്ചു. "നീ നിന്നെ ഒരു അമേരിക്കക്കാരൻ എന്ന് വിളിക്കുന്നുണ്ടല്ലോ, നിന്നെപ്പോലെയുള്ളവർ കൊണ്ട് നരകം നിറഞ്ഞിരിക്കുകയാണ്! പാവം ബ്രെയ്സ്റ്റ് പട്ടിണി കിടക്കുമ്പോഴും

സഹായിക്കാൻ മനസ്സില്ലാത്ത നീ, കൊഴുത്ത ഭക്ഷണവും വിലകൂടിയ വീഞ്ഞുമായി കോളെറ്റിന്റെ അടുത്ത് വരുന്നത് എന്തിനാണ്?"

ഹാർട്ട്മാൻ ഒരു ചാരനാണെന്ന് വെസ്റ്റ് സംശയിച്ചു.

"നീ ആ അൽസേഷ്യൻ ബ്രസറിയിൽ (Alsatian Brasserie) പോകുന്നതിനെക്കുറിച്ച് എനിക്കറിയാം. അവിടെയുള്ള ആ കള്ളന്മാരെ സൂക്ഷിച്ചോ, സംശയിക്കപ്പെടുന്നവരോട് അവർ എന്ത് ചെയ്യുമെന്ന് നിനക്കറിയാമല്ലോ!" വെസ്റ്റ് ദേഷ്യത്തോടെ പറഞ്ഞു.

ഹാർട്ട്മാൻ ഒരു കുപ്പി വെസ്റ്റിന് നേരെ എറിഞ്ഞെങ്കിലും വെസ്റ്റ് അവനെ കീഴ്പ്പെടുത്തി ചുവരിലേക്ക് ചേർത്തു പിടിച്ചു. ഹാർട്ട്മാന്റെ കൈവശമുണ്ടായിരുന്ന കത്തി വെസ്റ്റ് പിടിച്ചുവാങ്ങി അവനെ അഴുക്കുചാലിലേക്ക് തള്ളി. ഈ കാഴ്ച കണ്ട് പട്ടിണി കൊണ്ട് തളർന്ന നഗരത്തിലെ ജനങ്ങൾ തങ്ങളുടെ ജനാലകൾ തുറന്നു നോക്കി. ഒരു വിജയത്തിന്റെ വാർത്തയാകുമോ ഇതെന്നവർ പ്രത്യാശിച്ചു. ഹാർട്ട്മാൻ ഒരക്ഷരം മിണ്ടാതെ അവിടെ നിന്നും നടന്നു നീങ്ങി.

പിന്നീട് ട്രെന്റും ഫാലോബിയും വെസ്റ്റിന്റെ സ്റ്റുഡിയോയിലെത്തി. ഫാലോബി തന്റെ പക്കലുള്ള പണം മുഴുവൻ ആഡംബരങ്ങൾക്കായി ചിലവാക്കുന്നതിനെ ട്രെന്റ് ശകാരിച്ചു. എങ്കിലും, പുഞ്ചിരിയോടെ ട്രെന്റ് കുറച്ച് സ്വർണ്ണനാണയങ്ങൾ അവന് നൽകി. താനും കോളെറ്റും വിവാഹിതരാകാൻ പോകുന്നു എന്ന വാർത്ത വെസ്റ്റ് അവരോട് പങ്കുവെച്ചു. തന്റെ കളിമൺ പ്രതിമ പോലും തകർത്ത് വിറകാക്കി തണുപ്പിൽ നിന്നും കോളെറ്റിനെ രക്ഷിക്കാൻ വെസ്റ്റ് ശ്രമിച്ചിരുന്നു.

അവിടെനിന്നും മടങ്ങുമ്പോൾ ട്രെന്റ് കോളെറ്റിനെ സന്ദർശിച്ചു. അവൾ അതീവ സന്തോഷവതിയായിരുന്നു. അടുത്ത ദിവസം സിൽവിയയുടെ പത്തൊൻപതാം പിറന്നാളാണെന്നും (fête), അന്ന് എല്ലാവരും ഒത്തുകൂടി ഭക്ഷണം കഴിക്കണമെന്നും ട്രെന്റ് അവളെ ക്ഷണിച്ചു.

രാത്രിയിലെ കൊടുംതണുപ്പിലൂടെ ട്രെന്റ് റൂ ഡി സെയിനിലേക്ക് നടന്നു. ആകാശത്ത് നക്ഷത്രങ്ങൾ തിളങ്ങുന്നുണ്ടായിരുന്നു. പ്രഷ്യൻ പീരങ്കികളുടെയും മോണ്ട് വാലറിയന്റെയും (Mont Valérien) ഇടിമുഴക്കം പോലെ ശബ്ദം മുഴങ്ങുന്നുണ്ടായിരുന്നു. ഇസ്സിയിലെയും (Issy) വടക്കൻ കോട്ടകളിലെയും റോക്കറ്റുകൾ ആകാശത്ത് കരിമരുന്നു പ്രകടനം പോലെ കത്തിപ്പടർന്നു.

പെട്ടെന്ന് ഒരു മനുഷ്യൻ വിളിച്ചുപറഞ്ഞു: "നല്ല വാർത്ത! ആർമി ഓഫ് ദ ലോയർ (Army of the Loire) വരുന്നു!"

നിമിഷനേരം കൊണ്ട് തെരുവുകൾ ജനങ്ങളെക്കൊണ്ട് നിറഞ്ഞു. "നാളെ നമുക്ക് വെള്ള ബ്രെഡ് തിന്നാൻ കഴിയുമോ?" ഒരു കുട്ടി തന്റെ

അമ്മയോട് ചോദിക്കുന്നുണ്ടായിരുന്നു.

തങ്ങളുടെ സൈന്യം രക്ഷയ്ക്കെത്തുന്നു എന്ന വാർത്ത കേട്ട് ആളുകൾ സന്തോഷത്താൽ കരഞ്ഞു. പോണ്ട് ന്യൂഫ് (Pont Neuf) പാലത്തിൽ നിന്നും സിഗ്നലുകൾ കാണാമെന്ന് കേട്ട് ട്രെന്റും ജനക്കൂട്ടത്തിനൊപ്പം പാലത്തിലേക്ക് ചെന്നു.

പാലത്തിൽ വെച്ച് ട്രെന്റ് ഒരു ഡോക്ടറെ കണ്ടുമുട്ടി. വാർത്തകൾ വ്യാജമാകാനാണ് സാധ്യതയെന്ന് ഡോക്ടർ കരുതി. അടുത്ത ദിവസം മറ്റൊരു സൈനിക നീക്കം (Sortie) ഉണ്ടായേക്കാമെന്നും വോളന്റിയർമാരുടെ സഹായം വേണ്ടിവരുമെന്നും അദ്ദേഹം ട്രെന്റിനോട് പറഞ്ഞു. സിൽവിയയുടെ ആരോഗ്യത്തെക്കുറിച്ചും അദ്ദേഹം അന്വേഷിച്ചു.

പാലത്തിൽ നിൽക്കുമ്പോൾ ട്രെന്റ് അഴുക്കുനിറഞ്ഞ കറുത്ത നദിയിലേക്ക് നോക്കി. മാർണെ (Marne) പുഴയിൽ നിന്നുള്ള ഐസ് കട്ടകൾ പാലത്തിന്റെ കല്ല് തൂണുകളിൽ തട്ടി തകരുന്ന ശബ്ദം അവൻ കേട്ടു. അപ്പോൾ അമേരിക്കൻ ലെഗേഷനിലെ സൗത്ത്‌വാർക്ക് ട്രെന്റിന്റെ അടുത്തു വന്നു.

“ട്രെന്റ്, ലോയർ സൈന്യത്തെക്കുറിച്ചുള്ള വാർത്തകൾ വിശ്വസിക്കരുത്. അതൊരു കള്ളമാണ്,” അവൻ രഹസ്യമായി പറഞ്ഞു. തുടർന്ന് അവൻ മറ്റൊരു ഞെട്ടിക്കുന്ന വാർത്ത കൂടി വെളിപ്പെടുത്തി: “ഹാർട്ട്മാൻ എന്ന അമേരിക്കക്കാരൻ അറസ്റ്റ് ചെയ്യപ്പെട്ടിരിക്കുന്നു. നിനക്ക് അയാളെ അറിയാമോ?”

“എന്നെ അമേരിക്കക്കാരൻ എന്ന് വിളിക്കുന്ന ഒരു ജർമ്മൻകാരനെ എനിക്കറിയാം—അവന്റെ പേര് ഹാർട്ട്മാൻ എന്നാണ്.”

“ശരി, ഏകദേശം രണ്ട് മണിക്കൂർ മുമ്പ് അയാൾ അറസ്റ്റ് ചെയ്യപ്പെട്ടു. അയാളെ വെടിവെച്ച് കൊല്ലാനാണ് അവർ ഉദ്ദേശിക്കുന്നത്.”

“എന്ത്!”

“ലെഗേഷനിലുള്ളവർക്ക് അയാളെ പെട്ടെന്ന് വെടിവെച്ച് കൊല്ലാൻ സമ്മതിക്കാൻ കഴിയില്ല, പക്ഷേ തെളിവുകളെല്ലാം അയാൾക്ക് എതിരാണ്.”

“അയാൾ ഒരു ചാരനാണോ?”

“അയാളുടെ മുറിയിൽ നിന്ന് പിടിച്ചെടുത്ത രേഖകൾ വ്യക്തമായ തെളിവുകളാണ്. അതുകൂടാതെ പൊതുഭക്ഷണ സമിതിയെ (Public Food Committee) അയാൾ കബളിപ്പിക്കുകയായിരുന്നു. എങ്ങനെയെന്നറിയില്ല, അമ്പത് പേർക്കുള്ള റേഷൻ അയാൾ കൈക്കലാക്കിയിരുന്നു. താൻ ഒരു അമേരിക്കൻ കലാകാരനാണെന്നാണ് അയാൾ അവകാശപ്പെടുന്നത്. അതുകൊണ്ട് തന്നെ ലെഗേഷന് ഇതിൽ ഇടപെടേണ്ടി

വരും. അതൊരു വൃത്തികെട്ട ഇടപാടാണ്."
"ഇത്തരമൊരു സമയത്ത് ജനങ്ങളെ വഞ്ചിക്കുന്നത് പള്ളിക്കുന കൊള്ളയടിക്കുന്നതിനേക്കാൾ മോശമാണ്,"
ട്രെന്റ് ദേഷ്യത്തോടെ വിളിച്ചുപറഞ്ഞു. "അവർ അയാളെ വെടിവെച്ചു കൊല്ലട്ടെ!"
"പക്ഷേ അയാൾ ഒരു അമേരിക്കൻ പൗരനാണ്."
"അതെ, അമേരിക്കൻ പൗരത്വം! ഓരോ ജർമ്മൻകാരനും അതൊരു വലിയ പദവിയാണ്..." ട്രെന്റ് തന്റെ ദേഷ്യം കടിച്ചമർത്തി.
സൗത്ത്‌വാർക്ക് അവന് കൈ നൽകി യാത്ര പറഞ്ഞു: "ഇനി ഒരുപക്ഷേ അയാൾ ഒരു അമേരിക്കൻ കലാകാരനാണെന്ന് സാക്ഷ്യപ്പെടുത്താൻ നിങ്ങളെ വിളിച്ചേക്കാം."
ട്രെന്റ് തന്റെ വാച്ച് നോക്കി. സമയം ഏഴുമണി. സിൽവിയ തന്നെ കാത്തിരിക്കുന്നുണ്ടാകുമെന്ന് ഓർത്തുകൊണ്ട് അവൻ നദിക്ക് അരികിലേക്ക് നടന്നു. പാലത്തിൽ ആളുകൾ ഇപ്പോഴും മരവിച്ചിരിക്കുകയാണ്. ആകാശത്ത് പീരങ്കിപ്പുക മേഘങ്ങൾ പോലെ പടർന്നു കിടക്കുന്നു. ചക്രവാളത്തിൽ പീരങ്കികളുടെ മിന്നൽ വെളിച്ചവും റോക്കറ്റുകളും കാണാമായിരുന്നു.
അവൻ റൂ ഡി സെയിനിലേക്ക് തിരിഞ്ഞു. ഇരുണ്ട തെരുവിൽ ആരോ തന്റെ കഴുത്തിൽ ഒരു കയറിട്ട് മുറുക്കാൻ ശ്രമിക്കുന്നതായി അവന് തോന്നി. തറയിൽ മല്ലിട്ട ശേഷം അവൻ എഴുന്നേറ്റ് ആ അക്രമിയെ നോക്കി. അത് തലേദിവസം കണ്ട ആ എലിപിടുത്തക്കാരനായ ബാലനായിരുന്നു!
"നീയാണോ ഇത്?" ട്രെന്റ് അത്ഭുതപ്പെട്ടു. "നിന്നെയൊക്കെ കൊന്നുകളയുമെന്ന് നിനക്കറിയാമോ?"
ആ കുട്ടി വികാരമില്ലാത്ത മുഖത്തോടെ പറഞ്ഞു: "എങ്കിൽ കൊന്നോളൂ."
ട്രെന്റ് വെറുപ്പോടെ അവിടെ നിന്നും നടന്ന് തന്റെ താമസസ്ഥലത്തെത്തി. ഇരുട്ടിലൂടെ തപ്പിത്തടഞ്ഞ് അവൻ സ്റ്റുഡിയോയുടെ വാതിൽക്കലെത്തി. അവിടെനിന്നും വെസ്റ്റിന്റെയും ഫാലോബിയുടെയും ചിരി കേൾക്കാമായിരുന്നു.
"ഹലോ ജാക്ക്! ആളുകളെ വിരുന്നിന് ക്ഷണിച്ചിട്ട് കാത്തിരുത്തുന്നത് ശരിയാണോ?" വെസ്റ്റ് കളിയാക്കി.
"നോക്കൂ, ഇവൻ ആരെയോ ശ്വാസം മുട്ടിക്കാൻ പോയതാണെന്ന് തോന്നുന്നു, അവന്റെ കയ്യിലൊരു കയറുണ്ട്!" ഗ്വെർണാലെക് ചിരിച്ചു.
ട്രെന്റ് എല്ലാവർക്കും കൈ നൽകി. സിൽവിയയുടെ വിളറിയ മുഖം കണ്ട് അവൻ പറഞ്ഞു: "ഞാൻ വൈകാൻ ഉദ്ദേശിച്ചതല്ല, ബോംബാക്രമണം

കാണാൻ പാലത്തിൽ ഒന്നു നിന്നതാണ്. നീ വിഷമിച്ചോ, സിൽവിയ?"

"ഇല്ല," അവൾ പുഞ്ചിരിച്ചു. എങ്കിലും അവളുടെ കൈകൾ അവന്റെ കൈകളിൽ അമർന്നു.

"ഭക്ഷണം കഴിക്കാം!" ഫാലോബി സന്തോഷത്തോടെ വിളിച്ചു പറഞ്ഞു. സിൽവിയയും വെസ്റ്റും ഗ്വെർണാലെക്കും മറ്റു സുഹൃത്തുക്കളും മേശയ്ക്കു ചുറ്റുമിരുന്നു.

"നമുക്ക് മേശയ്ക്ക് ചുറ്റും മൂന്ന് വട്ടം നടന്ന് 'മാഴ്സെലൈസ്' (Marseillaise) പാടണം," സിൽവിയ പറഞ്ഞു. അത്താഴത്തിന് മുമ്പ് അവർ ആവേശത്തോടെ തങ്ങളുടെ ദേശീയഗാനം ആലപിക്കാൻ തുടങ്ങി.

"ആയുധമെടുക്കുക! നിങ്ങളുടെ ബറ്റാലിയനുകൾ രൂപീകരിക്കുക!"

"മുന്നോട്ട്! മുന്നോട്ട്!" എന്ന് ആവേശത്തോടെ പാടിക്കൊണ്ട് അവർ ആ മുറിയിലൂടെ വലംവെച്ചു. ഫാലോബി അല്പം നീരസത്തോടെയാണെങ്കിലും മേശപ്പുറത്ത് താളം പിടിച്ചു—ഈ വ്യായാമം തന്റെ വിശപ്പ് കൂട്ടുമെന്ന ആശ്വാസമായിരുന്നു അയാൾക്ക്. ഹെർക്കുലീസ് എന്ന കറുത്ത നായ പേടിച്ച് കട്ടിലിനടിയിൽ ഒളിച്ചു. ഗ്വെർണാലെക് അതിനെ പുറത്തെടുത്ത് ഓഡിലിന്റെ മടിയിൽ ഇരുത്തി.

എല്ലാവരും ഇരുന്നപ്പോൾ ട്രെന്റ് അതീവ ഗൗരവത്തോടെ ആ വിരുന്നിന്റെ മെനു (Menu) വായിച്ചു:

പാരീസ് ഉപരോധ സ്പെഷ്യൽ ബീഫ് സൂപ്പ്

മത്സ്യം: സെമിത്തേരി സ്റ്റൈൽ മത്തി (Sardines à la père Lachaise) - കൂടെ വൈറ്റ് വൈൻ.

പ്രധാന വിഭവം: സൈനിക നീക്കത്തിന്റെ സ്പെഷ്യൽ ബീഫ് (Fresh Beef à la sortie) - കൂടെ റെഡ് വൈൻ.

പച്ചക്കറികൾ: ടിന്നിലടച്ച ബീൻസും ഗ്രാവലോട്ട് മട്ടണും ഉരുളക്കിഴങ്ങും.

മധുരപലഹാരം: ഉണങ്ങിയ പ്ലംസ്, വെള്ള ബ്രെഡ്, ടീ, കോഫി, പൈപ്പും സിഗരറ്റും.

ഫാലോബി ആവേശത്തോടെ കൈയടിച്ചു, സിൽവിയ സൂപ്പ് വിളമ്പി.

"ഇത് അതീവ രുചികരമാണ്," ഓഡിൽ മന്ത്രിച്ചു.

"ഇത് ഒട്ടും കുതിരയിറച്ചി പോലെയല്ല, ആളുകൾ എന്ത് പറഞ്ഞാലും കുതിരയിറച്ചിക്ക് ഒരിക്കലും പോത്തിറച്ചിയുടെ രുചി കിട്ടില്ല," കോളെറ്റ് വെസ്റ്റിനോട് രഹസ്യമായി പറഞ്ഞു.

സിൽവിയ താൻ ബാക്കിവെച്ച സൂപ്പ് താഴെ താമസിക്കുന്ന ആ വൃദ്ധരായ ദമ്പതികൾക്ക് നൽകാനായി ഓടിപ്പോയി.

സിൽവിയ തിരികെ വന്നപ്പോൾ ട്രെന്റ് എഴുന്നേറ്റ് തന്റെ ഗ്ലാസ് ഉയർത്തി: "നിങ്ങൾക്കെല്ലാവർക്കും അറിയാം, ഇന്ന് എന്റെ ഭാര്യയുടെ

പത്തൊൻപതാം പിറന്നാളാണ്—"
ആഘോഷാരവങ്ങൾക്കിടയിൽ അവർ സിൽവിയയുടെയും ട്രെന്റിന്റെയും ആരോഗ്യത്തിനായി മദ്യം നുകർന്നു. പിന്നീട് ഫ്രാൻസിന്റെയും അമേരിക്കയുടെയും റിപ്പബ്ലിക്കുകൾക്കായി അവർ ആവേശത്തോടെ ജയവിളികൾ മുഴക്കി. വെസ്റ്റിനും കോളെറ്റിനും ട്രെന്റ് മംഗളങ്ങൾ നേർന്നു.
"പാരീസിന് വേണ്ടി കുടിക്കൂ! അവൾ തന്റെ തകർച്ചയിൽ നിന്നും ഉയിർത്തെഴുന്നേൽക്കട്ടെ, ശത്രുവിനെ തകർക്കട്ടെ!" ട്രെന്റ് വിളിച്ചുപറഞ്ഞു. ആ ജയവിളികൾക്കിടയിൽ പുറത്ത് മുഴങ്ങിക്കൊണ്ടിരുന്ന പ്രഷ്യൻ പീരങ്കികളുടെ ശബ്ദം ഒരു നിമിഷം മുങ്ങിപ്പോയി.
പൈപ്പും സിഗരറ്റും കത്തിച്ച ശേഷം ട്രെന്റ് വെസ്റ്റിന്റെ അരികിലേക്ക് നീങ്ങി മൃദുവായി മന്ത്രിച്ചു: "ഇന്ന് രാത്രി ഒരു സൈനിക നീക്കം (Sortie) നടക്കാൻ പോകുന്നുണ്ട്. അമേരിക്കൻ ആംബുലൻസ് സർജൻ വോളന്റിയർമാരുടെ സഹായം ചോദിച്ചിട്ടുണ്ട്." പിന്നീട് ഇംഗ്ലീഷിൽ സംസാരിച്ചുകൊണ്ട് അവൻ തുടർന്നു: "നാളെ രാവിലെ ഞാൻ ആംബുലൻസിനൊപ്പം പുറത്തുപോകും. അപകടമൊന്നുമില്ല, എങ്കിലും സിൽവിയയോട് ഇത് പറയേണ്ടതില്ല."
അവരുടെ ഇംഗ്ലീഷ് സംസാരം സിൽവിയയെയും കോളെറ്റിനെയും അസ്വസ്ഥരാക്കി. "നിങ്ങൾ എന്താണ് രഹസ്യമായി സംസാരിക്കുന്നത്?" അവർ ചോദിച്ചു. "ഒരു ശില്പി സാധാരണ എന്താണോ സംസാരിക്കുന്നത് അത് തന്നെ!" വെസ്റ്റ് ചിരിച്ചുകൊണ്ട് ഒഴിഞ്ഞുമാറി.
പെട്ടെന്ന് സ്റ്റുഡിയോയുടെ വാതിൽക്കൽ ഒരു മുട്ടു കേട്ടു. ട്രെന്റ് എഴുന്നേറ്റ് പുറത്തേക്ക് ചെന്നു. തിരികെ വന്നപ്പോൾ അവൻ അതീവ ദേഷ്യത്തിലായിരുന്നു.
"എന്തുപറ്റി ജാക്ക്?" വെസ്റ്റ് ചോദിച്ചു.
"എന്തുപറ്റിയെന്നോ?" ട്രെന്റ് കഠിനമായി പറഞ്ഞു. "അമേരിക്കൻ മിനിസ്റ്ററുടെ സന്ദേശം വന്നിരിക്കുന്നു. ഒരു കള്ളനെയും ജർമ്മൻ ചാരനെയും തിരിച്ചറിയാൻ ഞാൻ ഇപ്പോൾ തന്നെ പോകണം. നമ്മുടെ നാട്ടുകാരനാണെന്നും സഹകലാകാരനാണെന്നും അവകാശപ്പെടുന്ന ആ ദുഷ്ടനെ ഏറ്റെടുക്കാനാണ് അവർ എന്നോട് ആവശ്യപ്പെടുന്നത്!"
"പോകണ്ട," ഫാലോബി നിർദ്ദേശിച്ചു.
"ഞാൻ പോയില്ലെങ്കിൽ അവർ അയാളെ ഉടൻ വെടിവെച്ചുകൊല്ലും."
"കൊല്ലട്ടെ," തോൺ പിറുപിറുത്തു.
"അത് ആരാണെന്ന് നിങ്ങൾക്കറിയാമോ?"
"ഹാർട്ട്മാൻ!" വെസ്റ്റ് വിളിച്ചുപറഞ്ഞു.

സിൽവിയ മരണം പോലെ വിളറി എഴുന്നേറ്റു. ഓഡിൽ അവളെ താങ്ങി ഒരു കസേരയിൽ ഇരുത്തി. “സിൽവിയ ബോധംകെട്ടു വീണു, മുറിയിലെ ചൂടു കാരണമായിരിക്കും—അല്പം വെള്ളം കൊണ്ടുവരൂ,” ഓഡിൽ ശാന്തമായി പറഞ്ഞു. ട്രെന്റ് ഉടൻ വെള്ളം എത്തിച്ചു. കണ്ണുതുറന്ന സിൽവിയ ട്രെന്റിന്റെയും മേരിയുടെയും സഹായത്തോടെ കിടപ്പുമുറിയിലേക്ക് പോയി. വിരുന്ന് അവസാനിക്കുന്നതിന്റെ സൂചനയായിരുന്നു അത്. എല്ലാവരും ട്രെന്റിനോട് യാത്ര പറഞ്ഞു പിരിഞ്ഞു.

മുറിയിൽ നിശബ്ദത പടർന്നു. ട്രെന്റ് ഒരു മെഴുകുതിരി കത്തിച്ച് കിടപ്പുമുറിയിലേക്ക് ചെന്നു. സിൽവിയ കട്ടിലിൽ കിടക്കുകയായിരുന്നു. അവൻ അവളുടെ നെറ്റിയിലെ മുടിയിഴകൾ ഒതുക്കിവെച്ചു. “സിൽവിയ, നിനക്ക് ഇപ്പോൾ ഭേദമുണ്ടോ?”

അവൾ മറുപടി നൽകിയില്ല, പകരം അവനെ നോക്കി. അവളുടെ കണ്ണുകളിൽ കണ്ടത് ട്രെന്റിന്റെ ഹൃദയത്തെ മരവിപ്പിച്ചു കളഞ്ഞു. ഒടുവിൽ അവൾ വിക്കി വിക്കി സംസാരിക്കാൻ തുടങ്ങി. മുൻപ് ഒരിക്കലും കേട്ടിട്ടില്ലാത്ത തരം വിറയാർന്ന ശബ്ദം.

“ജാക്ക്, ഒടുവിൽ അത് സംഭവിച്ചിരിക്കുന്നു. ഞാൻ ഇതിനെ ഭയപ്പെട്ടിരുന്നു. നീ ഇതറിയുന്നതിന് മുൻപ് ഞാൻ മരിക്കണേ എന്ന് എത്ര രാത്രികളിൽ ഞാൻ പ്രാർത്ഥിച്ചിട്ടുണ്ട്! കാരണം ഞാൻ നിന്നെ സ്നേഹിക്കുന്നു ജാക്ക്, നീ പോയാൽ എനിക്ക് ജീവിക്കാൻ കഴിയില്ല. ഞാൻ നിന്നെ വഞ്ചിച്ചു. നിന്നെ പരിചയപ്പെടുന്നതിന് മുൻപ് നടന്ന കാര്യമാണത്. പക്ഷേ അന്ന് ലക്സംബർഗ് പാർക്കിൽ കരഞ്ഞുകൊണ്ടിരുന്ന എന്നോട് നീ ആദ്യമായി സംസാരിച്ച ആ ദിവസം മുതൽ, ചിന്തയിലും പ്രവൃത്തിയിലും ഞാൻ നിന്നോട് വിശ്വസ്തയായിരുന്നു. നീ എന്നെ വിട്ടുപോകുമെന്ന് ഭയന്നാണ് ഞാൻ ഇതൊന്നും പറയാതിരുന്നത്. ഇപ്പോൾ നീ സത്യം അറിഞ്ഞു, പക്ഷേ ഏറ്റവും മോശമായത് നീ ഇനിയും അറിഞ്ഞിട്ടില്ല. അവനെക്കുറിച്ച്—ഇപ്പോൾ എനിക്കെന്ത് ആശങ്ക? അവൻ ക്രൂരനായിരുന്നു, അത്രമാത്രം ക്രൂരൻ!”

അവൾ കൈകളിൽ മുഖം ഒളിപ്പിച്ചു. “ഞാൻ ഇനിയും പറയണോ? നിനക്ക് ഊഹിക്കാൻ കഴിയില്ലേ ജാക്ക്? ഞാൻ അന്ന് വളരെ ചെറുപ്പമായിരുന്നു, എനിക്കൊന്നും അറിയില്ലായിരുന്നു. അവൻ എന്നെ സ്നേഹിക്കുന്നു എന്നാണ് പറഞ്ഞത്...”

ട്രെന്റ് ദേഷ്യം കൊണ്ട് മെഴുകുതിരി തട്ടിത്തെറിപ്പിച്ചു, മുറിയിൽ ഇരുട്ട് പടർന്നു. സെന്റ് സൽപൈസ് (St. Sulpice) പള്ളിയിലെ മണികൾ മുഴങ്ങി. സിൽവിയ ആവേശത്തോടെ തുടർന്നു: “എനിക്ക് പറഞ്ഞു തീർക്കണം! നീ എന്നോട് പ്രണയം പറഞ്ഞപ്പോൾ നീ എന്നോട് ഒന്നും

ചോദിച്ചില്ല. പക്ഷേ അപ്പോഴേക്കും വൈകിപ്പോയിരുന്നു. അവനുമായി എന്നെ ബന്ധിപ്പിക്കുന്ന മറ്റൊരു ജീവൻ (another life) നമുക്കിടയിൽ എന്നെന്നേക്കും നിലനിൽക്കും!

അവകാശവാദവുമായി അവൻ എപ്പോഴും എത്തുന്ന, അവൻ സ്നേഹിക്കുന്ന മറ്റൊരുവൻ (another one) അവിടെയുണ്ട്. അതുകൊണ്ട് അവൻ മരിക്കാൻ പാടില്ല, ആ മറ്റൊരാൾക്ക് വേണ്ടി അവർ അയാളെ വെടിവെച്ചുകൊല്ലാൻ പാടില്ല!"

ട്രെന്റ് നിശബ്ദനായി ഇരുന്നു. അവന്റെ തലയിലൂടെ ചിന്തകൾ വട്ടം കറങ്ങി. തന്റെ വിദ്യാർത്ഥി ജീവിതം പങ്കിട്ട, ഈ യുദ്ധകാലത്തെ കഷ്ടപ്പാടുകൾ പരാതിയില്ലാതെ അനുഭവിച്ച തന്റെ പ്രിയപ്പെട്ട സിൽവിയ—ഈ പെൺകുട്ടി തന്നെയാണോ ഇരുട്ടിലിരുന്ന് കരയുന്നത്?

"അവൻ മരിക്കട്ടെ! അവൻ മരിക്കട്ടെ!" എന്ന് ട്രെന്റ് പല്ലിറുമ്മി. പക്ഷേ സിൽവിയയ്ക്ക് വേണ്ടി, ആ 'മറ്റൊരാൾക്ക്' വേണ്ടി താൻ പോകണം, തന്റെ കടമ അതാണ്. പക്ഷേ സിൽവിയ... തനിക്ക് ഇനി പഴയതു പോലെ അവളോട് പെരുമാറാൻ കഴിയുമോ? അവൻ വീണ്ടും വെളിച്ചം തെളിച്ചു. അവൾ അവിടെ തളർന്നു കിടക്കുന്നു.

അവളെ വിട്ടുപോകാനും അവിടെ നിൽക്കാനും അവന് കഴിഞ്ഞില്ല. താൻ അവളെ എത്രമാത്രം സ്നേഹിക്കുന്നുവെന്ന് അവൻ ഇപ്പോഴാണ് തിരിച്ചറിയുന്നത്. പക്ഷേ അത് വൈകിപ്പോയോ? ഹാർട്ട്മാൻ എന്ന ആ ചാരനുമായി അവളെ എന്നെന്നേക്കും ബന്ധിപ്പിക്കുന്ന ആ രണ്ടാമത്തെ ആൾ... അവൾക്ക് ജനിച്ച ആ കുഞ്ഞ്! ദേഷ്യത്തോടെ അവൻ വാതിൽക്കലേക്ക് നീങ്ങി, പക്ഷേ വാതിൽ തുറക്കാൻ അവന് തോന്നിയില്ല. പകരം അവൻ ആ കട്ടിലിനരികിൽ മുട്ടുകുത്തി വീണു. തന്റെ ജീവിതത്തിലെ സർവ്വസ്വവും ഈ പെൺകുട്ടിയാണെന്ന് തിരിച്ചറിഞ്ഞുകൊണ്ട് അവൻ കരഞ്ഞു.

III

പുലർച്ചെ നാലുമണിയായപ്പോൾ അമേരിക്കൻ ലെഗേഷൻ സെക്രട്ടറിക്കൊപ്പം ട്രെന്റ് തടവറയിൽ നിന്നും പുറത്തുവന്നു. തണുത്തുറഞ്ഞ ആ തെരുവിൽ ലെഗേഷന്റെ കുതിരവണ്ടി കാത്തുനിൽക്കുന്നുണ്ടായിരുന്നു. ട്രെന്റിന് നന്ദി പറഞ്ഞു കൊണ്ട് സെക്രട്ടറി വണ്ടിയിൽ കയറി.

"ആ നീചൻ എങ്ങനെയാണ് നിന്നെ നോക്കിയത് എന്ന് കണ്ടോ!" സൗത്ത്‌വാർക്ക് പറഞ്ഞു. "നിന്റെ മൊഴി അവന് കിട്ടിയ ഒരു ചവിട്ടിനേക്കാൾ മോശമായിരുന്നു, എങ്കിലും തൽക്കാലത്തേക്ക് അത് അവന്റെ ജീവൻ രക്ഷിച്ചു—കൂടുതൽ നയതന്ത്ര പ്രശ്നങ്ങൾ ഒഴിവാക്കുകയും ചെയ്തു."

സെക്രട്ടറി ദീർഘനിശ്വാസത്തോടെ പറഞ്ഞു: "നമ്മുടെ ഭാഗം നമ്മൾ ചെയ്തു കഴിഞ്ഞു. ഇനി അവൻ ചാരനാണെന്ന് അവർ തെളിയിക്കട്ടെ, നമ്മൾ ഇതിൽ നിന്നും കൈകഴുകുന്നു. ട്രെന്റ്, വണ്ടിയിൽ കയറൂ!"
ട്രെന്റ് മടിച്ചുനിന്നു.
"എനിക്ക് ക്യാപ്റ്റൻ സൗത്ത്‌വാർക്കിനോട് ഒരു കാര്യം പറയാനുണ്ട്." ശബ്ദം താഴ്ത്തി അവൻ തുടർന്നു: "സൗത്ത്‌വാർക്ക്, എന്നെ സഹായിക്കൂ. ഹാർട്ട്മാന്റെ മുറിയിൽ ആ കുട്ടിയുണ്ട്. നീ പോയി ആ കുഞ്ഞിനെ എടുത്ത് എന്റെ മുറിയിൽ എത്തിക്കണം. അവനെ വെടിവെച്ചു കൊന്നാലും ആ കുട്ടിക്ക് ഒരു വീട് ഞാൻ നൽകും."
"എനിക്ക് മനസ്സിലായി," ക്യാപ്റ്റൻ ഗൗരവത്തോടെ മറുപടി നൽകി. "ഞാൻ ഇപ്പോൾ തന്നെ അത് ചെയ്യാം."
അവർ കൈകൾ കൊടുത്ത് പിരിഞ്ഞു. കുതിരവണ്ടി അകന്നു പോകുന്നത് നോക്കി ട്രെന്റ് നിന്നു. അവൻ തന്റെ വീട്ടിലേക്ക് നടക്കാൻ തുടങ്ങിയെങ്കിലും പെട്ടെന്ന് ദിശ മാറി എതിർവശത്തേക്ക് നടന്നു. ഹാർട്ട്മാന്റെ ആ വിളറിയ മുഖം അവനെ അസ്വസ്ഥനാക്കിയിരുന്നു. ഏകാന്തതയും ശാന്തതയും അവന് ആവശ്യമായിരുന്നു. സിൽവിയയുടെ അടുത്തേക്ക് മടങ്ങുന്നതിന് മുൻപ് എല്ലാം മറക്കാനും മനസ്സിനെ ശാന്തമാക്കാനും അവൻ ആഗ്രഹിച്ചു.
അവൻ ആർക്ക് ഡി ട്രയംഫിന് (Arc de Triomphe) താഴെ എത്തി. അവിടെയുള്ള ശില്പങ്ങളിലും വീരന്മാരുടെ പേരുകളിലും ശ്രദ്ധ കേന്ദ്രീകരിക്കാൻ അവൻ ശ്രമിച്ചു. പക്ഷേ ഹാർട്ട്മാന്റെ ആ ഭീകരമായ മുഖം അവനെ പിന്തുടരുന്നതുപോലെ തോന്നി. അതൊരു ഭയമായിരുന്നോ അതോ വിജയച്ചിരിയായിരുന്നോ? തന്റെ ജീവിതം എവിടെയാണ് എത്തി നിൽക്കുന്നത് എന്ന് അവൻ ആകുലപ്പെട്ടു. സിൽവിയയോടുള്ള തന്റെ പ്രണയം സത്യമാണോ? അതോ വെറുമൊരു ശീലമാണോ? അപമാനവും സങ്കടവും അവന്റെ തലയിൽ ഭാരമായി നിന്നു.
പെട്ടെന്ന് തെരുവിൽ മഞ്ഞ് പടർന്നു. ആർക്ക് ഡി ട്രയംഫിന്റെ കമാനങ്ങൾ മഞ്ഞിൽ മൂടിപ്പോയി. ഒരു വലിയ ഭയം അവനെ പിടികൂടി. താൻ ഒറ്റയ്ക്കല്ലെന്ന് അവന് തോന്നി. മഞ്ഞുകൾക്കിടയിലൂടെ നിഴലുകൾ പോലെ രൂപങ്ങൾ നീങ്ങുന്നു. അവ അവനെ സ്പർശിക്കുന്നു, ചുറ്റും കൂടുന്നു. അവ അവനെ മുന്നോട്ട് തള്ളിക്കൊണ്ടുപോയി. മഞ്ഞ് മൂടിയ ഇടുങ്ങിയ വഴികളിലൂടെ അവ നീങ്ങി. ഒടുവിൽ പടുകൂറ്റൻ ഇരുമ്പ് കവാടങ്ങളുള്ള ഒരു മതിലിന് മുന്നിൽ അവർ എത്തി.
മഞ്ഞ് പതുക്കെ നീങ്ങിത്തുടങ്ങി. വെളിച്ചം പടർന്നപ്പോൾ അവിടെ ആയിരക്കണക്കിന് പീരങ്കികൾ (Bayonets) തിളങ്ങുന്നത് അവൻ

കണ്ടു. ആ വലിയ മതിലിന് മുകളിൽ പീരങ്കികൾ സ്ഥാപിച്ചിരുന്നു. ഇരുമ്പ് കവാടത്തിലൂടെ സൈന്യം പുറത്തേക്ക് ഒഴുകുകയാണ്. ആൾക്കൂട്ടത്തിനിടയിൽ ഒരു മുഖം ട്രെന്റ് തിരിച്ചറിഞ്ഞു.

"ഫിലിപ്പ്, നീയോ!" അവൻ അത്ഭുതത്തോടെ വിളിച്ചു.

പടയാളി തലതിരിച്ചു നോക്കി. "എനിക്കും കൂടി അവിടെ ഇടമുണ്ടോ?" ട്രെന്റ് വിളിച്ചു ചോദിച്ചു. പക്ഷേ ആ രൂപം യാത്ര ചോദിച്ചുകൊണ്ട് കൈവീശി മറ്റുള്ളവർക്കൊപ്പം ഇരുട്ടിലേക്ക് മറഞ്ഞു. പിന്നാലെ കുതിരപ്പട കടന്നുപോയി, അതിനുശേഷം പീരങ്കികളും ആംബുലൻസുകളും പീരങ്കിമുനയേന്തിയ (Bayonets) സൈനികരുടെ അനന്തമായ നിരകളും നീങ്ങി. ഒരു കുതിരപ്പടയാളി തന്റെ കിതയ്ക്കുന്ന കുതിരപ്പുറത്ത് അവനരികിൽ ഇരുന്നു. മുതിർന്ന ഉദ്യോഗസ്ഥരുടെ കൂട്ടത്തിൽ ഒരു ജനറലിനെ അവൻ കണ്ടു; രക്തം വാർന്നുപോയതുപോലെ വിളറിയ മുഖമായിരുന്നു അദ്ദേഹത്തിന്റേത്.

അവനരികിൽ ചില സ്ത്രീകൾ കരയുന്നുണ്ടായിരുന്നു. ഒരു സ്ത്രീ കറുത്ത ബ്രെഡിന്റെ കഷ്ണം ഒരു സൈനികന്റെ ബാഗിനുള്ളിലേക്ക് തിരുകാൻ കഷ്ടപ്പെടുകയായിരുന്നു. സൈനികൻ അവളെ സഹായിക്കാൻ ശ്രമിച്ചെങ്കിലും കയ്യിലുണ്ടായിരുന്ന റൈഫിൾ അവന് തടസ്സമായി. ട്രെന്റ് ആ തോക്ക് വാങ്ങിപ്പിടിച്ചു. ആ സ്ത്രീ ബാഗിന്റെ ബട്ടണുകൾ അഴിച്ച് തന്റെ കണ്ണുനീരിൽ നനഞ്ഞ ആ ബ്രെഡ് കഷ്ണം ഉള്ളിലേക്ക് തിരുകി. ആ തോക്കിന് അത്ര ഭാരമുണ്ടായിരുന്നില്ല. അത് കൈകാര്യം ചെയ്യാൻ വളരെ എളുപ്പമാണെന്ന് ട്രെന്റിന് തോന്നി. അതിന്റെ മുനയ്ക്ക് മൂർച്ചയുണ്ടോ എന്ന് അവൻ പരിശോധിച്ചു. പെട്ടെന്ന്, യുദ്ധത്തിൽ പങ്കുചേരാനുള്ള കഠിനമായ ഒരാഗ്രഹം അവനെ കീഴടക്കി.

"കൊള്ളാമല്ലോ!" ആ ബാലൻ (Rat-killer) അവനെ നോക്കി വിളിച്ചു പറഞ്ഞു, "നീ വീണ്ടും ഇവിടെയോ കിളവാ?"

പടയാളി തോക്ക് തിരികെ വാങ്ങി തന്റെ ബറ്റാലിയനൊപ്പം ഓടിപ്പോയപ്പോൾ, ട്രെന്റ് കവാടത്തിനടുത്തുള്ള ആൾക്കൂട്ടത്തിലേക്ക് ഇടിച്ചുകയറി. അഴുക്കുചാലിലിരുന്ന് തന്റെ മുറിവേറ്റ കാലിൽ കെട്ടുകയായിരുന്നു ഒരു നാവിക സൈനികൻ. "നിങ്ങൾ പോകുകയാണോ?" ട്രെന്റ് ചോദിച്ചു.

"അതെ," എന്നായിരുന്നു മറുപടി.

അപ്പോൾ ഒരു പെൺകുട്ടി—ഒരു കൊച്ചു കുട്ടി—അവന്റെ കൈപിടിച്ച് കവാടത്തിന് അഭിമുഖമായുള്ള കഫേയിലേക്ക് കൊണ്ടുപോയി. ആ മുറി നിറയെ സൈനികരായിരുന്നു. മരിച്ചതുപോലെ വെളുത്ത് വിളറി ചിലർ തറയിലിരിക്കുന്നു, മറ്റു ചിലർ കസേരകളിൽ കിടന്ന് വേദനകൊണ്ട് പിടയുന്നു. അവിടെ വായു ശ്വാസം മുട്ടിക്കുന്നതായിരുന്നു.

“തിരഞ്ഞെടുക്കൂ!” ആ കുട്ടി സഹതാപത്തോടെ ആംഗ്യം കാണിച്ചു; “ഇവർക്കൊന്നും ഇനി പോകാൻ കഴിയില്ല!”
തറയിൽ കിടന്ന തുണികൾക്കിടയിൽ നിന്നും അവൻ ഒരു പട്ടാളക്കുപ്പായവും (Capote) തൊപ്പിയും (Képi) കണ്ടെടുത്തു. തന്റെ മുട്ടിലിരുത്തിക്കൊണ്ട് ആ കുട്ടി അവനെ തോക്കിൽ തിര നിറയ്ക്കാൻ (Loading) പഠിപ്പിച്ചു. അവളുടെ സഹായത്തോടെ അവൻ ബാഗും തിരകളും അരപ്പട്ടയും മുറുക്കി.
“നീയൊരു വിദേശിയാണല്ലോ!” അവൻ നന്ദി പറഞ്ഞപ്പോൾ അവൾ ഞെട്ടി എഴുന്നേറ്റു. “അമേരിക്കക്കാരനാണ്,” അവൻ വാതിൽക്കലേക്ക് നീങ്ങി. പക്ഷേ ആ കുട്ടി വഴി തടഞ്ഞു.
“ഞാൻ ബ്രിട്ടൻ (Breton) കാരിയാണ്. എന്റെ അച്ഛൻ ആ പീരങ്കികൾക്കൊപ്പമുണ്ട്. നീ ഒരു ചാരനാണെങ്കിൽ അദ്ദേഹം നിന്നെ വെടിവെച്ചു കൊല്ലും.”
ഒരു നിമിഷം അവർ പരസ്പരം നോക്കി. ദീർഘനിശ്വാസത്തോടെ ട്രെന്റ് കുനിഞ്ഞ് അവളെ ചുംബിച്ചു. “ഫ്രാൻസിന് വേണ്ടി പ്രാർത്ഥിക്കൂ, കുഞ്ഞേ,” അവൻ മന്ത്രിച്ചു.
“ഫ്രാൻസിന് വേണ്ടിയും നിങ്ങൾക്കും വേണ്ടിയും, beau Monsieur (സുന്ദരനായ പ്രഭു),” അവൾ പുഞ്ചിരിയോടെ മറുപടി നൽകി.
അവൻ തെരുവ് മുറിച്ചുകടന്ന് കവാടത്തിലൂടെ പുറത്തേക്ക് ഓടി. വരിയിൽ ചേർന്ന് തന്റെ തോളുകൾ കൊണ്ട് വഴിയുണ്ടാക്കി അവൻ മുന്നോട്ട് നീങ്ങി. ഒരു കോർപ്പറലും ഉദ്യോഗസ്ഥനും അവനെ പരിശോധിച്ചെങ്കിലും ഒരു സുഹൃത്തിന് പകരം താൻ വോളന്റിയറായി വന്നതാണെന്ന് പറഞ്ഞപ്പോൾ അവർ അവനെ പോകാൻ അനുവദിച്ചു. ചെളിയും മഞ്ഞും നിറഞ്ഞ റോഡിലൂടെ അവൻ നടന്നു. അരികിൽ തകർന്ന വീടുകളും ചുവരുകളിൽ വലിയ വിള്ളലുകളും കണ്ടു. അപകടമേഖലയിലേക്ക് അടുത്തപ്പോൾ മനുഷ്യവാസമില്ലാത്ത വെറും ഇഷ്ടികക്കൂമ്പാരങ്ങൾ മാത്രമായി കാഴ്ചകൾ മാറി.
കുറെ നേരം ഒരാൾ തന്റെ പിന്നാലെ നടന്ന് ഉപ്പൂറ്റിയിൽ ചവിട്ടുന്നത് ട്രെന്റിനെ ദേഷ്യം പിടിപ്പിച്ചു. അവൻ ദേഷ്യത്തോടെ തിരിഞ്ഞു നോക്കിയപ്പോൾ കണ്ടത് തന്റെ കൂടെ പഠിച്ചിരുന്ന ഒരു സുഹൃത്തിനെയാണ്. ട്രെന്റ് അമ്പരന്നു.
“നീ ആശുപത്രിയിലാണെന്നാണ് ഞാൻ കരുതിയിരുന്നത്!” അവൻ തന്റെ താടിയെല്ലിലെ കെട്ട് ചൂണ്ടിക്കാണിച്ച് തലയാട്ടി. അവന് സംസാരിക്കാൻ കഴിയുമായിരുന്നില്ല.
“എനിക്ക് നിനക്ക് വേണ്ടി എന്തെങ്കിലും ചെയ്യാൻ കഴിയുമോ?” ട്രെന്റ്

ചോദിച്ചു.

മുറിവേറ്റ പടയാളി തന്റെ ബാഗിൽ നിന്നും കറുത്ത ബ്രെഡിന്റെ കഷ്ണം പുറത്തെടുത്തു. “അവന് അത് തിന്നാൻ കഴിയില്ല, താടിയെല്ല് തകർന്നിരിക്കുകയാണ്. നീ അത് ചവച്ച് അവന് നൽകണം,” തൊട്ടടുത്തിരുന്ന പടയാളി പറഞ്ഞു. ട്രെന്റ് ആ ബ്രെഡ് വാങ്ങി സ്വന്തം പല്ലുകൾ കൊണ്ട് ഓരോ കഷ്ണമായി ചവച്ച് പകുതി ദ്രാവക രൂപത്തിലാക്കി ആ പട്ടിണിക്കാരന് നൽകി.

മഞ്ഞ് മൂടിയ ആ തണ്ണീർത്തടങ്ങളിലൂടെ അവർ നിശബ്ദരായി നീങ്ങി. ഇടയ്ക്കിടെ കുതിരപ്പടയാളികൾ അവരെ മറികടന്ന് മുന്നോട്ട് കുതിക്കുമ്പോൾ ചെളി തെറിച്ച് അവരുടെ ദേഹമാകെ നനഞ്ഞു. അഴുക്കുചാലിന് അപ്പുറമുള്ള റെയിൽവേ ബണ്ട് വഴി മറ്റൊരു സൈനിക വ്യൂഹവും അവർക്കൊപ്പം നീങ്ങുന്നുണ്ടായിരുന്നു. മഞ്ഞിൽ തെളിഞ്ഞും മാഞ്ഞും നീങ്ങുന്ന ആ സൈന്യത്തെ ട്രെന്റ് നോക്കിനിന്നു. പെട്ടെന്ന് മുന്നിൽ നിന്നും വെടിയൊച്ചകൾ മുഴങ്ങിത്തുടങ്ങി. പീരങ്കികൾ കടന്നുപോയി. കോട്ടകളിൽ നിന്നുള്ള പീരങ്കികൾ ഭീകരമായ ശബ്ദത്തോടെ ഗർജ്ജിച്ചു. ഒരു ഉദ്യോഗസ്ഥൻ എന്തോ വിളിച്ചുപറഞ്ഞു കൊണ്ട് പാഞ്ഞുപോയി, പക്ഷേ ട്രെന്റിന് അത് മനസ്സിലായില്ല.

ട്രെന്റ് വീണ്ടും ആ പടയാളിക്ക് വേണ്ടി ബ്രെഡ് ചവച്ചു നൽകി. പക്ഷേ ഇത്തവണ ആ പടയാളിക്ക് അത് ഇറക്കാൻ കഴിഞ്ഞില്ല; ബാക്കി ട്രെന്റിനോട് കഴിക്കാൻ അയാൾ ആംഗ്യം കാണിച്ചു. ഒരു കോർപ്പറല് ട്രെന്റിന് അല്പം ബ്രാണ്ടി നൽകി. കുടിച്ച ശേഷം കുപ്പി തിരികെ നൽകാൻ തിരിഞ്ഞപ്പോൾ ആ കോർപ്പറല് നിലത്ത് മരിച്ചു കിടക്കുന്നത് കണ്ട് ട്രെന്റ് ഞെട്ടിപ്പോയി. തൊട്ടടുത്ത പടയാളിയെ നോക്കിയപ്പോൾ, അയാൾ എന്തോ പറയാൻ വാ തുറന്നു, പക്ഷേ അടുത്ത നിമിഷം എന്തോ ഒന്ന് തട്ടി അയാൾ അഴുക്കുചാലിലേക്ക് മറിഞ്ഞു വീണു.

തൊട്ടടുത്തുള്ള ഉദ്യോഗസ്ഥരുടെ കുതിരകൾ ഭയന്ന് തുള്ളിച്ചാടി. ചില പടയാളികൾ കുതിരയുടെ ചവിട്ടേറ്റു വീണു. മഞ്ഞിലൂടെ ചില രൂപങ്ങൾ ഓടി വരുന്നത് ട്രെന്റ് കണ്ടു. ആരോ വിളിച്ചു പറഞ്ഞു: “അത് ഉലാൻസ് (Uhlans - ജർമ്മൻ കുതിരപ്പട) ആണ്!”

പെട്ടെന്ന് കാഹളം മുഴങ്ങി. കേണലിന്റെ ഉത്തരവ് വന്നതും ബറ്റാലിയൻ മുഴുവൻ ആ റെയിൽവേ ബണ്ടിൽ നിന്നും താഴേക്ക് ചാടി ചെളി നിറഞ്ഞ പുൽമേട്ടിലൂടെ ഓടാൻ തുടങ്ങി. ഓട്ടത്തിനിടയിൽ ട്രെന്റിന്റെ തൊപ്പി തെറിച്ചുപോയി. ഒരു മരക്കൊമ്പ് തട്ടിയതാണെന്നാണ് അവൻ കരുതിയത്. തന്റെ ചുറ്റുമുള്ള പടയാളികൾ ഓരോരുത്തരായി ചെളിയിൽ വീഴുന്നത് അവൻ കണ്ടു. അവർ വഴുതി വീണതാണെന്നാണ്

അവൻ വിശ്വസിച്ചിരുന്നത്. ഒരു പടയാളി വീണപ്പോൾ ട്രെന്റ് അയാളെ സഹായിക്കാൻ ചെന്നു, പക്ഷേ അയാൾ വേദന കൊണ്ട് നിലവിളിച്ചു. “മുന്നോട്ട്! മുന്നോട്ട്!” എന്ന് ഉദ്യോഗസ്ഥർ വിളിച്ചു പറഞ്ഞുകൊണ്ടിരുന്നു.

ഒടുവിൽ മറ്റൊരു ബണ്ടിന് പിന്നിൽ അവർ അണച്ചു കൊണ്ട് കിടന്നു. ആന്തരികമായ സംഘർഷങ്ങളിൽ നിന്നും രക്ഷപ്പെടാൻ ട്രെന്റ് ആഗ്രഹിച്ചത് ഇത്തരം കഠിനമായ ശാരീരിക പോരാട്ടമായിരുന്നു. തകർക്കാനും കൊല്ലാനും അവൻ ആഗ്രഹിച്ചിരുന്നു. പക്ഷേ ഇവിടെ സംഭവിക്കുന്നത് അവന് മനസ്സിലാക്കാൻ കഴിഞ്ഞില്ല. തന്റെ ബറ്റാലിയനിലെ പകുതിയോളം പേർ കൊല്ലപ്പെട്ടുവെന്ന് ഒരാൾ പറയുന്നത് അവൻ കേട്ടു. അവിടെ കണ്ട ഒരു ശവം വിചിത്രമായ യൂണിഫോം ആണ് ധരിച്ചിരുന്നത്. അതിനടുത്ത് കൂർത്ത മുനയുള്ള ഒരു ഹെൽമറ്റ് (Spiked helmet) കിടക്കുന്നുണ്ടായിരുന്നു.

“പ്രഷ്യക്കാർ (ജർമ്മൻ സൈന്യം) ഇവിടെ ഉണ്ടായിരുന്നോ?” മുടിയിലൂടെ ചോരയൊലിക്കുന്ന ഒരു പടയാളിയോട് ട്രെന്റ് ചോദിച്ചു.

“അതെ. നമ്മുടെ കുതിരപ്പട അവരെ തുരത്തി. പക്ഷേ നമ്മൾ അവരുടെ രണ്ട് വശങ്ങളിൽ നിന്നുള്ള വെടിവയ്പ്പിനിടയിൽ (Crossfire) പെട്ടുപോയി.”

“നമ്മൾ ഈ റെയിൽവേ ബണ്ടിന് മുകളിലെ പീരങ്കികൾക്ക് (Battery) കാവൽ നിൽക്കുകയാണ്,” മറ്റൊരാൾ പറഞ്ഞു.

പിന്നീട് ആ ബറ്റാലിയൻ ബണ്ടിന് മുകളിലൂടെ ഇഴഞ്ഞു നീങ്ങി തകർന്നു കിടക്കുന്ന റെയിൽവേ ട്രാക്കിലെത്തി. അവിടെ മഞ്ഞുപാളികൾക്കിടയിൽ അവർ കാത്തുനിന്നു. ലക്സംബർഗ് പാർക്കിലെ തന്റെ സുഹൃത്തിനെ അവൻ തിരഞ്ഞു. താടിയെല്ല് തകർന്ന് സംസാരിക്കാൻ കഴിയാത്ത ആ യുവാവ് വിളറി വെളുത്ത് തന്റെ വരിയിൽ നിൽക്കുന്നുണ്ടായിരുന്നു. പീരങ്കിശബ്ദം ഭീകരമായി ഉയർന്നു. ഒരു നിമിഷം മഞ്ഞ് നീങ്ങിയപ്പോൾ, തങ്ങൾക്ക് മുന്നിലും വശങ്ങളിലും അണിനിരന്നിരിക്കുന്ന ആയിരക്കണക്കിന് സൈനികരെ അവൻ കണ്ടു. കാഹളം മുഴങ്ങിയതും അവർ മഞ്ഞിലൂടെ മുന്നോട്ട് നീങ്ങി.

അവർ ഇപ്പോൾ യുദ്ധത്തിന്റെ മുൻനിരയിലായിരുന്നു. മുന്നോട്ട് നീങ്ങുമ്പോഴും അവർ വെടിയുതിർത്തു കൊണ്ടിരുന്നു. ആംബുലൻസുകൾ പരിക്കേറ്റവരുമായി പിന്നിലേക്ക് പാഞ്ഞു. മഞ്ഞിലൂടെ കുതിരപ്പടയാളികൾ പ്രേതങ്ങളെപ്പോലെ കടന്നുപോയി. പീരങ്കിയുണ്ടകൾ ചുറ്റും വീണു പൊട്ടുകയും മഞ്ഞുവെള്ളം അവരുടെ ദേഹത്തേക്ക് തെറിപ്പിക്കുകയും ചെയ്തു. ട്രെന്റ് വല്ലാതെ ഭയപ്പെട്ടു. അജ്ഞാതമായ ആ ഇരുട്ടിൽ നിന്നും

ഉയരുന്ന വെടിയൊച്ചകളും തീജ്വാലകളും അവനെ ഭീതിയിലാഴ്ത്തി. ഓരോ സ്ഫോടനവും ഭൂമിയെ കുലുക്കുമ്പോൾ അവൻ വിറച്ചു പോയി. എങ്കിലും കേണലിന്റെ "മുന്നോട്ട്!" എന്ന ആജ്ഞ കേട്ട് അവൻ ഓടിക്കൊണ്ടിരുന്നു.

പെട്ടെന്നുണ്ടായ ഒരു സ്ഫോടനത്തിൽ ട്രെന്റ് സ്തംഭിച്ചുപോയി. അവന്റെ വശത്തുണ്ടായിരുന്ന പടയാളികളെല്ലാം വീണു കഴിഞ്ഞിരുന്നു. ബോധം മറയുന്നതുപോലെ തോന്നിയപ്പോൾ അവൻ ഒന്നിനെ മുറുകെ പിടിച്ചു. അതൊരു പീരങ്കിവണ്ടിയുടെ ചക്രമായിരുന്നു. പീരങ്കി വൃത്തിയാക്കുന്ന കോലുമായി (Rammer) ഒരാൾ അവനെ അടിക്കാൻ ചെന്നു. പക്ഷേ ട്രെന്റ് തന്റെ തോക്കിലെ പീരങ്കിമുന (Bayonet) അയാളുടെ കഴുത്തിലേക്ക് ആഴ്ത്തി. താൻ ഒരാളെ കൊന്നിരിക്കുന്നു എന്ന് അവൻ തിരിച്ചറിഞ്ഞു. തോക്ക് വലിച്ചെടുക്കാൻ ശ്രമിച്ചെങ്കിലും ആ മുന അയാളുടെ ശരീരത്തിൽ കുടുങ്ങിക്കിടന്നു. രക്തം പുരണ്ട കൈകൾ കൊണ്ട് അയാൾ മണ്ണിൽ അടിക്കുന്നത് കണ്ടപ്പോൾ ട്രെന്റിന് വല്ലാത്ത വെറുപ്പും അസ്വാസ്ഥ്യവും തോന്നി.

ചുറ്റും കഠിനമായ പോരാട്ടം നടക്കുകയായിരുന്നു. വിയർപ്പിന്റെയും വെടിമരുന്നിന്റെയും മണം വായുവിൽ നിറഞ്ഞു. ആരോ അവനെ പിന്നിൽ നിന്നും പിടിച്ചു. വെടിയുണ്ടകളുടെയും പീരങ്കിമുനകളുടെയും ആ 'ക്ലിക്! ക്ലിക്!' ശബ്ദം അവനെ ഭ്രാന്ത് പിടിപ്പിച്ചു. അവൻ ആ പീരങ്കി കോലെടുത്ത് കയ്യിൽ കിട്ടിയവരെയെല്ലാം ആഞ്ഞു തല്ലി. ഒടുവിൽ അത് തകർന്നു പോയി.

ഒരാൾ അവനെ നിലത്ത് വീഴ്ത്തിയെങ്കിലും അവൻ അയാളെ തള്ളിമാറ്റി എഴുന്നേറ്റു. തന്റെ ഒരു സുഹൃത്ത് പീരങ്കിയിൽ തൂങ്ങിക്കിടക്കുന്നത് അവൻ കണ്ടു; അയാളുടെ തല തകർന്നിരുന്നു. കേണൽ കുതിരപ്പുറത്ത് നിന്നും ചെളിയിലേക്ക് വീഴുന്നത് കണ്ട നിമിഷം ട്രെന്റിന്റെ ബോധം മറഞ്ഞു.

ബോധം തിരിച്ചു കിട്ടിയപ്പോൾ ട്രെന്റ് തകർന്നു കിടക്കുന്ന റെയിൽവേ ട്രാക്കിന് മുകളിലായിരുന്നു. ചുറ്റും നിലവിളികളും ശാപവാക്കുകളും മാത്രം. മനുഷ്യർ ഭയന്ന് ഓടുകയായിരുന്നു. അവൻ വേച്ചു വേച്ച് അവരെ പിന്തുടർന്നു. താടിയെല്ല് തകർന്ന ആ സുഹൃത്തിനെ വീണ്ടും അവൻ കണ്ടു. സംസാരിക്കാൻ കഴിയാത്ത ആ യുവാവ് കുറച്ചു നേരം ട്രെന്റിന്റെ കൈയ്യിൽ തൂങ്ങി നിന്നു, പിന്നീട് മരവിച്ച ആ ചെളിയിലേക്ക് വീണു മരിച്ചു. ഫിലിപ്പ് എന്ന് വിളിച്ചുകൊണ്ട് മറ്റൊരു സുഹൃത്തും അവന്റെ മുന്നിൽ വീണു.

ഉയരങ്ങളിൽ നിന്നും വീശിയ തണുത്ത കാറ്റ് മഞ്ഞിനെ കീറിമുറിച്ചു.

വിൻസെൻസ് (Vincennes) വനത്തിന് പിന്നിൽ നിന്നും സന്ധ്യാസൂര്യൻ ഒരു ഭീകരനെപ്പോലെ ഒളിഞ്ഞു നോക്കി. യുദ്ധക്കളത്തിലെ പുകയ്ക്കിടയിലൂടെ അത് രക്തം കട്ടപിടിച്ചതുപോലെ ചുവന്നു തുടുത്തു. പതുക്കെ പതുക്കെ, രക്തത്തിൽ കുതിർന്ന ആ പാടത്തേക്ക് സൂര്യൻ താഴ്ന്നു പോയി.

IV

സെന്റ് സൽപൈസ് പള്ളിയിലെ മണി പന്ത്രണ്ട് വട്ടം മുഴങ്ങിയപ്പോൾ, പാരീസ് നഗരത്തിന്റെ കവാടങ്ങൾ പരാജയപ്പെട്ട ഒരു സൈന്യത്തിന്റെ അവശിഷ്ടങ്ങളാൽ നിറഞ്ഞിരുന്നു.

അഴുക്കും ചെളിയും പുരണ്ട്, പട്ടിണിയും തളർച്ചയും കൊണ്ട് വിളറിയ ആ സൈനികർ രാത്രിയുടെ ഇരുട്ടിൽ നഗരത്തിലേക്ക് പ്രവേശിച്ചു. ആദ്യം അവർ നിശബ്ദരായിരുന്നു, എന്നാൽ മണിക്കൂറുകൾ കഴിഞ്ഞതോടെ എല്ലാം താറുമാറായി. കുതിരപ്പടയും പീരങ്കികളും ആംബുലൻസുകളും ഒന്നിനുപിറകെ ഒന്നായി കവാടങ്ങളിലൂടെ ഇരച്ചുകയറി. ചില റെജിമെന്റുകൾ അച്ചടക്കം പാലിക്കാൻ ശ്രമിച്ചെങ്കിലും മിക്കവരും ഒരു ലഹളക്കൂട്ടത്തെപ്പോലെ തെരുവുകളിലേക്ക് ഇടിച്ചുകയറുകയായിരുന്നു. ആംബുലൻസുകൾ പരിക്കേറ്റവരുടെ ഭാരത്താൽ ഞരങ്ങിക്കൊണ്ട് നീങ്ങി. പാരീസ് ജനത വല്ലാത്തൊരു നിസ്സഹായാവസ്ഥയിൽ ഈ കാഴ്ചകൾ നോക്കിനിന്നു.

വൈകുന്നേരം നാലുമണിയോടെ ജർമ്മൻ പീരങ്കികൾ വീണ്ടും ഗർജ്ജിച്ചു. ഷെല്ലുകൾ മോണ്ട്പാർനാസിൽ (Montparnasse) വന്നു പതിച്ചു. നാലേ ഇരുപതിന് രണ്ട് ഷെല്ലുകൾ റൂ ഡി ബാക്കിലെ ഒരു വീട്ടിൽ ഇടിച്ചു. തൊട്ടുപിന്നാലെ ലാറ്റിൻ ക്വാർട്ടറിലും ആദ്യത്തെ ഷെൽ വീണു. ബ്രെയ്ത്ത് തന്റെ കട്ടിലിലിരുന്ന് ചിത്രം വരയ്ക്കുമ്പോഴാണ് പരിഭ്രാന്തനായി വെസ്റ്റ് അങ്ങോട്ട് ഓടിക്കയറി വന്നത്. “നീ ഒന്ന് താഴേക്ക് വരൂ; നമ്മുടെ വീട് തകർന്നു കിടക്കുകയാണ്. അക്രമികൾ ആരെങ്കിലും നമ്മെ തേടി വരുമോ എന്ന് എനിക്ക് പേടിയുണ്ട്.”

വെസ്റ്റിന്റെ കാമുകി കോളെറ്റ് വീടിന്റെ താഴത്തെ നിലയിലുള്ള സെല്ലാറിൽ (Cellar) ഒളിച്ചിരിക്കുകയായിരുന്നു. കനത്ത ബോംബാക്രമണം നടക്കുമ്പോൾ തെരുവ് ഗുണ്ടകൾ വീടുകൾ കൊള്ളയടിക്കാൻ ഇറങ്ങുമെന്ന് അവർ ഭയപ്പെട്ടു. “നീ ഇന്ന് ജാക്കിനെ കണ്ടോ?” വെസ്റ്റ് ചോദിച്ചു. “ഇല്ല, അവൻ സിൽവിയയെ നോക്കാൻ പോയതാകാം,” ബ്രെയ്ത്ത് മറുപടി നൽകി.

അവർ വേഗത്തിൽ വെസ്റ്റിന്റെ സെല്ലാറിലേക്ക് നടന്നു. പുകക്കുഴലുകളും

ച്ചവരുകളും തകർന്ന് വീഴുന്ന ശബ്ദം അവിടെ മുഴങ്ങുന്നുണ്ടായിരുന്നു. അവർ സെല്ലാറിനുള്ളിൽ കടന്ന് ഇരുമ്പ് വാതിൽ ബന്ധിച്ചു. "കോളെറ്റ്! കോളെറ്റ്!" വെസ്റ്റ് വിളിച്ചു. അവൾ ഓടിവന്ന് അവരെ സ്വീകരിച്ചു. പെട്ടെന്ന് പുറത്ത് കനത്ത ഒരു ശബ്ദം കേട്ടു. ആരോ ആ വാതിൽ തകർക്കാൻ ശ്രമിക്കുന്നു!

"അവർ ഇവിടെ എത്തിക്കഴിഞ്ഞു," വെസ്റ്റ് വിളറിപ്പോയി. പുറത്തു നിന്നുള്ള പ്രഹരങ്ങളാൽ ആ ഇരുമ്പ് വാതിൽ വിറച്ചു. അക്രമികൾ സെല്ലാറിൽ എന്തോ വലിയ നിധി ഒളിപ്പിച്ചിട്ടുണ്ടെന്ന് കരുതിയാണ് വരുന്നത്. വാതിലിൽ ഒരു വലിയ വിള്ളൽ വീഴുകയും അതിലൂടെ വെളിച്ചം അകത്തേക്ക് കടക്കുകയും ചെയ്തു. വെസ്റ്റ് ഉടൻ തന്നെ തന്റെ റിവോൾവർ ആ വിള്ളലിലൂടെ പുറത്തേക്ക് നീട്ടി എല്ലാ തിരകളും ഉതിർത്തു. അല്പനേരം നിശബ്ദത പടർന്നെങ്കിലും വീണ്ടും പ്രഹരങ്ങൾ തുടർന്നു. വാതിൽ തകരാൻ തുടങ്ങിയിരുന്നു.

"നീ എന്റെ പിന്നാലെ വരൂ, ബ്രെയ്ത്ത്!" വെസ്റ്റ് കോളെറ്റിന്റെ കൈപിടിച്ച് സെല്ലാറിന്റെ മറുഭാഗത്തുള്ള വെളിച്ചം കാണുന്ന ഇടത്തേക്ക് ഓടി. മുകളിൽ പച്ചക്കറികളും മറ്റും ഇടുന്ന ഒരു മാൻഹോൾ ഉണ്ടായിരുന്നു. വെസ്റ്റ് തന്റെ തോളിൽ ചവിട്ടി മുകളിലേക്ക് കയറാൻ ബ്രെയ്ത്തിനോട് ആംഗ്യം കാണിച്ചു.

"അത് തള്ളുക! നിനക്ക് കഴിയും!"

ബ്രെയ്ത്ത് സർവ്വ ശക്തിയുമുപയോഗിച്ച് ആ ഇരുമ്പ് മൂടി ഉയർത്തി പുറത്തേക്ക് ഇഴഞ്ഞുകയറി. പിന്നീട് വെസ്റ്റിന്റെ തോളിൽ ചവിട്ടി നിന്ന കോളെറ്റിനെ അയാൾ മുകളിലേക്ക് വലിച്ചെടുത്തു.

"വേഗം വരൂ സുഹൃത്തേ!" വെസ്റ്റ് വിളിച്ചു പറഞ്ഞു.

ബ്രെയ്ത്ത് താഴേക്ക് കൈ നീട്ടി. സെല്ലാറിനുള്ളിൽ അപ്പോഴേക്കും തീപ്പന്തങ്ങളുടെ മഞ്ഞ വെളിച്ചം നിറഞ്ഞിരുന്നു. അക്രമികൾ പെട്രോളിയം പന്തങ്ങളുമായി അകത്തു കടന്നിരുന്നു. വെസ്റ്റ് ബ്രെയ്ത്തിന്റെ കൈകളിൽ തൂങ്ങി മുകളിലേക്ക് കയറി. കോളെറ്റ് പേടിച്ച് പൊട്ടിക്കരഞ്ഞെങ്കിലും വെസ്റ്റ് അവളെ ആശ്വസിപ്പിച്ചു.

പുറത്ത് രാത്രിയായിക്കഴിഞ്ഞിരുന്നു. കത്തുന്ന കെട്ടിടങ്ങളിൽ നിന്നുള്ള വെളിച്ചം മാത്രമാണ് ആ തെരുവിൽ ഉണ്ടായിരുന്നത്. തകർന്നു കിടക്കുന്ന അവശിഷ്ടങ്ങൾക്കിടയിൽ കൊള്ളക്കാർ ഓടിനടക്കുന്നത് അവർ ദൂരെ നിന്നും കണ്ടു. മദ്യപിച്ച് ലക്കുകെട്ട ചില സ്ത്രീകളുടെയും കറുത്ത ചായം പൂശിയ അക്രമികളുടെയും വിളയാട്ടമായിരുന്നു അവിടെ. അവർ സെയിൻ നദി മുറിച്ചുകടന്നു.

"എനിക്ക് തിരിച്ചു പോകണം. ജാക്കിന്റെയും സിൽവിയയുടെയും കാര്യം

എനിക്ക് ആശങ്കയുണ്ട്," ബ്രെയ്ത്ത് പറഞ്ഞു.
അപ്പോഴാണ് ഒരു സംഘം പടയാളികൾ അങ്ങോട്ട് വന്നത്. അവർക്കിടയിൽ ഒരു ലാന്റൺ വെളിച്ചത്തിൽ വിളറി വെളുത്ത ഒരു മുഖം അവർ കണ്ടു. "ഹാർട്ട്മാൻ!" കോളെറ്റ് ശ്വാസമടക്കി വിളിച്ചു. അയാളെ അവർ d'Orsay ബാരക്കുകളിലേക്ക് (d'Orsay barracks) കൊണ്ടുപോവുകയായിരുന്നു. കുറച്ചു കഴിഞ്ഞപ്പോൾ ആ ബാരക്കിന്റെ കരിങ്കൽ മുറ്റത്തു നിന്നും വെടിയൊച്ചകൾ മുഴങ്ങി. ചാരനായ ഹാർട്ട്മാൻ ശിക്ഷിക്കപ്പെട്ടിരിക്കുന്നു.
ആർക്ക് ഡി ട്രയംഫിന് താഴെയുള്ള ഇരുണ്ട വീഥിയിലൂടെ തണുത്ത കാറ്റിനൊപ്പം ഒരു നിലവിളി ഒഴുകി വന്നു—"Perdus! perdus!" (നമ്മൾ തോറ്റുപോയി! എല്ലാം നശിച്ചു!). യുദ്ധം തോറ്റ സൈന്യത്തിന്റെ അവശിഷ്ടങ്ങൾ പ്രേതങ്ങളെപ്പോലെ നടന്നു നീങ്ങി. വെസ്റ്റ് സങ്കടത്തോടെ നിൽക്കുമ്പോൾ ആ ആൾക്കൂട്ടത്തിനിടയിൽ നിന്നും ഒരാൾ വെസ്റ്റിന്റെ പേര് വിളിച്ചു. അത് ജാക്ക് ട്രെന്റ് ആയിരുന്നു! ഭയം കൊണ്ട് വിളറി വെളുത്ത ജാക്ക് വെസ്റ്റിനെ പിടിച്ചു കുലുക്കി.
"സിൽവിയ?" അവന് ചോദിക്കാൻ കഴിഞ്ഞത് അത് മാത്രമായിരുന്നു. വെസ്റ്റ് മിണ്ടാതെ നിന്നു. പക്ഷേ കോളെറ്റ് തേങ്ങിക്കരഞ്ഞു,
"ഓ, സിൽവിയ! അവർ ലാറ്റിൻ ക്വാർട്ടറിലേക്ക് ബോംബെറിയുകയാണ്!"
ജാക്ക് അവിടുന്ന് പാഞ്ഞുപോയി. അവർക്ക് അവനെ തടയാൻ കഴിഞ്ഞില്ല. റൂ ഡി സെയിനിലേക്കുള്ള പ്രവേശനം തകർന്നു വീണ ഇഷ്ടികക്കൂട്ടങ്ങളാൽ തടസ്സപ്പെട്ടിരുന്നു. തെരുവിലെ കെട്ടിടങ്ങളെല്ലാം തകർന്നു കിടക്കുകയായിരുന്നു. ട്രെന്റ് ആ അവശിഷ്ടങ്ങൾക്കിടയിലൂടെ ഓടി തന്റെ വീട്ടിലേക്കുള്ള വഴി തിരഞ്ഞു. ആ തെരുവിന്റെ മൂലയിൽ തകർന്നുപോയ ഒരു ഗ്യാസ് വിളക്കിന് താഴെ ഒരു കുട്ടി കരിക്കട്ട കൊണ്ട് ചുവരിൽ എന്തോ എഴുതുന്നുണ്ടായിരുന്നു.
"ഇവിടെയാണ് ആദ്യത്തെ ഷെൽ പതിച്ചത്."
ആ വരികൾ അവന്റെ മുഖത്തേക്ക് തുറിച്ചുനോക്കി. കരിക്കട്ട കൊണ്ട് ആ ചുവരെഴുത്ത് പൂർത്തിയാക്കിയ ആ എലിപിടുത്തക്കാരൻ തന്റെ ജോലി വിലയിരുത്താനായി പിന്നോട്ട് മാറി നിന്നു. അപ്പോഴാണ് ട്രെന്റിന്റെ കയ്യിലിരുന്ന പീരങ്കിമുന (Bayonet) അവൻ കണ്ടത്. ഭയന്നുപോയ ആ ബാലൻ നിലവിളിച്ചുകൊണ്ട് ഓടിപ്പോയി. തകർന്നു കിടക്കുന്ന ആ തെരുവിലൂടെ ട്രെന്റ് വേച്ചു വേച്ച് നടക്കുമ്പോൾ, തകർന്ന കെട്ടിടങ്ങൾക്കുള്ളിൽ കൊള്ളയിൽ ഏർപ്പെട്ടിരുന്ന സ്ത്രീകൾ അവനെ ശപിച്ചുകൊണ്ട് പലായനം ചെയ്തു.

കണ്ണുനീർ കാഴ്ച മറച്ചതിനാൽ ആദ്യം തന്റെ വീട് കണ്ടെത്താൻ അവന് പ്രയാസമായി. എങ്കിലും ചുവരുകളിൽ തപ്പിത്തടഞ്ഞ് അവൻ കവാടത്തിലെത്തി. വാതിൽക്കൽ ഒരു ലാന്റൺ കത്തുന്നുണ്ടായിരുന്നു; അതിന്റെ അരികിൽ കെട്ടിടത്തിന്റെ കാവൽക്കാരൻ മരിച്ചു കിടക്കുന്നു. ഭയം കൊണ്ട് തളർന്ന ട്രെന്റ് ഒരു നിമിഷം തന്റെ റൈഫിളിൽ ചാരി നിന്നു. പിന്നീട് ആ ലാന്റൺ കൈക്കലാക്കി അവൻ പടികൾ ഓടിക്കയറി. വിളിക്കാൻ ശ്രമിച്ചെങ്കിലും അവന്റെ നാവ് അനങ്ങുന്നില്ലായിരുന്നു. രണ്ടാം നിലയിലെ പടികളിൽ കുമ്മായം ചിതറിക്കിടക്കുന്നു. മൂന്നാം നിലയിലെ തറ തകർന്നിരുന്നു; കെട്ടിടത്തിന്റെ സൂക്ഷിപ്പുകാരി രക്തത്തിൽ കുളിച്ചു അവിടെ കിടക്കുന്നു. അടുത്ത നില അവന്റേതാണ്... അവരുടേതാണ്. വാതിൽ അതിന്റെ കട്ടിലിൽ നിന്നും വേർപെട്ട് തൂങ്ങിക്കിടക്കുകയായിരുന്നു, ചുവരുകളിൽ വലിയ വിള്ളലുകൾ.

അവൻ ഉള്ളിലേക്ക് ഇഴഞ്ഞു ചെന്ന് കട്ടിലിനരികിൽ തളർന്നിരുന്നു. പെട്ടെന്ന് രണ്ട് കൈകൾ അവന്റെ കഴുത്തിലൂടെ ചുറ്റിപ്പിടിച്ചു, കണ്ണുനീർ നിറഞ്ഞ ഒരു മുഖം അവനായി തിരഞ്ഞു.

"സിൽവിയ!"

"ഓ.. ജാക്ക്! ജാക്ക്! ജാക്ക്!"

അവർക്കരികിലെ അലങ്കോലപ്പെട്ട തലയിണയ്ക്കിടയിൽ നിന്നും ഒരു കുഞ്ഞ് കരഞ്ഞു.

"അവർ അതിനെ കൊണ്ടുവന്നു; അത് എന്റേതാണ്," അവൾ തേങ്ങലോടെ പറഞ്ഞു.

"നമ്മുടേതാണ്," അവരെ രണ്ടുപേരെയും തന്റെ കൈകൾക്കുള്ളിൽ ചേർത്തണച്ചുകൊണ്ട് അവൻ മൃദുവായി മന്ത്രിച്ചു.

അപ്പോഴതാ, താഴത്തെ പടികളിൽ നിന്നും ബ്രെയ്സ്റ്റിന്റെ ആകുലത നിറഞ്ഞ ശബ്ദം കേട്ടു.

"ട്രെന്റ്! എല്ലാവർക്കും സുഖമാണോ?"

നമ്മുടെ വയലുകളുടെ മാതാവിന്റെ തെരുവ്

"ദുഃഖത്തിലൂടെ കടന്നുപോയ നമ്മുടെ പഴയ ദിനങ്ങളെല്ലാം, സന്തോഷത്തിന്റെ ദിനങ്ങളായി നാം എണ്ണുന്നു!"

I

ആ തെരുവ് അത്ര ആധുനികമല്ല, എന്നാൽ പഴഞ്ചനുമല്ല. അത് തെരുവുകൾക്കിടയിലെ ഒരു ഒറ്റപ്പെട്ട ഇടമാണ്—ഒരു പ്രത്യേക 'ക്വാർട്ടറിന്റെയും' ഭാഗമല്ലാത്ത ഒരു തെരുവ്. പ്രഭുക്കന്മാർ വസിക്കുന്ന അവന്യൂ ഡി എൽ ഒബ്സർവേറ്ററിയുടെ (Avenue de l'Observatoire) പരിധിക്ക് പുറത്താണ് ഇതെന്നാണ് പൊതുവായ ധാരണ. മോണ്ട്പാർനാസിലെ വിദ്യാർത്ഥികൾക്ക് ഇത് വല്ലാത്തൊരു ഇടമായി തോന്നുന്നു, അതുകൊണ്ട് അവർ ഇങ്ങോട്ട് വരാറില്ല. ലക്ഷ്വറി പാർക്കിന് വടക്കുള്ള ലാറ്റിൻ ക്വാർട്ടറിലെ വിദ്യാർത്ഥികളാകട്ടെ, ഇതിന്റെ മാന്യതയെ പുച്ഛിക്കുകയും കൃത്യമായ വസ്ത്രധാരണത്തോടെ ഇവിടെ അലഞ്ഞുതിരിയുന്ന വിദ്യാർത്ഥികളെ അവിശ്വാസത്തോടെ നോക്കുകയും ചെയ്യുന്നു.

അപരിചിതർ ആരും ഇങ്ങോട്ട് വരാറില്ല. എങ്കിലും, റൂ ഡി റെന്നസിനും (rue de Rennes) ബുള്ളിയറിനും (Bullier) ഇടയിലുള്ള ഒരു വഴിയായി ലാറ്റിൻ ക്വാർട്ടറിലെ കുട്ടികൾ വല്ലപ്പോഴും ഇത് ഉപയോഗിക്കാറുണ്ട്. അതൊഴിച്ചാൽ, റൂ വാവിനിലെ കോൺവെന്റിൽ മാതാപിതാക്കൾ സന്ദർശനത്തിന് എത്തുന്ന ആഴ്ചയിലെ ആ ഒരു ദിവസമൊഴികെ ഇവിടെ വല്ലാത്തൊരു നിശബ്ദതയിലാണ്.

റൂ ഡി ല ഗ്രാൻഡെ ചൗമിയറിനും റൂ വാവിനും ഇടയിലുള്ള ഭാഗമാണ് ഈ തെരുവിലെ ഏറ്റവും മാന്യമായ ഇടമെന്ന് റെവറന്റ് ജോയൽ ബൈറാം തീരുമാനിച്ചു. അദ്ദേഹം ഹേസ്റ്റിംഗ്സിനൊപ്പം ആ

തെരുവിലൂടെ നടക്കുകയായിരുന്നു. ജൂൺ മാസത്തെ ആ തെളിച്ചമുള്ള കാലാവസ്ഥയിൽ ഹേസ്റ്റിംഗ്സിന് ആ തെരുവ് അതീവ മനോഹരമായി തോന്നി. തന്റെ താമസസ്ഥലമായി ഇത് തിരഞ്ഞെടുക്കാം എന്ന് അവൻ കരുതിയിരിക്കുമ്പോഴാണ് റെവറന്റ് ബൈറാം എതിർവശത്തുള്ള കോൺവെന്റിലെ കുരിശ് കണ്ട് പെട്ടെന്ന് ദേഷ്യപ്പെട്ടത്.

"ജെസ്യൂട്ടുകൾ," അദ്ദേഹം പിറുപിറുത്തു.

"ശരി," ഹേസ്റ്റിംഗ്സ് തളർച്ചയോടെ പറഞ്ഞു, "ഇതിനേക്കാൾ നല്ലതൊന്ന് നമുക്ക് കിട്ടുമെന്ന് തോന്നുന്നില്ല. പാരീസിൽ തിന്മ വിജയിച്ചു നിൽക്കുകയാണെന്ന് താങ്കൾ തന്നെ പറഞ്ഞല്ലോ, എല്ലാ തെരുവുകളിലും ഒന്നുകിൽ ജെസ്യൂട്ടുകൾ അല്ലെങ്കിൽ അതിനേക്കാൾ മോശമായ മറ്റെന്തെങ്കിലും നമുക്ക് കാണേണ്ടി വരും."

അല്പം കഴിഞ്ഞ് അവൻ കൂട്ടിച്ചേർത്തു, "താങ്കളുടെ മുന്നറിയിപ്പുകൾ ഇല്ലായിരുന്നെങ്കിൽ ഞാൻ ഇതൊന്നും ശ്രദ്ധിക്കുമായിരുന്നില്ല."

ഡോക്ടർ ബൈറാം ചുറ്റും നോക്കി. ആ പ്രദേശത്തിന്റെ മാന്യമായ അന്തരീക്ഷം അദ്ദേഹത്തെ ആകർഷിച്ചു. കോൺവെന്റിനെ നോക്കി മുഖം ചുളിച്ചുകൊണ്ട് അദ്ദേഹം ഹേസ്റ്റിംഗ്സിന്റെ കൈപിടിച്ച് റോഡ് മുറിച്ചുകടന്ന് ഒരു ഇരുമ്പ് കവാടത്തിന് മുന്നിലെത്തി. നീല പശ്ചാത്തലത്തിൽ വെളുത്ത നിറത്തിൽ '201 bis' എന്ന് അതിൽ എഴുതിയിരുന്നു. അതിനു താഴെ ഇംഗ്ലീഷിൽ ഇപ്രകാരം ഒരു നോട്ടീസ് ഉണ്ടായിരുന്നു:

1. പോർട്ടർക്കായി ദയവായി ഒരു തവണ അമർത്തുക.
2. വേലക്കാരനായി ദയവായി രണ്ടു തവണ അമർത്തുക.
3. പാർലറിനായി (സന്ദർശക മുറി) ദയവായി മൂന്നു തവണ അമർത്തുക.

ഹേസ്റ്റിംഗ്സ് ഇലക്ട്രിക് ബട്ടണിൽ മൂന്ന് തവണ അമർത്തി. ചടുലയായ ഒരു വേലക്കാരി അവരെ തോട്ടത്തിലൂടെ അകത്തെ സന്ദർശക മുറിയിലേക്ക് നയിച്ചു. തൊട്ടടുത്തുള്ള ഡൈനിംഗ് റൂമിന്റെ വാതിൽ തുറന്നുകിടക്കുകയായിരുന്നു. അവിടെ ഭക്ഷണം കഴിച്ചുകൊണ്ടിരുന്ന തടിച്ചിയായ ഒരു സ്ത്രീ വേഗത്തിൽ എഴുന്നേറ്റ് അവരുടെ അടുത്തേക്ക് വന്നു. വാതിൽ അടയ്ക്കുന്നതിന് മുൻപായി, വലിയ തലയുള്ള ഒരു യുവാവും പ്രായമായ ചില മനുഷ്യരും അവിടെ പ്രഭാതഭക്ഷണം കഴിക്കുന്നത് ഹേസ്റ്റിംഗ്സ് കണ്ടു. ആ സ്ത്രീക്കൊപ്പം കോഫിയുടെ ഗന്ധവും ഒരു കറുത്ത പൂഡിൽ നായയും ഉണ്ടായിരുന്നു.

"നിങ്ങളെ സ്വീകരിക്കുന്നതിൽ സന്തോഷം!" അവർ വിളിച്ചുപറഞ്ഞു. "മൺസൂർ ഇംഗ്ലീഷുകാരനാണോ? അല്ലേ? അമേരിക്കക്കാരനാണോ? തീർച്ചയായും. എന്റെ ഈ 'പെൻഷൻ' (താമസസ്ഥലം) പ്രധാനമായും അമേരിക്കക്കാർക്ക് വേണ്ടിയുള്ളതാണ്. ഇവിടെ എല്ലാവരും ഇംഗ്ലീഷ്

സംസാരിക്കും, അതായത് ജീവനക്കാർ കുറച്ചൊക്കെ സംസാരിക്കും. നിങ്ങൾ ഇവിടെ താമസക്കാരാകാൻ എത്തുന്നതിൽ എനിക്ക് സന്തോഷമുണ്ട്."

"മാഡം," ഡോക്ടർ ബൈറാം എന്തോ പറയാൻ തുടങ്ങിയെങ്കിലും അവർ അത് തടഞ്ഞു.

"ആഹ്, എനിക്കറിയാം! ദൈവമേ! നിങ്ങൾക്ക് ഫ്രെഞ്ച് സംസാരിക്കാൻ അറിയില്ല, പക്ഷേ അത് പഠിക്കാനാണ് നിങ്ങൾ വന്നിരിക്കുന്നത്! എന്റെ ഭർത്താവ് താമസക്കാരോട് ഫ്രെഞ്ചിൽ സംസാരിക്കും. ഇപ്പോൾ തന്നെ ഒരു അമേരിക്കൻ കുടുംബം എന്റെ ഭർത്താവിൽ നിന്നും ഫ്രെഞ്ച് പഠിക്കുന്നുണ്ട്."

ഇതിനിടയിൽ ആ പൂഡിൽ നായ ഡോക്ടർ ബൈറാമിനെ നോക്കി മുരണ്ടു. ഉടൻ തന്നെ അതിന്റെ ഉടമസ്ഥ അതിനെ അടിച്ചു ശാസിച്ചു. "നിനക്ക് വേണോ ഇത്! വികൃതി!" അവർ അതിനെ അടിച്ചു പുറത്താക്കി.

ഹേസ്റ്റിംഗ്സ് പുഞ്ചിരിയോടെ ഫ്രെഞ്ചിൽ പറഞ്ഞു,

"അതിനെ കണ്ടിട്ട് അത്ര ഭയങ്കരനൊന്നും ആണെന്ന് തോന്നുന്നില്ലല്ലോ."

"ആഹ്, എന്ത് മനോഹരമായ ഉച്ചാരണം! ഇദ്ദേഹം ഇപ്പോൾ തന്നെ ഒരു പാരീസുകാരനെപ്പോലെ ഫ്രെഞ്ച് സംസാരിക്കുന്നുണ്ടല്ലോ!" അവർ ആവേശത്തോടെ പറഞ്ഞു.

ഡോക്ടർ ബൈറാം കഷ്ടപ്പെട്ട് വാടകയെക്കുറിച്ചും മറ്റും ചോദിച്ചറിഞ്ഞു. "ഇതൊരു മാന്യമായ താമസസ്ഥലമാണ്, ഇവിടെ നിങ്ങൾക്ക് സ്വന്തം വീട്ടിലെന്നപോലെ കഴിയാം," അവർ ഉറപ്പുനൽകി.

അവർ മുകളിലത്തെ നിലയിൽ ചെന്ന് മുറികൾ പരിശോധിക്കുകയും സൗകര്യങ്ങൾ ഉറപ്പുവരുത്തുകയും ചെയ്തു. ഡോക്ടർ ബൈറാമിന് തൃപ്തി തോന്നി. മടങ്ങിപ്പോകാൻ നേരം അദ്ദേഹം ആ സ്ത്രീയോട് ഗൗരവത്തോടെ പറഞ്ഞു: "ഇവൻ വളരെ മാന്യമായ സാഹചര്യത്തിൽ വളർന്നവനാണ്. സ്വഭാവത്തിലും ധാർമ്മികതയിലും യാതൊരു കളങ്കവുമില്ലാത്ത യുവാവാണ്. അവൻ മുൻപ് ഒരു വലിയ നഗരം പോലും കണ്ടിട്ടില്ല. അതുകൊണ്ട് അവൻ നല്ല സ്വാധീനത്തിലായിരിക്കണം വളരേണ്ടതെന്ന് അവന്റെ മാതാപിതാക്കൾക്ക് നിർബന്ധമുണ്ട്. ലാറ്റിൻ ക്വാർട്ടറിലെ അധാർമ്മികതയെക്കുറിച്ച് അറിഞ്ഞാൽ അവർ അവനെ ഇങ്ങോട്ട് അയക്കില്ലായിരുന്നു."

വാതിലിന് പിന്നിൽ നിന്നും ഒരു ശബ്ദം കേട്ടെങ്കിലും, വേലക്കാരി ആ വലിയ തലയുള്ള യുവാവിന്റെ മുഖത്തടിക്കുന്നത് കാണാൻ ഡോക്ടർക്ക്

കഴിഞ്ഞില്ല. മാഡം മരോട്ടെ അത്ഭുതകരമായ ഒരു പുഞ്ചിരിയോടെ പറഞ്ഞു,
“അവൻ ഇവിടെ വന്നത് നന്നായി. ഇതിലും മാന്യമായ മറ്റൊരു സ്ഥലം പാരീസിലില്ല!”
പുറത്തിറങ്ങിയ ഡോക്ടർ ബൈറാം എതിർവശത്തുള്ള കോൺവെന്റിനെ (Convent) നോക്കി വീണ്ടും മുന്നറിയിപ്പ് നൽകി: “നീ ആ ജെസ്യൂട്ടുകളുമായി സൗഹൃദത്തിലാകില്ല എന്ന് ഞാൻ വിശ്വസിക്കുന്നു!”
ഹേസ്റ്റിംഗ്സ് ആ കോൺവെന്റിലേക്ക് നോക്കി നിൽക്കുമ്പോൾ സുന്ദരിയായ ഒരു പെൺകുട്ടി കടന്നുപോയി. പെയിന്റ് ബോക്സും കാൻവാസുമായി വന്ന ഒരു യുവാവ് അവളെ അഭിവാദ്യം ചെയ്യുകയും അവർ കൈ കൊടുത്ത് ചിരിക്കുകയും ചെയ്തു.
“നാളെ കാണാം വാലന്റൈൻ!” എന്ന് വിളിച്ചുപറഞ്ഞുകൊണ്ട് അവൻ നടന്നുനീങ്ങി.
“വാലന്റൈൻ,”
ഹേസ്റ്റിംഗ്സ് ചിന്തിച്ചു, “എത്ര വിചിത്രവും മനോഹരവുമായ പേര്.” പിന്നീട് അവൻ ഡോക്ടർ ബൈറാമിന് പിന്നാലെ ട്രാം സ്റ്റേഷനിലേക്ക് നടന്നു.

II

“നിങ്ങൾക്ക് പാരീസ് ഇഷ്ടപ്പെട്ടോ, മൺസൂർ ഹേസ്റ്റിംഗ്സ്?” പിറ്റേന്ന് രാവിലെ പ്രഭാതഭക്ഷണത്തിനായി എത്തിയ ഹേസ്റ്റിംഗ്സിനോട് മാഡം മരോട്ടെ ചോദിച്ചു.
“എനിക്ക് ഇത് ഇഷ്ടപ്പെടുമെന്ന് ഉറപ്പാണ്,” തന്റെ മനസ്സിനെ ബാധിച്ച വിഷാദം എന്തിനാണെന്ന് അത്ഭുതപ്പെട്ടുകൊണ്ട് അവൻ മറുപടി നൽകി. വേലക്കാരി അവന് കോഫിയും ബ്രെഡും കൊണ്ടുവന്നു. അവിടെയിരുന്ന ആ വലിയ തലയുള്ള യുവാവിന്റെയും വൃദ്ധന്മാരുടെയും നോട്ടങ്ങൾ അവൻ അവഗണിച്ചു. കോഫി കുടിച്ചു തീർക്കാൻ അവന് കഴിഞ്ഞില്ല; അവൻ വെറുതെ ബ്രെഡ് കഷ്ണങ്ങൾ അടർത്തിക്കൊണ്ടിരുന്നു. അവന്റെ മാനസികാവസ്ഥ മനസ്സിലാക്കിയ മാഡം മരോട്ടെ അവനെ ശല്യം ചെയ്യാൻ നിന്നില്ല.
പെട്ടെന്ന് വേലക്കാരി ചോക്ലേറ്റ് പാനീയവുമായി എത്തിയപ്പോൾ അവിടുത്തെ വൃദ്ധന്മാർ അവളെ കൗതുകത്തോടെ നോക്കി. സ്യൂസി ബൈംഗ് എന്ന പെൺകുട്ടിയും അവളുടെ അമ്മയും അവിടെ ഭക്ഷണത്തിനെത്തി. അവർ അമേരിക്കക്കാരാണെന്ന് മനസ്സിലായെങ്കിലും അവർ ഹേസ്റ്റിംഗ്സിനെ ശ്രദ്ധിച്ചില്ല. സ്വന്തം നാട്ടുകാർ പോലും തന്നെ

അവഗണിക്കുന്നത് അവന്റെ വിഷാദം വർദ്ധിപ്പിച്ചു.

സ്യൂസി ബൈംഗ് വല്ലാതെ സംസാരിക്കുന്ന പ്രകൃതമായിരുന്നു. പാരീസിലെത്തി മൂന്നാഴ്ച കഴിഞ്ഞതിന്റെ ഒരു ഗമ അവൾക്കുണ്ടായിരുന്നു. അവൾ തന്റെ സുഹൃത്തായ മിസ്റ്റർ ബ്ലേഡനുമായി പാരീസിലെ ഷോപ്പിംഗ് കേന്ദ്രങ്ങളെക്കുറിച്ച് തർക്കിച്ചുകൊണ്ടിരുന്നു. ഹേസ്റ്റിംഗ്സ് അമേരിക്കക്കാരനാണെന്ന് തിരിച്ചറിഞ്ഞ മിസ്റ്റർ ബ്ലേഡൻ അവനോട് സംസാരിക്കാൻ തുടങ്ങി. പതുക്കെ സ്യൂസിയും ആ സംഭാഷണത്തിൽ ചേർന്നു.

"മിസ്റ്റർ ഹേസ്റ്റിംഗ്സ്, നിങ്ങൾ ബ്ലേഡനെപ്പോലെ എല്ലാ വൈകുന്നേരവും പുറത്ത് ചുറ്റിക്കറങ്ങരുത്. യുവാക്കൾക്ക് പാരീസ് വളരെ അപകടം പിടിച്ച സ്ഥലമാണ്," സ്യൂസി മുന്നറിയിപ്പ് നൽകി.

"ഞാൻ പകൽ മുഴുവൻ സ്റ്റുഡിയോയിലായിരിക്കും, രാത്രി തിരികെ വരാൻ എനിക്ക് സന്തോഷമേയുള്ളൂ," ഹേസ്റ്റിംഗ്സ് മറുപടി നൽകി. മിസ്റ്റർ ബ്ലേഡൻ തന്റെ ജോലിക്ക് പോകാനായി ഇറങ്ങി. ഹേസ്റ്റിംഗ്സ് സ്യൂസിക്കൊപ്പവും അവളുടെ അമ്മയ്ക്കൊപ്പവും തോട്ടത്തിൽ വന്നിരുന്നു. അവിടെ ചെസ്റ്റ്നട്ട് മരങ്ങൾ പൂത്തുനിൽക്കുന്നുണ്ടായിരുന്നു. റോസാപ്പൂക്കൾക്കിടയിൽ തേനീച്ചകൾ മൂളുന്നു. തെരുവിൽ വെള്ളം തളിക്കുന്ന വണ്ടികൾ പോകുന്നുണ്ടായിരുന്നു. പക്ഷികളുടെ പാട്ടും തെരുവിലെ ജലപ്രവാഹവും ഹേസ്റ്റിംഗ്സിനെ തന്റെ നാട്ടിലെ പുൽമേടുകളെ ഓർമ്മിപ്പിച്ചു.

"അതൊരു ബ്ലാക്ക് ബേർഡ് പക്ഷിയാണ്," പൂത്തുനിൽക്കുന്ന മരത്തിലിരിക്കുന്ന പക്ഷിയെ ചൂണ്ടി സ്യൂസി പറഞ്ഞു.

"അതിന്റെ ചുണ്ട് ഓംലെറ്റിൽ മുക്കിയതുപോലെ ഇരിക്കും എന്നാണ് ഒരു ഫ്രഞ്ചുകാരൻ പറഞ്ഞിട്ടുള്ളത്."

"ആ തോട്ടം രണ്ട് അമേരിക്കൻ ചിത്രകാരന്മാരുടേതാണ്," സ്യൂസി തുടർന്നു. "അവർക്ക് ഒരുപാട് മോഡലുകളെ ആവശ്യമുണ്ട്, അധികവും സുന്ദരികളായ പെൺകുട്ടികളെ."

തോട്ടത്തിലെ മനോഹരമായ കാഴ്ചകൾക്കിടയിലും ഹേസ്റ്റിംഗ്സിന്റെ മനസ്സിൽ തന്റെ നാട്ടിലെ വീടിന്റെയും അച്ഛനമ്മമാരുടെയും ചിത്രം തെളിഞ്ഞു. സ്യൂസി അത് തിരിച്ചറിഞ്ഞു.

"നിങ്ങൾക്ക് വീട് ഓർമ്മ വരുന്നുണ്ടല്ലോ! എനിക്കും ആദ്യം അങ്ങനെയായിരുന്നു. അപ്പോഴൊക്കെ ഞാൻ ലക്സംബർഗ് ഗാർഡൻസിൽ (Luxembourg Gardens) പോയി നടക്കുമായിരുന്നു. ആ പഴയകാല തോട്ടങ്ങൾ പാരീസിനേക്കാൾ ഉപരിയായി നമ്മുടെ നാടിനെ ഓർമ്മിപ്പിക്കും."

“ലക്സംബർഗ് എവിടെയാണ്?” ഹേസ്റ്റിംഗ്സ് ചോദിച്ചു.
സ്യൂസി അവനെ കവാടം വരെ കൊണ്ടുപോയി വഴി കാണിച്ചുകൊടുത്തു. “ആ കോൺവെന്റിന് വലതുവശത്തുകൂടെ പോയാൽ മതി,” അവൾ പുഞ്ചിരിയോടെ പറഞ്ഞു. ഹേസ്റ്റിംഗ്സ് അങ്ങോട്ടേക്ക് നടന്നു.

III

ലക്സംബർഗ് പൂക്കൾ കൊണ്ട് നിറഞ്ഞുനിൽക്കുകയായിരുന്നു. മരങ്ങൾക്കിടയിലൂടെയുള്ള നീണ്ട വീഥികളിലൂടെയും പഴയ ശില്പങ്ങൾക്കിടയിലൂടെയും അവൻ പതുക്കെ നടന്നു. വെങ്കല സിംഹത്തിന്റെ പ്രതിമ കടന്ന് അവൻ മനോഹരമായ ഒരു ജലധാരയ്ക്ക് മുകളിലുള്ള തട്ടിലെത്തി. താഴെ സൂര്യപ്രകാശത്തിൽ തിളങ്ങുന്ന ജലസംഭരണി കാണാമായിരുന്നു. തോട്ടത്തിന് ചുറ്റും ചെസ്റ്റ്നട്ട് മരങ്ങൾ പൂത്തുനിൽക്കുന്നു. ഒരു വശത്ത് വെളുത്ത താഴികക്കുടങ്ങളുള്ള ഒബ്സർവേറ്ററി ഒരു കിഴക്കൻ പള്ളി പോലെ ഉയർന്നുനിൽക്കുന്നു; മറുവശത്ത് ജൂൺ മാസത്തെ കഠിനമായ വെയിലിൽ തിളങ്ങുന്ന ചില്ലുജനാലകളുള്ള പടുകൂറ്റൻ കൊട്ടാരം.
ജലധാരയ്ക്ക് ചുറ്റും കുട്ടികളും വെളുത്ത തൊപ്പി ധരിച്ച നഴ്സുമാരും മുളവടികൾ ഉപയോഗിച്ച് ചെറിയ കളിപ്പാട്ട ബോട്ടുകൾ വെള്ളത്തിൽ തുഴയുന്നുണ്ടായിരുന്നു. ചുവന്ന തോളണകളും (epaulettes) വാളും ധരിച്ച ഒരു പോലീസുകാരൻ തന്റെ നായയെ അഴിച്ചുവിട്ട ഒരു യുവാവിനോട് തർക്കിക്കാൻ പോകുന്നത് ഹേസ്റ്റിംഗ്സ് കണ്ടു. ആ നായ പുല്ലിലും ചെളിയിലും ഉരുണ്ട് കളിക്കുന്ന തിരക്കിലായിരുന്നു.
പോലീസുകാരൻ ദേഷ്യത്തോടെ ആ യുവാവിനെ ശകാരിച്ചു.
“ശരി, ക്യാപ്റ്റൻ,” ആ യുവാവ് പുഞ്ചിരിച്ചു.
“അതിനെ ചങ്ങലയ്ക്കിട്ടില്ലെങ്കിൽ ഞാൻ കൊണ്ടുപോകും!” പോലീസുകാരൻ അലറി.
“അതിനെന്താ എനിക്ക്, ക്യാപ്റ്റൻ?”
“എന്ത്! ആ ബുൾഡോഗ് നിന്റേതല്ലേ?”
“ആയിരുന്നെങ്കിൽ ഞാൻ അതിനെ ചങ്ങലക്കിടില്ലേ?”
ആ യുവാവ് ഒരു വിദ്യാർത്ഥിയാണെന്ന് മനസ്സിലാക്കിയ പോലീസുകാരൻ നായയെ പിടിക്കാൻ ശ്രമിച്ചു. പക്ഷേ നായ അവനെ വെട്ടിച്ച് പൂന്തോട്ടത്തിന് ചുറ്റും ഓടി. ഒടുവിൽ പോലീസുകാരൻ വിദ്യാർത്ഥിയെ അറസ്റ്റ് ചെയ്യാൻ ഒരുങ്ങിയെങ്കിലും “ആ നായ എന്റേതല്ല” എന്ന് അവൻ ആവർത്തിച്ചു. തോട്ടം ജീവനക്കാർ സഹായിക്കാൻ എത്തിയപ്പോഴേക്കും നായ അവിടുന്ന് ഓടിമറഞ്ഞു.
പോലീസുകാരൻ പോയതിനുശേഷം ആ വിദ്യാർത്ഥി ഹേസ്റ്റിംഗ്സിനെ

നോക്കി പുഞ്ചിരിച്ചു. ഹേസ്റ്റിംഗ്സ് അവനടുത്തേക്ക് ചെന്നു. "ക്ലിഫോർഡ്, ഇത് നീയായിരുന്നോ! എനിക്ക് മനസ്സിലായില്ല," ഹേസ്റ്റിംഗ്സ് പറഞ്ഞു.
"എന്റെ മീശ പോയതുകൊണ്ടാകും," ക്ലിഫോർഡ് ദീർഘനിശ്വാസത്തോടെ പറഞ്ഞു.
"ഒരു സുഹൃത്തിന്റെ ആഗ്രഹപ്രകാരം ഞാനത് കളഞ്ഞു. എന്റെ നായയെക്കുറിച്ച് നീ എന്ത് കരുതുന്നു?"
"അപ്പോൾ അത് നിന്റേത് തന്നെയായിരുന്നു!"
ക്ലിഫോർഡ് ഹേസ്റ്റിംഗ്സിന്റെ പാരീസിലെ പഠനത്തെക്കുറിച്ച് സംസാരിച്ചു. താൻ പഠിക്കുന്ന സ്റ്റുഡിയോയിൽ ഹേസ്റ്റിംഗ്സിനെ സഹായിക്കാം എന്ന് അവൻ ഏറ്റു. പെട്ടെന്ന് ഒരു പെൺകുട്ടി അങ്ങോട്ട് വരുന്നത് കണ്ട് ക്ലിഫോർഡ് തൊപ്പിയൂരി അവളെ അഭിവാദ്യം ചെയ്തു.
"നീ എന്താണ് വേഴ്സായ്സിൽ (Versailles) പോകാത്തത്?" അവൾ ചോദിച്ചു. ഹേസ്റ്റിംഗ്സ് അവിടെയുള്ള കാര്യം അവൾ ഗൗരവത്തിലെടുത്തില്ല. ക്ലിഫോർഡ് വിറച്ചുകൊണ്ട് പറഞ്ഞു, "അനുവാദമുണ്ടെങ്കിൽ എന്റെ സുഹൃത്തായ മൺസൂർ ഹേസ്റ്റിംഗ്സിനെ നിനക്ക് പരിചയപ്പെടുത്താം."
ഹേസ്റ്റിംഗ്സ് താഴ്ന്ന വണങ്ങി. അവൾ മനോഹരമായി പുഞ്ചിരിച്ചെങ്കിലും അവളുടെ നോട്ടത്തിൽ ഒരു കുസൃതിയുണ്ടായിരുന്നു. "കൂടുതൽ സമയം ചെലവഴിക്കാൻ കഴിയാത്തതിൽ വിഷമമുണ്ട്," എന്ന് പറഞ്ഞു കൊണ്ട് ക്ലിഫോർഡിനെ അവൾ യാത്രയാക്കി. ക്ലിഫോർഡ് പോയതിനുശേഷം അവൾ ഹേസ്റ്റിംഗ്സിനെ നോക്കി തലയാട്ടി.
"മൺസൂർ ക്ലിഫോർഡ് വല്ലാത്തൊരു തലതെറിച്ചവനാണ്," അവൾ ചിരിച്ചു. "സലോണിലെ (Salon) അവന്റെ വിജയത്തെക്കുറിച്ച് നീ കേട്ടിട്ടുണ്ടാകുമല്ലോ?" ഹേസ്റ്റിംഗ്സിന് ഒന്നും മനസ്സിലാകാത്തത് കണ്ട് അവൾ തുടർന്നു: "നീ സലോണിൽ പോയിട്ടില്ലേ?"
"ഇല്ല, ഞാൻ പാരീസിലെത്തിയിട്ട് മൂന്ന് ദിവസമേ ആയുള്ളൂ."
ക്ലിഫോർഡിന് സലോണിൽ ഒരു ചിത്രം പ്രദർശിപ്പിക്കാൻ കഴിഞ്ഞതിനെക്കുറിച്ച് അവൾ ആവേശത്തോടെ സംസാരിച്ചു. വലിയ ചിത്രകാരന്മാരായ ബോഗുറോയും (Bouguereau) ജൂലിയനും (Julian) ക്ലിഫോർഡിനെ അഭിനന്ദിച്ച കാര്യം അവൾ വിവരിച്ചു. ബോഗുറോയെ അവൾക്ക് പരിചയമുണ്ടെന്ന് കേട്ടപ്പോൾ ഹേസ്റ്റിംഗ്സ് ആദരവോടെ ചോദിച്ചു,
"നീ ബോഗുറോയുടെ ശിഷ്യയാണോ?"
അവൾ അത്ഭുതത്തോടെ അവനെ നോക്കി.
"നീ കല പഠിക്കുന്നുണ്ടോ?" ഹേസ്റ്റിംഗ്സ് വീണ്ടും ചോദിച്ചു.

"നീ എന്തുകൊണ്ടാണ് അങ്ങനെ കരുതുന്നത്?"
"നീ സംസാരിക്കുന്നത് കേട്ടാൽ അങ്ങനെ തോന്നും."
ഹേസ്റ്റിംഗ്സ് പാരീസിലെ ഒരു 'പുതുമുഖം' (Nouveau) ആണെന്ന് അറിഞ്ഞപ്പോൾ അവൾക്ക് അത്ഭുതമായി.
"നീ ഒരു സ്റ്റുഡിയോ പോലും കണ്ടിട്ടില്ലേ?"
"ഇല്ല."
"ഒരു മോഡലിനെയും കണ്ടിട്ടില്ലേ?"
"ഇല്ല."
"എന്ത് വിചിത്രമാണിത്,"
അവൾ ഗൗരവത്തിൽ പറഞ്ഞു. പിന്നീട് അവർ രണ്ടുപേരും ചിരിച്ചു.
"അപ്പോൾ നീ," അവൻ ചോദിച്ചു,
"നീ ഒരുപാട് സ്റ്റുഡിയോകൾ കണ്ടിട്ടുണ്ടോ?"
"നൂറുകണക്കിന്."
"മോഡലുകളെയോ?"
"ലക്ഷക്കണക്കിന്."
"നിനക്ക് ബോഗുറോയെ (Bouguereau) അറിയാമോ?"
"അറിയാം. ഹെന്നർ, കോൺസ്റ്റന്റ്, ലോറൻസ്, പുവിസ് ഡി ഷാവന്നസ്, ഡാഗ്നൻ, കോർട്ടോയിസ്... അങ്ങനെ എല്ലാവരെയും എനിക്കറിയാം!"
"എന്നിട്ടും നീ പറയുന്നു നീ ഒരു കലാകാരിയല്ലെന്ന്."
"ക്ഷമിക്കണം,"
അവൾ ഗൗരവത്തോടെ ചോദിച്ചു,
"ഞാൻ അല്ല എന്ന് എപ്പോഴെങ്കിലും പറഞ്ഞോ?"
"നീയൊന്ന് പറഞ്ഞുതരുമോ?" അവൻ മടിച്ചുനിന്നു.
ആദ്യം അവൾ അവനെ നോക്കി ചിരിച്ചുകൊണ്ട് തലയാട്ടി, പിന്നീട് പെട്ടെന്ന് കണ്ണുകൾ താഴ്ത്തി തന്റെ കുട കൊണ്ട് തറയിലെ മണലിൽ ചിത്രങ്ങൾ വരയ്ക്കാൻ തുടങ്ങി. ഹേസ്റ്റിംഗ്സ് കസേരയിലിരുന്ന് ജലധാരയിലെ ജലകണങ്ങൾ പടരുന്നത് നോക്കിനിന്നു. നാവികവേഷം ധരിച്ച ഒരു കൊച്ചു ബാലൻ തന്റെ കളിപ്പാട്ട ബോട്ടുമായി അവിടെ കളിക്കുന്നുണ്ടായിരുന്നു. "എനിക്ക് വീട്ടിൽ പോകണ്ട! എനിക്ക് വീട്ടിൽ പോകണ്ട!" എന്ന് അവൻ നിലവിളിക്കുന്നു. അവന്റെ നഷ്ട് ദൈവത്തോട് അപേക്ഷിക്കുകയായിരുന്നു.
"കൃത്യം ഒരു അമേരിക്കൻ കുട്ടിയെപ്പോലെ തന്നെ," ഹേസ്റ്റിംഗ്സ് ചിന്തിച്ചു. അവന് വീണ്ടും തന്റെ നാടിനെക്കുറിച്ച് ഓർമ്മ വന്നു. അല്പനേരം കഴിഞ്ഞ് നഷ്ട് ആ ബോട്ട് കൈക്കലാക്കി.
"മൺസൂർ റെനെ (René), നീ വരാൻ തയ്യാറാകുമ്പോൾ നിനക്ക് നിന്റെ

ബോട്ട് തരാം."

ആ കുട്ടി ദേഷ്യത്തോടെ പിന്നോട്ട് മാറി.

"എന്റെ ബോട്ട് തരൂ! എന്നെ റെനെ എന്ന് വിളിക്കരുത്, എന്റെ പേര് റാൻഡൽ (Randall) എന്നാണ്, അത് നിനക്കറിയാമല്ലോ!"

"ഹലോ!" ഹേസ്റ്റിംഗ്സ് വിളിച്ചു, "റാൻഡൽ? അതൊരു ഇംഗ്ലീഷ് പേരാണല്ലോ."

"ഞാൻ അമേരിക്കക്കാരനാണ്," ആ കുട്ടി നല്ല ഇംഗ്ലീഷിൽ മറുപടി നൽകി.

"എന്റെ അമ്മ എന്നെ റാനി എന്ന് വിളിക്കുന്നത് കൊണ്ട് ഈ വിഡ്ഢി എന്നെ റെനെ എന്ന് വിളിക്കുകയാണ്."

നഴ്സിൽ നിന്നും രക്ഷപെട്ട് അവൻ ഹേസ്റ്റിംഗ്സിന്റെ അരികിൽ വന്നു. ഹേസ്റ്റിംഗ്സ് അവനെ എടുത്ത് തന്റെ മടിയിലിരുത്തി.

"ഇവൻ എന്റെ നാട്ടുകാരനാണ്," അവൻ വാലന്റൈനോട് പറഞ്ഞു. അവൻ ചിരിച്ചുകൊണ്ട് സംസാരിച്ചെങ്കിലും അവന്റെ തൊണ്ടയിൽ വല്ലാത്തൊരു ഭാരം അനുഭവപ്പെട്ടു.

"എന്റെ ബോട്ടിലെ നക്ഷത്രങ്ങളും വരകളും (അമേരിക്കൻ പതാക) കണ്ടില്ലേ?" റാൻഡൽ ചോദിച്ചു. നഴ്സിന്റെ കക്ഷത്തിലിരുന്ന ബോട്ടിൽ അമേരിക്കൻ പതാക മങ്ങിക്കിടപ്പുണ്ടായിരുന്നു.

"ഓ, ഇവൻ എത്ര സുന്ദരനാണ്," വാലന്റൈൻ അവനെ ചുംബിക്കാൻ കുനിഞ്ഞു. പക്ഷേ റാൻഡൽ ഹേസ്റ്റിംഗ്സിന്റെ കൈകളിൽ നിന്നും കുതറി മാറി. നഴ്സ് വാലന്റൈനെ ദേഷ്യത്തോടെ നോക്കിക്കൊണ്ട് കുട്ടിയെ പിടിച്ചുമാറ്റി. വാലന്റൈൻ ചുംബിക്കാൻ ശ്രമിച്ച കുട്ടിയുടെ ചുണ്ടുകൾ നഴ്സ് തന്റെ തുവാല കൊണ്ട് അമർത്തി തുടച്ചു.

വാലന്റൈന്റെ മുഖം ചുവന്നു തുടുത്തു. അവൾ ലജ്ജയും ദേഷ്യവും കൊണ്ട് ചുണ്ട് കടിച്ചു.

"എന്ത് ദുസ്വഭാവമുള്ള സ്ത്രീയാണവൾ!" ഹേസ്റ്റിംഗ്സ് പറഞ്ഞു. "അമേരിക്കയിലാണെങ്കിൽ കുട്ടികളെ മറ്റുള്ളവർ ചുംബിക്കുന്നത് നഴ്സുമാർക്ക് വലിയ ഇഷ്ടമാണ്."

വാലന്റൈൻ തന്റെ കുട കൊണ്ട് മുഖം മറച്ചു. പിന്നീട് അവൾ അവനെ വെല്ലുവിളിക്കുന്നതുപോലെ നോക്കി.

"അവർ എതിർത്തതിൽ നിനക്ക് അത്ഭുതം തോന്നുന്നില്ലേ?"

"എന്തിന്?" ഹേസ്റ്റിംഗ്സ് അത്ഭുതപ്പെട്ടു.

അവൾ വീണ്ടും അവന്റെ കണ്ണുകളിലേക്ക് ഉറ്റുനോക്കി. അവന്റെ കണ്ണുകൾ തെളിമയുള്ളതും നിഷ്കളങ്കവുമായിരുന്നു.

"നീ വല്ലാത്തൊരു മനുഷ്യൻ തന്നെ," അവൾ മന്ത്രിച്ചു.

അവൾ മണലിൽ വൃത്തങ്ങൾ വരച്ചുകൊണ്ടിരുന്നു. അല്പം കഴിഞ്ഞ് ഹേസ്റ്റിംഗ്സ് പറഞ്ഞു: "ഇവിടെ യുവാക്കൾക്ക് ഇത്രയധികം സ്വാതന്ത്ര്യം ഉണ്ടെന്നറിഞ്ഞതിൽ സന്തോഷം. ഫ്രഞ്ചുകാർ നമ്മളെപ്പോലെയല്ല എന്നാണ് ഞാൻ കരുതിയിരുന്നത്. എന്റെ നാട്ടിലൊക്കെ പെൺകുട്ടികൾക്ക് എല്ലാ സ്വാതന്ത്ര്യവുമുണ്ട്—ഒറ്റയ്ക്ക് പുറത്തുപോകാനും സുഹൃത്തുക്കളെ സ്വീകരിക്കാനും. ഇവിടെയും അത് കണ്ടതിൽ സന്തോഷം."

അവൾ തലയുയർത്തി അവനെ നോക്കി.

"ഇവിടെ വന്ന ശേഷം ഒരുപാട് സുന്ദരികളായ പെൺകുട്ടികൾ ഈ തോട്ടത്തിൽ ഒറ്റയ്ക്ക് നടക്കുന്നത് ഞാൻ കണ്ടു. നീയുമിതാ ഇവിടെ ഒറ്റയ്ക്കാണ്. എനിക്കറിയില്ല, ഫ്രഞ്ച് ആചാരപ്രകാരം നിങ്ങൾക്ക് ഒരു തുണയില്ലാതെ (Chaperone) തിയേറ്ററിലൊക്കെ പോകാൻ അനുവാദമുണ്ടോ?"

വളരെയധികം സമയം അവൾ അവന്റെ മുഖത്തേക്ക് നോക്കിനിന്നു. പിന്നീട് വിറയ്ക്കുന്ന ഒരു പുഞ്ചിരിയോടെ ചോദിച്ചു, "നീ എന്തിനാണ് എന്നോട് ഇത് ചോദിക്കുന്നത്?"

"കാരണം നിനക്ക് അത് അറിയാമായിരിക്കുമല്ലോ," അവൻ ആവേശത്തോടെ പറഞ്ഞു.

"അതെ," അവൾ ഭാവഭേദമില്ലാതെ പറഞ്ഞു, "എനിക്കറിയാം."

"നമ്മുടെ ഈ ചെറിയ പരിചയത്തിന്റെ പേരിൽ ഞാൻ നിന്റെ സ്വകാര്യതയിലേക്ക് കടന്നുകയറുന്നു എന്ന് വിചാരിക്കരുത്," അവൻ തുടർന്നു. "ക്ലിഫോർഡ് നിന്റെ പേര് പറഞ്ഞില്ല. അത് ഫ്രാൻസിലെ രീതിയാണോ?"

"അത് ലാറ്റിൻ ക്വാർട്ടറിലെ രീതിയാണ്," അവൾ പറഞ്ഞു.

പിന്നീട് ആവേശത്തോടെ സംസാരിക്കാൻ തുടങ്ങി. "മൺസൂർ ഹേസ്റ്റിംഗ്സ്, ലാറ്റിൻ ക്വാർട്ടറിൽ ഞങ്ങൾ 'ബോഹീമിയൻ' (Bohemian) രീതിയിലുള്ളവരാണ്. ഇവിടെ ചിട്ടവട്ടങ്ങൾക്കൊന്നും സ്ഥാനമില്ല. അതുകൊണ്ടാണ് ക്ലിഫോർഡ് നമ്മളെ പരിചയപ്പെടുത്തിയതും പിന്നീട് വിട്ടുപോയതും. എനിക്ക് ഇവിടെ ഒരുപാട് സുഹൃത്തുക്കളുണ്ട്. ഞാൻ കല പഠിക്കുന്നില്ല, പക്ഷേ...."

"പക്ഷേ എന്ത്?"

"ഞാൻ പറയില്ല, അതൊരു രഹസ്യമാണ്," അവൾ പുഞ്ചിരിച്ചു. അവളുടെ കവിളുകൾ ചുവന്നിരുന്നു.

"നിനക്ക് ക്ലിഫോർഡിനെ അത്രയ്ക്ക് അടുത്ത് അറിയാമോ?"

"വലിയ അടുപ്പമില്ല."

അല്പം കഴിഞ്ഞ് അവൾ ഗൗരവത്തോടെ പറഞ്ഞു: "എന്റെ പേര് വാലന്റൈൻ ടിസോ (Valentine Tissot). ഈ ചെറിയ പരിചയത്തിനിടയിൽ എനിക്ക് നിന്നോട് ഒരു കാര്യം ആവശ്യപ്പെടാനുണ്ട്. ക്ലിഫോർഡിനോടോ മറ്റാരോടോ എന്നെക്കുറിച്ച് സംസാരിക്കരുത്. ഞാൻ ഒരു രഹസ്യമായി ഇരിക്കാൻ ആഗ്രഹിക്കുന്നു."

"ഞാൻ വാക്ക് നൽകുന്നു," ഹേസ്റ്റിംഗ്സ് അമ്പരപ്പോടെ പറഞ്ഞു.

"നിന്റെ വീട്ടിൽ വന്ന് നിന്റെ വീട്ടുകാരെ പരിചയപ്പെടാൻ ക്ലിഫോർഡ് എനിക്ക് അനുവാദം തരുമെന്ന് ഞാൻ പ്രതീക്ഷിച്ചിരുന്നു," അവൻ പറഞ്ഞു. ആ പെൺകുട്ടിയുടെ മുഖം പെട്ടെന്ന് മാറി. "എന്റെ വീടോ!"

"അതെ, നിന്റെ മാതാപിതാക്കളെ പരിചയപ്പെടാൻ." അവളുടെ മുഖഭാവം ഹേസ്റ്റിംഗ്സിനെ ഞെട്ടിച്ചു.

"ക്ഷമിക്കണം, ഞാൻ നിന്നെ വേദനിപ്പിച്ചോ?"

അവൾ അവനെ ഒന്ന് നോക്കി. "എന്റെ മാതാപിതാക്കൾ മരിച്ചുപോയി."

അവൻ മൃദുവായി ചോദിച്ചു: "എന്നെ കാണാൻ നിനക്ക് സമ്മതമാണോ? അത് ഇവിടെയുള്ള രീതിയാണോ?"

"എനിക്ക് കഴിയില്ല," അവൾ പറഞ്ഞു. "എനിക്ക് നിന്നെ ഇഷ്ടമാണ്, നീ നല്ലവനാണ്. പക്ഷേ എനിക്ക് നിന്നെ വീട്ടിലേക്ക് ക്ഷണിക്കാൻ കഴിയില്ല."

"നല്ലവനോ?" അവൻ അത്ഭുതപ്പെട്ടു.

"നമുക്ക് വേണമെങ്കിൽ ഇവിടെ വെച്ച് കാണാം," അവൾ പറഞ്ഞു.

"ഇവിടെയോ? പാരീസിലെ രീതികൾ ഞങ്ങളുടേതിനേക്കാൾ എത്രയോ ഉദാരമാണ്!" ഹേസ്റ്റിംഗ്സ് വിളിച്ചുപറഞ്ഞു.

"അതെ, ഞങ്ങൾ വളരെ ബോഹീമിയൻ ആണ്," അവൾ പുഞ്ചിരിച്ചു. തോട്ടത്തിന് മുകളിലെ രാജ്ഞിമാരുടെയും ദേവതമാരുടെയും പ്രതിമകളെ നോക്കി അവൾ പറഞ്ഞു:

"നോക്കൂ, നമ്മൾ നല്ലൊരു കൂട്ടായ്മയിലാണ്. അപ്പോളോയും വീനസും ഒക്കെ നമുക്ക് സംരക്ഷകരായിട്ടുണ്ട്."

അവൾ തന്റെ വിരലുകൾ കൊണ്ട് ഓരോ പ്രതിമയെയും എണ്ണി. ഹേസ്റ്റിംഗ്സ് അവർക്ക് മുകളിൽ ചിറക് വിരിച്ചു നിൽക്കുന്ന ദൈവത്തിന്റെ പ്രതിമയിലേക്ക് നോക്കി.

"അതാര്?" അവൾ ചോദിച്ചു.

"അത് പ്രണയമാണ് (Love)," അവൻ മറുപടി നൽകി.

IV

"ഇവിടെ പുതിയൊരു 'നൊവോ' (Nouveau - പുതിയ വിദ്യാർത്ഥി) വന്നിട്ടുണ്ട്," ലാഫാറ്റ് എന്ന വിദ്യാർത്ഥി തന്റെ ഈസലിൽ (easel) ചായം തേക്കുന്നതിനിടയിൽ സുഹൃത്തായ ബൗൾസിനോട് പറഞ്ഞു. "അവൻ അത്രമേൽ നിഷ്കളങ്കനും പച്ചപ്പാവവുമാണ്! ഏതെങ്കിലും സാലഡ് പാത്രത്തിൽ അവൻ വീണുപോകാതിരുന്നാൽ മതിയായിരുന്നു."

"ഒരു നാട്ടിൻപുറത്തുകാരനാണോ?" ബൗൾസ് തിരക്കി.

"അതെ, ഡെയ്സി പൂക്കൾക്കിടയിൽ വളർന്ന് പശുക്കളിൽ നിന്നും രക്ഷപ്പെട്ട് അവൻ എങ്ങനെ ഇത്രയും വലുതായി എന്ന് ദൈവത്തിന് മാത്രമേ അറിയൂ!"

ലാഫാറ്റ് തുടർന്നു: "ഹേസ്റ്റിംഗ്സ് എന്നാണ് അവന്റെ പേര്. ലോകത്തെക്കുറിച്ച് അവന് ഒന്നുമറിയില്ല. പാരീസിലെ തെരുവുകളിലൂടെ പെൺകുട്ടികൾ ഒറ്റയ്ക്ക് നടക്കുന്നത് എത്ര മാന്യമായ കാര്യമാണെന്നാണ് അവൻ പറയുന്നത്! ഫ്രഞ്ച് പെൺകുട്ടികൾ അമേരിക്കൻ പെൺകുട്ടികളെപ്പോലെ തന്നെ മാന്യരാണത്രേ. ഞാൻ അവന് കാര്യങ്ങൾ വിശദീകരിച്ചു കൊടുക്കാൻ ശ്രമിച്ചു. തെരുവുകളിൽ ഒറ്റയ്ക്ക് നടക്കുന്നവരോ അല്ലെങ്കിൽ വിദ്യാർത്ഥികൾക്കൊപ്പം കറങ്ങുന്നവരോ ആയ പെൺകുട്ടികൾ ഏത് തരക്കാരാണെന്ന്. പക്ഷേ അവൻ ഒന്നുകിൽ വല്ലാത്തൊരു മണ്ടനാണ്, അല്ലെങ്കിൽ അത്രമേൽ നിഷ്കളങ്കനാണ്. ഒടുവിൽ ഞാൻ പച്ചയായി കാര്യങ്ങൾ പറഞ്ഞപ്പോൾ അവൻ എന്നെ 'വൃത്തികെട്ട ചിന്താഗതിയുള്ള വിഡ്ഢി' എന്ന് വിളിച്ചിട്ട് പോയി."

"നീ അവനെ അടിക്കാൻ നോക്കിയില്ലേ?" ബൗൾസ് ചോദിച്ചു. "അവൻ പറഞ്ഞത് ശരിയാണ്," മുന്നിലിരുന്ന ഈസലിൽ നിന്നും ക്ലിഫോർഡ് പറഞ്ഞു.

"എന്ത്?നീ എന്താണ് ഉദ്ദേശിക്കുന്നത്?" ലാഫാറ്റ് ചുവന്നു തുടുത്തു. "അവൻ പറഞ്ഞത് സത്യമാണെന്ന്," ക്ലിഫോർഡ് മറുപടി നൽകി. ക്ലിഫോർഡ് ഹേസ്റ്റിംഗ്സിനെ അരികിലേക്ക് വിളിച്ചു.

"ഇവൻ നിന്നോട് മോശമായി പെരുമാറി എന്ന് എനിക്കറിയാം. ഇവനെ നീ എപ്പോഴെങ്കിലും തല്ലാൻ ആഗ്രഹിക്കുന്നുണ്ടെങ്കിൽ ഞാൻ നിനക്ക് കൂട്ടുനിൽക്കാം," ക്ലിഫോർഡ് ലാഫാറ്റിനെ നോക്കി പറഞ്ഞു. ഹേസ്റ്റിംഗ്സ് വല്ലാത്തൊരു അവസ്ഥയിലായി.

"അല്ല,എനിക്ക്അയാളുടെആശയങ്ങളോട്വിയോജിപ്പുണ്ടെന്നേയുള്ളൂ,"

അവൻ പറഞ്ഞു.
ക്ലിഫോർഡ് ഹേസ്റ്റിംഗ്സിനെ തന്റെ സുഹൃത്തുക്കൾക്ക് പരിചയപ്പെടുത്തിക്കൊടുത്തു. അതോടെ ആ സ്റ്റഡിയോയിലെ മറ്റുള്ളവർക്ക് ഒരു കാര്യം മനസ്സിലായി—ഹേസ്റ്റിംഗ്സ് ഒരു പുതിയ കുട്ടിയാണെങ്കിലും പഴയതും പ്രശസ്തവുമായ ഒരു വലിയ സുഹൃദ്‌വലയത്തിന്റെ ഭാഗമാണ്. അഞ്ച് മണിക്ക് സ്റ്റഡിയോ അവസാനിച്ചപ്പോൾ ഹേസ്റ്റിംഗ്സും ക്ലിഫോർഡും ഒരുമിച്ച് മടങ്ങി.
"നീ എവിടെയാണ് താമസിക്കുന്നത്?" ഹേസ്റ്റിംഗ്സ് ചോദിച്ചു. "ഞാൻ നിന്റെ വീടിന് തൊട്ട് എതിർവശത്താണ് താമസം. ആ ബ്ലാക്ക് ബേർഡ് പക്ഷികളൊക്കെയുള്ള ആ തോട്ടത്തിലെ സ്റ്റഡിയോയിൽ," ക്ലിഫോർഡ് പറഞ്ഞു.
സ്യൂസി ബൈംഗ് പറഞ്ഞ ആ 'അമേരിക്കൻ ചിത്രകാരന്മാരെ'ക്കുറിച്ച് ഹേസ്റ്റിംഗ്സ് അപ്പോൾ ഓർത്തു.
"നിന്റെ മോഡലുകളായ സുഹൃത്തുക്കളെ അവിടെ വെച്ച് കാണാൻ എനിക്ക് താല്പര്യമില്ല,"
അവൻ പുഞ്ചിരിയോടെ പറഞ്ഞു. "എന്റെ ആശയങ്ങൾ കുറച്ച് കർക്കശമാണ്. അത്തരം സാഹചര്യങ്ങളിൽ എങ്ങനെ പെരുമാറണമെന്ന് എനിക്കറിയില്ല."
"എനിക്ക് മനസ്സിലാകും," ക്ലിഫോർഡ് പറഞ്ഞു.
"പിന്നെ ഒരു കാര്യം കൂടി പറയാനുണ്ട്. കഴിഞ്ഞ ആഴ്ച ലക്സംബർഗ്ഗിൽ വെച്ച് ഞാൻ നിനക്ക് വാലന്റൈനെ പരിചയപ്പെടുത്തിയല്ലോ..." "അതിനെക്കുറിച്ച് ഒരക്ഷരം മിണ്ടരുത്!" ഹേസ്റ്റിംഗ്സ് തടഞ്ഞു. "അവളെക്കുറിച്ച് ഒന്നും എന്നോട് പറയരുത്. എനിക്ക് അവളോട് സംസാരിക്കാൻ അനുവാദം നൽകുന്നത് വരെ അവളെക്കുറിച്ച് ഒന്നും മിണ്ടില്ലെന്ന് നീ വാക്ക് നൽകണം."
"ശരി, ഞാൻ വാക്ക് നൽകുന്നു," അത്ഭുതത്തോടെ ക്ലിഫോർഡ് പറഞ്ഞു. ഹേസ്റ്റിംഗ്സ് തന്റെ വീട്ടിലേക്ക് പോയി. ക്ലിഫോർഡ് തന്റെ സ്റ്റഡിയോയിലേക്ക് നടന്നു.
"അവൻ അവളുടെ യാഥാർത്ഥ്യം അറിയുന്നില്ലേ?" ക്ലിഫോർഡ് ചിന്തിച്ചു. അവൻ തന്റെ മുറിയുടെ വാതിൽക്കൽ ഒട്ടിച്ചുവെച്ചിരുന്ന രണ്ട് കാർഡുകളിലേക്ക് നോക്കി നിന്നു.
ക്ലിഫോർഡും എലിയറ്റും (Clifford and Elliott)
ഫോക്സ്ഹാൾ ക്ലിഫോർഡ് - റിച്ചാർഡ് ഓസ്ബോൺ എലിയറ്റ്
"അവളെക്കുറിച്ച് സംസാരിക്കരുതെന്ന് അവൻ എന്തിനാണ് എന്നോട് പറഞ്ഞത്?" ക്ലിഫോർഡ് ആലോചിച്ചു.

അവൻ തന്റെ സ്റ്റുഡിയോയുടെ വാതിൽ തുറന്നു. തന്നെ സ്നേഹം പ്രകടിപ്പിച്ച പൊതിഞ്ഞ രണ്ട് ബുൾഡോഗുകളെ തട്ടിമാറ്റി അവൻ സോഫയിലേക്ക് വീണു. ജനാലയ്ക്കൽ ഇരുന്ന് ചാർക്കോൾ കൊണ്ട് സ്കെച്ച് ചെയ്യുകയായിരുന്നു എലിയറ്റ്.

“ഹലോ,” പിന്നിലേക്ക് തിരിഞ്ഞു നോക്കാതെ എലിയറ്റ് പറഞ്ഞു. ക്ലിഫോർഡ് കുറച്ചുനേരം എലിയറ്റിനെ നോക്കിയിരുന്നു.

“എനിക്ക് പേടിയാകുന്നു. ആ ഹേസ്റ്റിംഗ്സ് വല്ലാത്തൊരു പാവമാണ്. എടാ എലിയറ്റേ, ഡോക്ടർ ബൈറാം അന്ന് ഇവിടെ വന്ന് നമ്മളോട് പറഞ്ഞില്ലേ, അന്ന് കോളെറ്റിനെ നമുക്ക് അലമാരയ്ക്കുള്ളിൽ ഒളിപ്പിക്കേണ്ടി വന്ന ദിവസം. ആ ഹേസ്റ്റിംഗ്സിനെക്കുറിച്ച്...”

“അതെ, എന്താ കാര്യം?”

“അവനൊരു തങ്കപ്പെട്ട മനുഷ്യനാണ്.”

“അതെ,” വലിയ താല്പര്യമില്ലാതെ എലിയറ്റ് പറഞ്ഞു.

“നിനക്ക് അങ്ങനെ തോന്നുന്നില്ലേ?” ക്ലിഫോർഡ് ചോദിച്ചു. “തോന്നുന്നുണ്ട്. പക്ഷേ അവന്റെ ഉള്ളിലെ ഈ സങ്കൽപ്പങ്ങൾ തകരുന്ന ദിവസം അവൻ വല്ലാതെ കഷ്ടപ്പെടും.”

“ആ സങ്കൽപ്പങ്ങൾ തകർക്കുന്നവർക്കാണ് നാണക്കേട്!” ക്ലിഫോർഡ് പറഞ്ഞു.

“നമ്മുടെ ഈ ജീവിതശൈലി അവനെ ബുദ്ധിമുട്ടിക്കരുത്. അവൻ നല്ലൊരു യുവാവാണ്, നമ്മളെക്കാൾ എത്രയോ ഭേദമാണവൻ,” ക്ലിഫോർഡ് തുടർന്നു. “പക്ഷേ ഞാൻ ഒരു വലിയ അബദ്ധം കാണിച്ചു. ലക്സംബർഗ്ഗിൽ വെച്ച് ഞാൻ അവനെ വാലന്റൈന് പരിചയപ്പെടുത്തി!”

“അവൻ എതിർത്തോ?” എലിയറ്റ് ചോദിച്ചു.

“ഒരിക്കലുമില്ല! വാലന്റൈൻ ശരിക്കും ആരാണെന്ന് ആ പാവത്തിന് ഒരു ധാരണയുമില്ല. ഈ ക്വാർട്ടറിൽ (Latin Quarter) സദാചാരബോധമുള്ളവർ ആനയെപ്പോലെ അപൂർവ്വമാണ്. അവിടെ ഹേസ്റ്റിംഗ്സ് ഒരു വലിയ അത്ഭുതമാണ്. മദ്യശാലകൾ നരകത്തിലേക്കുള്ള വഴികളാണെന്ന് വിശ്വസിക്കുന്ന, സ്ത്രീകളെ ബഹുമാനിക്കുന്ന ഒരു ഗ്രാമീണ യുവാവാണവൻ.”

“അവന്റെ കണ്ണിൽ മോശപ്പെട്ട സ്ത്രീകൾ എന്നാൽ മുഖത്ത് ചായം പൂശിയ ഇസബെൽമാരാണോ (Jezebel)?” എലിയറ്റ് ചോദിച്ചു. “അതെ. ലോകം തന്റെ ഹൃദയം പോലെ പരിശുദ്ധമാണെന്ന് അവൻ വിശ്വസിക്കുന്നുവെങ്കിൽ അത് ശരിയാണെന്ന് വാദിക്കാൻ ഞാനും തയ്യാറാണ്,” ക്ലിഫോർഡ് പറഞ്ഞു.

“എന്റെ അടുത്തുനിന്ന് അവന് നിരാശകരമായ ഒന്നും കേൾക്കേണ്ടി

വരില്ല," എലിയറ്റ് ഉറപ്പുനൽകി. ക്ലിഫോർഡ് തന്റെ മുന്നിലിരുന്ന റോസ് നിറത്തിലുള്ള ഒരു ചെറിയ കത്തെടുത്തു വായിച്ചു. പിന്നീട് വിസിൽ അടിച്ചുകൊണ്ട് അതിന് മറുപടി എഴുതി.

"നീ പുറത്തുപോവുകയാണോ?" എലിയറ്റ് ചോദിച്ചു.

"അതെ. നാളെ ഞായറാഴ്ചയല്ലേ. നീ കോളെറ്റിനെ കണ്ടോ?"

"ഇല്ല, ഇന്ന് രാത്രി കാണും. അവളും റൗഡനും ജാക്വലിനും കൂടി ബൗളന്റ്സ് റെസ്റ്റോറന്റിൽ വരുന്നുണ്ട്. നീയും സെസീലും അവിടെ ഉണ്ടാകുമല്ലോ?"

"ഇല്ല," ക്ലിഫോർഡ് പറഞ്ഞു. "സെസീൽ ഇന്ന് വീട്ടിലാണ് ഭക്ഷണം കഴിക്കുന്നത്. ഞാൻ മിഗ്നൺസിലേക്ക് (Mignon's) പോകാം എന്ന് വിചാരിക്കുന്നു."

എലിയറ്റ് അവനെ അവിശ്വാസത്തോടെ നോക്കി.

"നീ എന്താണ് പ്ലാൻ ചെയ്യുന്നത്?"

"ഒന്നുമില്ല," ക്ലിഫോർഡ് ഒഴിഞ്ഞുമാറി.

എലിയറ്റ് ദേഷ്യത്തോടെ തന്റെ തൊപ്പി തലയിൽ വെച്ച് വാതിൽക്കലേക്ക് നടന്നു.

"സെസീലിനെപ്പോലെയുള്ള സുന്ദരികളായ പെണ്ണുങ്ങൾ നിന്റെ ഈ സ്വഭാവം എങ്ങനെ സഹിക്കുന്നു എന്ന് ദൈവത്തിന് മാത്രമേ അറിയൂ! നിന്റെ ഈ വേഷംകെട്ടുകൾക്ക് കൂട്ടുനിൽക്കാൻ എനിക്ക് വയ്യ. നാളെ നീ നിന്റെ ചിത്രരചനയുടെ സാമഗ്രികളുമായി സെസീലിനെ കൂട്ടി വന്നില്ലെങ്കിൽ നമ്മുടെ സൗഹൃദം ഇവിടെ അവസാനിക്കും. ഗുഡ് നൈറ്റ്!"

ക്ലിഫോർഡ് ഒരു പുഞ്ചിരിയോടെ അവനെ യാത്രയാക്കി. എലിയറ്റ് പോയെന്ന് ഉറപ്പുവരുത്തിയ ശേഷം അവൻ തന്റെ കോൺസീർജിനെ (Concierge - കെട്ടിട സൂക്ഷിപ്പുകാരൻ) വിളിച്ചു. "ആൽഫ്രഡ്, ഈ കത്ത് റൂ ഡി ഡ്രാഗണിലെ ആ വലിയ വെളുത്ത വീട്ടിൽ എത്തിക്കണം. മറുപടിക്കായി കാത്തുനിൽക്കേണ്ട."

തുടർന്ന് ക്ലിഫോർഡ് അതീവ ശ്രദ്ധയോടെ വസ്ത്രം മാറാൻ തുടങ്ങി. എലിയറ്റിന്റെയും സ്വന്തം വാർഡ്രോബിലെയും ഏറ്റവും നല്ല വസ്ത്രങ്ങൾ അവൻ തിരഞ്ഞെടുത്തു. തനിക്ക് അനുയോജ്യമായ ഒരു ഡ്രസ്സ് കോട്ട് കിട്ടാത്തപ്പോൾ അവൻ ഹേസ്റ്റിംഗ്സിനെ തേടി പോയെങ്കിലും അവൻ അവിടെ ഉണ്ടായിരുന്നില്ല.

ഹേസ്റ്റിംഗ്സ് അപ്പോൾ അധികം ദൂരെയൊന്നുമല്ലായിരുന്നു. ലക്സംബർഗ് ഗാർഡൻസിൽ ആ പ്രണയദൈവത്തിന്റെ (Cupid) പ്രതിമയ്ക്ക് താഴെ അവൻ ഒരു മണിക്കൂറായി കാത്തിരിക്കുകയായിരുന്നു. സന്ധ്യാനേരത്തെ മനോഹരമായ കാഴ്ചകൾ അവിടെ തെളിഞ്ഞു നിന്നു. മേദോനിലെ

(Meudon) മഞ്ഞു മൂടിയ കുന്നുകൾക്ക് മുകളിൽ സൂര്യൻ ഒരു വയലറ്റ് ഗോളമായി താഴ്ന്ന കൊണ്ടിരുന്നു. വിശുദ്ധ സൽപൈസ് പള്ളിയുടെ ഗോപുരങ്ങൾ ആകാശത്ത് ഇരുണ്ട നിഴലുകളായി കാണപ്പെട്ടു.
അവിടെയുള്ള ജലധാരയ്ക്ക് ചുറ്റും വൈവിധ്യമാർന്ന മനുഷ്യർ കടന്നുപോയിക്കൊണ്ടിരുന്നു. വെള്ളി കൊളുത്തുള്ള ഷൂസ് ധരിച്ച പുരോഹിതന്മാർ, സൈനികർ, തൊപ്പിയില്ലാത്ത പെൺകുട്ടികൾ, വലിയ വടികളുമായി നടക്കുന്ന വിദ്യാർത്ഥികൾ... എല്ലാവരും ആ ജലധാരയ്ക്ക് ചുറ്റും ഒഴുകുകയായിരുന്നു. പള്ളിയിലെ മണി മുഴങ്ങിയപ്പോൾ വാലന്റൈൻ അവിടേക്ക് ഓടിയെത്തി.
"നീ എത്ര വൈകിപ്പോയി," ഹേസ്റ്റിംഗ്സ് പറഞ്ഞു. അവന്റെ ശബ്ദം ഇടറിയിരുന്നു.
"എനിക്ക് വരാൻ കഴിഞ്ഞില്ല, വല്ലാത്തൊരു അവസ്ഥയിലായിരുന്നു ഞാൻ. ഒരു നിമിഷം മാത്രമേ എനിക്ക് ഇവിടെ നിൽക്കാൻ കഴിയൂ," അവൾ പറഞ്ഞു.
അവൾ ആ പ്രണയദൈവത്തിന്റെ പ്രതിമയെ വെറുപ്പോടെ നോക്കി. "ഈ വിഡ്ഢി പ്രണയദൈവം ഇന്നും ഇവിടെയുണ്ടോ?"
"ചിറകുകളും അമ്പുകളും അവനുണ്ട്," ഹേസ്റ്റിംഗ്സ് പറഞ്ഞു.
"ചിറകുകൾ—അതെ, കളി മടുക്കുമ്പോൾ പറന്നുപോകാൻ വേണ്ടിയായിരിക്കണം ഒരു പുരുഷൻ അവന് ചിറകുകൾ നൽകിയത്," അവൾ പരിഹസിച്ചു.
"നമ്മൾ പ്രണയത്തെക്കുറിച്ചാണ് സംസാരിക്കുന്നത്," ഹേസ്റ്റിംഗ്സ് പറഞ്ഞു.
"ഞാനല്ല," അവൾ മറുപടി നൽകി.
"ഈ ദൈവത്തിന് എങ്ങനെ അമ്പെയ്യണം എന്ന് പോലും അറിയില്ലെന്ന് എനിക്ക് തോന്നുന്നു. ഇവനൊരു ഭീരുവാണ്; സന്ധ്യാനേരത്ത് ഒരു കൊലയാളിയെപ്പോലെ ഇവൻ പതുങ്ങിവരുന്നു. എനിക്ക് ഭീരുക്കളെ ഇഷ്ടമല്ല."
ഹേസ്റ്റിംഗ്സ് അവളുടെ കണ്ണുകളിലേക്ക് നോക്കി പറഞ്ഞു,
"അവൻ എനിക്ക് മുന്നറിയിപ്പ് നൽകുകയാണ്."
"എങ്കിൽ ആ മുന്നറിയിപ്പ് ശ്രദ്ധിച്ചോളൂ," അവൾ വിറയ്ക്കുന്ന ചിരിയോടെ പറഞ്ഞു.
"ഇല്ല, ഞാൻ അത് ശ്രദ്ധിക്കില്ല," അവൻ ഉറപ്പിച്ചു പറഞ്ഞു.
അവരുടെ സംഭാഷണത്തിനിടയിൽ കൊട്ടാരത്തിന് മുന്നിൽ നിന്നും സൈനികരുടെ ഡ്രം മുഴങ്ങി. തോട്ടം അടയ്ക്കാനുള്ള സമയമായെന്ന് അത് സൂചിപ്പിച്ചു. "On ferme! on ferme!" (അടയ്ക്കുന്നു! അടയ്ക്കുന്നു!)

എന്ന വിളികൾ മുഴങ്ങി.

“ഗുഡ് നൈറ്റ്,” അവൾ മന്ത്രിച്ചു.

“ഇന്ന് എനിക്ക് ഒറ്റയ്ക്ക് മടങ്ങണം.”

ഹേസ്റ്റിംഗ്സ് അവളെ നോക്കി നിന്നു. അവൾ ലക്സംബർഗ് കടന്ന് ബൊളിവാർഡിലൂടെ നടന്നു. കോളെറ്റും എലിയറ്റും അവളെ വിരുന്നിന് ക്ഷണിച്ചെങ്കിലും അവൾ നിരസിച്ചു.

“എനിക്ക് മിഗ്നൺസ് റെസ്റ്റോറന്റിൽ (Mignon’s) ഒരു കൂടിക്കാഴ്ചയുണ്ട്,” അവൾ പറഞ്ഞു.

മിഗ്നൺസ് റെസ്റ്റോറന്റിൽ എത്തിയപ്പോൾ ഒരു കറുത്ത വർഗ്ഗക്കാരനായ ജീവനക്കാരൻ അവളെ സ്വീകരിച്ചു. അവൾ നേരെ ക്യാബിനറ്റ് നമ്പർ ആറിലേക്ക് പോയി. അവിടെ ക്ലിഫോർഡ് അവളെ കാത്തിരിക്കുന്നുണ്ടായിരുന്നു.

“നീ ഇവിടെ എന്താണ് ചെയ്യുന്നത്?” അവൾ ചോദിച്ചു. “കാത്തിരിക്കുകയാണ്,” ക്ലിഫോർഡ് ആരാധനയോടെ മറുപടി നൽകി.

അവൾ കണ്ണാടിയിൽ തന്റെ സൗന്ദര്യം ഒന്ന് നോക്കി.

“നീ എന്തിനാണ് ഇവിടെ കാത്തിരിക്കുന്നത്?” അവൾ വീണ്ടും ചോദിച്ചു.

“നിനക്ക് വേണ്ടി,” ക്ലിഫോർഡ് മറുപടി നൽകി.

“പിന്നെ സെസീലിന് വേണ്ടിയും (And Cécile),” അവൾ കൂട്ടിച്ചേർത്തു.

“അരുത്, വാലന്റൈൻ...” ക്ലിഫോർഡ് തടയാൻ ശ്രമിച്ചു.

“നിനക്കറിയാമോ,” അവൾ ശാന്തമായി പറഞ്ഞു, “നിന്റെ ഈ സ്വഭാവം എനിക്ക് ഒട്ടും ഇഷ്ടമല്ല.”

ക്ലിഫോർഡ് അല്പം അസ്വസ്ഥനായി. തന്റെ പരിഭ്രമം മറയ്ക്കാൻ അവൻ യൂജിനെ (വേലക്കാരൻ) വിളിച്ചു. കോഫിയും വിഭവങ്ങളും ഒന്നൊന്നായി വന്നു. മേശപ്പുറത്ത് ഒരു ചെറിയ വെള്ളി വിളക്ക് മാത്രമായി.

“വാലന്റൈൻ,” ക്ലിഫോർഡ് അനുവാദം ചോദിച്ചുകൊണ്ട് സിഗരറ്റ് കത്തിച്ചു, “നമുക്ക് എവിടെയെങ്കിലും പോകണോ? വോഡ്‌വിൽ (Vaudeville) അതോ എൽഡൊറാഡോ (Eldorado)? അതോ സർക്കസിനോ?”

“നമ്മൾ ഇവിടെത്തന്നെ ഇരിക്കും,” അവൾ പറഞ്ഞു.

“ശരി, പക്ഷേ നിന്നെ രസിപ്പിക്കാൻ എനിക്ക് കഴിയുമോ എന്ന് സംശയമാണ്—”

“ഓ, നീ എൽഡൊറാഡോയേക്കാൾ തമാശക്കാരനാണ്.”

“എന്നെ കളിയാക്കരുത് വാലന്റൈൻ. നിനക്കറിയാമല്ലോ, ചിരി പ്രണയത്തെ കൊല്ലും എന്നാണ് പറയാറുള്ളത്.” അവൾ പൊട്ടിച്ചിരിച്ചു. കണ്ണുകളിൽ നിന്നും കണ്ണുനീർ വരുന്നത് വരെ അവൾ ചിരിച്ചുകൊണ്ടിരുന്നു.

“എങ്കിൽ പ്രണയം മരിച്ചു കഴിഞ്ഞു!” അവൾ വിളിച്ചുപറഞ്ഞു.
ക്ലിഫോർഡ് ആശങ്കയോടെ അവളെ നോക്കി.
“ഞാൻ എന്തിനാണ് വന്നതെന്ന് നിനക്കറിയാമോ?” അവൾ ചോദിച്ചു.
“ഇല്ല,” അവൻ അസ്വസ്ഥനായി പറഞ്ഞു.
“നീ എത്ര കാലമായി എന്റെ പിന്നാലെ നടക്കുന്നു?”
“ഏകദേശം ഒരു വർഷമായി,” അവൻ സമ്മതിച്ചു.
“ഒരു വർഷം! നിനക്ക് മടുത്തില്ലേ? നിന്നെ പ്രണയിക്കാൻ കഴിയാത്ത വിധം എനിക്ക് നിന്നെ അത്രയ്ക്ക് ഇഷ്ടമാണ് എന്ന് നിനക്കറിയില്ലേ? നമ്മൾ പ്രണയികളാകുന്നതിനേക്കാൾ നല്ല സുഹൃത്തുക്കളല്ലേ? നിന്റെ ചരിത്രം എനിക്കറിയില്ലെന്ന് നീ കരുതുന്നുണ്ടോ?”
“അത്രയ്ക്ക് പരിഹസിക്കരുത് വാലന്റൈൻ,” അവൻ അപേക്ഷിച്ചു.
“ഞാൻ നിന്നോടും സെസീലിനോടും നന്മയാണ് കാണിക്കുന്നത്. പാവം സെസീൽ! ഈ ക്വാർട്ടറിൽ (Latin Quarter) നിന്റെ ഖ്യാതി എന്താണെന്ന് നിനക്കറിയാമോ? ആരെയും ചതിക്കുന്ന, ഒരിടത്തും ഉറച്ചുനിൽക്കാത്ത ഒരു നിസ്സാരക്കാരൻ. സെസീൽ ഇതിലും നല്ലൊരു ജീവിതം അർഹിക്കുന്നുണ്ട്.”
ക്ലിഫോർഡ് വല്ലാതെ അസ്വസ്ഥനായപ്പോൾ അവൾ മൃദുവായി സംസാരിക്കാൻ തുടങ്ങി.
“എനിക്ക് നിന്നെ ഇഷ്ടമാണ്, എല്ലാവർക്കും നിന്നെ ഇഷ്ടമാണ്. പക്ഷേ എല്ലാവർക്കും നിന്റെ ഈ വേഷംകെട്ടുകൾക്ക് ഇരയാകാൻ കഴിയില്ല.”
“വേഷംകെട്ടോ!” അവൻ ചോദിച്ചു .
“അതെ, നീ എന്തിനാണ് ഇന്ന് ഇവിടെ വന്നത്? ഞാൻ ഒരു ചെറിയ കത്തയച്ചു, നീ ഉടൻ തന്നെ നിന്റെ വിജയവേഷങ്ങൾ അണിഞ്ഞ് ഇങ്ങോട്ട് പോന്നു.”
“ഞാൻ അങ്ങനെയല്ല,” ക്ലിഫോർഡ് ചുവന്നു തുടുത്തു.
“നീ അങ്ങനെയാണ്, അത് നിനക്ക് ചേരുന്നുമുണ്ട്,” അവൾ പുഞ്ചിരിച്ചു. പിന്നീട് ഗൗരവത്തോടെ തുടർന്നു, “ഞാൻ ഇപ്പോൾ നിന്റെ മുന്നിലുണ്ട്. പക്ഷേ നീ ഒരു സുഹൃത്താണെന്ന് എനിക്കറിയാം. നിന്നോട് ഒരു ഉപകാരം ചോദിക്കാനാണ് ഞാൻ വന്നത്.”
ക്ലിഫോർഡ് അത്ഭുതത്തോടെ അവളെ നോക്കി.
“എന്റെ മനസ്സ് വല്ലാതെ അസ്വസ്ഥമാണ്. അത് മൺസൂർ ഹേസ്റ്റിംഗ്സിനെക്കുറിച്ചാണ്.”
“എന്ത്?”
“അവന്റെ മുന്നിൽ എന്നെക്കുറിച്ച് സംസാരിക്കുകയാണെങ്കിൽ, ദയവായി പറയരുത്.”

“ഞാൻ അവനോട് നിന്നെക്കുറിച്ച് ഒന്നും പറയില്ല,” അവൻ ശാന്തമായി പറഞ്ഞു.

“മറ്റുള്ളവർ പറയുന്നത് നിനക്ക് തടയാൻ കഴിയുമോ?”

“ഞാൻ കൂടെയുണ്ടെങ്കിൽ ശ്രമിക്കാം. പക്ഷേ എന്തിനാണ് ഇങ്ങനെ?”

“അതത്ര ശരിയല്ല,” അവൾ മന്ത്രിച്ചു.

“അവൻ എന്നെ എങ്ങനെയാണ് കാണുന്നത് എന്ന് നിനക്കറിയാമല്ലോ. എല്ലാ സ്ത്രീകളെയും അവൻ ബഹുമാനത്തോടെയാണ് കാണുന്നത്. നിങ്ങളിൽ നിന്നും മറ്റുള്ളവരിൽ നിന്നും അവൻ എത്ര വ്യത്യസ്തനാണ്! ഹേസ്റ്റിംഗ്സിനെപ്പോലൊരു മനുഷ്യനെ ഞാൻ മുൻപ് കണ്ടിട്ടില്ല.” അവൾ തന്റെ കയ്യിലിരുന്ന സിഗരറ്റ് അണയുന്നത് പോലും ശ്രദ്ധിച്ചില്ല. “എനിക്ക് അവനെ പേടിയാണ്—ഈ ക്വാർട്ടറിലെ നമ്മളൊക്കെ ആരാണെന്ന് അവൻ തിരിച്ചറിയുമോ എന്ന് ഞാൻ ഭയപ്പെടുന്നു. അവൻ അത് അറിയരുത് എന്ന് ഞാൻ ആഗ്രഹിക്കുന്നു! എന്നിൽ നിന്നും അവൻ അകന്നുപോകരുത്, ഇപ്പോൾ സംസാരിക്കുന്നത് പോലെ എന്നോട് സംസാരിക്കാതിരിക്കരുത്! എന്നെ സംബന്ധിച്ചിടത്തോളം അത് എത്ര വലിയ കാര്യമാണെന്ന് നിങ്ങൾക്ക് അറിയില്ല. അവൻ ഇത്രയും നല്ലവനാണെന്ന് എനിക്ക് വിശ്വസിക്കാൻ കഴിഞ്ഞില്ല. അവൻ സത്യം തിരിച്ചറിയാൻ ഞാൻ ആഗ്രഹിക്കുന്നില്ല. എന്നെങ്കിലും അവൻ സത്യം അറിയുമായിരിക്കും, അന്ന് അവൻ എന്നിൽ നിന്നും അകന്നുപോകും. പക്ഷേ എന്തിനാണ് അവൻ എന്നെ വെറുക്കുന്നത്? അവൻ നിങ്ങളെ വെറുക്കുന്നില്ലല്ലോ!”

ക്ലിഫോർഡ് വല്ലാതെ വിഷമിച്ചു. വാലന്റൈൻ എഴുന്നേറ്റു. അവളുടെ മുഖം വിളറിയിരുന്നു. “അവൻ നിന്റെ സുഹൃത്താണ്, അവന് മുന്നറിയിപ്പ് നൽകാൻ നിനക്ക് അവകാശമുണ്ട്.”

“അവൻ എന്റെ സുഹൃത്താണ്,” അല്പനേരത്തെ നിശബ്ദതയ്ക്ക് ശേഷം ക്ലിഫോർഡ് പറഞ്ഞു. അവർ നിശബ്ദരായി പരസ്പരം നോക്കി.

“എന്റെ സർവ്വസ്വത്തെയും സാക്ഷി നിർത്തി ഞാൻ പറയുന്നു, നീ അവന് മുന്നറിയിപ്പ് നൽകേണ്ടതില്ല!” അവൾ പറഞ്ഞു.

“നിന്റെ വാക്കുകളിൽ ഞാൻ വിശ്വസിക്കുന്നു,” ക്ലിഫോർഡ് പുഞ്ചിരിയോടെ പറഞ്ഞു.

V

ഹേസ്റ്റിംഗ്സിനെ സംബന്ധിച്ചിടത്തോളം ആ മാസം വളരെ പെട്ടെന്ന് കടന്നുപോയി. പാരീസ് അവനിൽ ചില ആഴമേറിയ അടയാളങ്ങൾ അവശേഷിപ്പിച്ചു. അതിലൊന്ന് ബൊളിവാർഡ് ഡെ കപുസിൻസിൽ

(Boulevard des Capucines) വെച്ച് മിസ്റ്റർ ബ്ലേഡനെ കണ്ടുമുട്ടി യതായിരുന്നു. ഉറക്കെ ചിരിക്കുകയും വിചിത്രമായി പെരുമാറുകയും ചെയ്യുന്ന ഒരു യുവതിക്കൊപ്പമായിരുന്നു ബ്ലേഡൻ. അവരോടൊപ്പം ഒരു പാനീയം കുടിക്കാൻ ബ്ലേഡൻ നിർബന്ധിച്ചപ്പോൾ, തെരുവ് മുഴുവൻ തന്നെ നോക്കി പരിഹസിക്കുന്നതായും തന്റെ കൂട്ടുകാരെ വെച്ച് തന്നെ അളക്കുന്നതായും ഹേസ്റ്റിംഗ്സിന് തോന്നി. ആ യുവതി ഒരു 'മോശപ്പെട്ടവൾ' ആണെന്ന തിരിച്ചറിവ് അവന്റെ കവിളുകളെ ചുവപ്പിച്ചു. വല്ലാത്തൊരു കുറ്റബോധത്തോടെ താമസസ്ഥലത്ത് തിരിച്ചെത്തിയ അവനെ കണ്ട് സ്യൂസി ബൈംഗ് പരിഭ്രമിക്കുകയും അവന്റെ ഗൃഹവിയോ ഗവേദനയ്ക്കു (homesickness) മരുന്നായി ലക്ഷംബർഗ് ഗാർഡൻസിൽ പോകാൻ ഉപദേശിക്കുകയും ചെയ്തു.

മറ്റൊരു അനുഭവം കൂടി അവന്റെ മനസ്സിൽ പതിഞ്ഞു. ഒരു ശനിയാഴ്ച രാവിലെ, ഏകാന്തത മാറ്റാനായി നഗരത്തിലൂടെ അലഞ്ഞുതിരിയു ന്നതിനിടയിൽ അവൻ ഗാരെ സെന്റ് ലസാറെ (Gare St. Lazare) സ്റ്റേഷനിലെത്തി. പ്രഭാതഭക്ഷണത്തിന് സമയമായതേ ഉണ്ടായി രുന്നുള്ളൂ. അവൻ ഹോട്ടൽ ടെർമിനസിൽ കയറി ജനാലയ്ക്കൽ ഒരു സീറ്റ് തിരഞ്ഞെടുത്തു. ഭക്ഷണം ഓർഡർ ചെയ്യാൻ തുടങ്ങുമ്പോഴാണ് അതുവഴി വേഗത്തിൽ നടന്ന ഒരാൾ അവന്റെ തലയിൽ തട്ടിയത്. ക്ഷമാപണം പ്രതീക്ഷിച്ച നോക്കിയ ഹേസ്റ്റിംഗ്സിനെ വരവേറ്റത് അവന്റെ തോളിലെ ഒരു തട്ടലായിരുന്നു: "എടാ സുഹൃത്തേ, നീ ഇവിടെ എന്തെടുക്കുകയാണ്?"

അത് റൗഡൻ (Rowden) ആയിരുന്നു. അവൻ ഹേസ്റ്റിംഗ്സിനെ നിർബന്ധിച്ച് ഒരു സ്വകാര്യ ഡൈനിംഗ് റൂമിലേക്ക് കൊണ്ടുപോയി. അവിടെ ക്ലിഫോർഡ് ഇരിക്കുന്നുണ്ടായിരുന്നു. ഹേസ്റ്റിംഗ്സിനെ കണ്ട് ക്ലിഫോർഡ് അല്പം ഞെട്ടിയെങ്കിലും റൗഡന്റെ ആവേശവും എലിയറ്റി ന്റെ വിനയവും കണ്ടപ്പോൾ അവൻ ശാന്തനായി. എലിയറ്റ് അവിടെയു ണ്ടായിരുന്ന മനോഹരികളായ മൂന്ന് പെൺകുട്ടികളെ ഹേസ്റ്റിംഗ്സിന് പരിചയപ്പെടുത്തി. ലാ റോഷെയിലേക്ക് (La Roche) ഒരു ഉല്ലാസയാത്ര പോകാനായിരുന്നു അവരുടെ പദ്ധതി. സെസീൽ, കോളെറ്റ്, ജാക്വലിൻ എന്നീ പെൺകുട്ടികളുടെ പുഞ്ചിരിക്ക് മുന്നിൽ ഹേസ്റ്റിംഗ്സിന് അത് നിരസിക്കാൻ കഴിഞ്ഞില്ല. ഇതിനിടയിൽ, ഹേസ്റ്റിംഗ്സിനെ ഈ സംഘത്തിലേക്ക് കൂട്ടിച്ചേർത്ത റൗഡനെ ക്ലിഫോർഡ് രഹസ്യമായി ശകാരിക്കുന്നുണ്ടായിരുന്നു. പാവം റൗഡൻ വിഷമിച്ചെങ്കിലും എലിയറ്റ് ഇടപെട്ട് രംഗം ശാന്തമാക്കി.

"നീ മിണ്ടാതിരിക്ക്," എലിയറ്റ് ക്ലിഫോർഡിനോട് പറഞ്ഞു, "ഇത്

വിധിയാണ്."

"ഇത് റൗഡനാണ്, അതാണ് വിധി," ക്ലിഫോർഡ് ചിരിച്ചുകൊണ്ട് മന്ത്രിച്ചു. ക്ലിഫോർഡ് ഹേസ്റ്റിംഗ്സിന്റെ രക്ഷാകർത്താവൊന്നും അല്ലല്ലോ എന്ന് അവൻ സ്വയം ആശ്വസിച്ചു.

അങ്ങനെ രാവിലെ 9.15-നുള്ള ട്രെയിനിൽ അവർ ലാ റോഷെയിലെ ചുവന്ന മേൽക്കൂരയുള്ള സ്റ്റേഷനിലെത്തി. ചൂണ്ടകളും കുടകളുമായി അവർ എപ്റ്റ് (Ept) നദിക്ക് അരികിലുള്ള സിക്കമൂർ മരക്കൂട്ടങ്ങൾക്കിടയിൽ താവളമടിച്ചു. വിനോദകാര്യങ്ങളിൽ വിദഗ്ധനായ ക്ലിഫോർഡ് കാര്യങ്ങൾ ഏറ്റെടുത്തു.

"റൗഡൻ, നീ ചൂണ്ടകൾ എലിയറ്റുമായി പങ്കിടുക. അവൻ പുഴുക്കളെ ചൂണ്ടയിൽ കോർക്കുന്നില്ലെന്ന് ഉറപ്പുവരുത്തുക," ക്ലിഫോർഡ് നിർദ്ദേശം നൽകി. എലിയറ്റ് അത് കേട്ട് ചിരിച്ചു.

"നീ എന്നെ കളിയാക്കുകയാണോ? ഇതെന്റെ ആദ്യത്തെ മീൻപിടുത്തമാണെന്നാണോ നീ കരുതുന്നത്?" എലിയറ്റ് ചോദിച്ചു.

ക്ലിഫോർഡ് മൂന്ന് ചെറിയ ചൂണ്ടകൾ തയ്യാറാക്കി സെസീലിനും കോളെറ്റിനും ജാക്വലിനും നൽകി.

"ഞാൻ പുഴുക്കളെ തൊടില്ല," സെസീൽ പേടിയോടെ പറഞ്ഞു. മറ്റ് പെൺകുട്ടികളും അത് ശരിവെച്ചു. മീൻ പിടിക്കുമ്പോൾ ഇര കോർക്കാനും മീനിനെ മാറ്റാനും താൻ സഹായിക്കാം എന്ന് ഹേസ്റ്റിംഗ്സ് ഏറ്റു. പക്ഷേ ക്ലിഫോർഡിന്റെ ബാഗിലെ മനോഹരമായ 'ഫ്ലൈ' (കൃത്രിമ ഇര) കണ്ടപ്പോൾ സെസീലിന് അതുകൊണ്ട് മീൻ പിടിക്കാൻ പഠിക്കാൻ തോന്നി. അവൾ ക്ലിഫോർഡിനൊപ്പം നദിക്കരയിലൂടെ നടന്നുനീങ്ങി. എലിയറ്റ് സംശയത്തോടെ കോളെറ്റിനെ നോക്കി.

"എനിക്ക് ചെറുമീനുകളെ (Gudgeons) പിടിക്കാനാണ് ഇഷ്ടം. നിങ്ങൾക്ക് വേണമെങ്കിൽ പൊയ്ക്കോളാം," കോളെറ്റ് പറഞ്ഞു. എലിയറ്റ് തന്റെ ചൂണ്ടയും റീലും പരിശോധിച്ചു.

"നീ റീൽ തലതിരിച്ചാണ് ഇട്ടിരിക്കുന്നത്," റൗഡൻ അവനെ തിരുത്തി. എലിയറ്റ് കോളെറ്റിനെ നോക്കി ഒന്ന് മടിച്ചുനിന്നു.

"ശരിക്കും, എനിക്ക് ഇപ്പോൾ ഈ ചൂണ്ടയിടാൻ വലിയ താല്പര്യമില്ല," അവൻ പറഞ്ഞു.

"എങ്കിൽ റോഡ് (Rod) എന്ന് വിളിക്കാം," എലിയറ്റ് പറഞ്ഞു. പെൺകുട്ടികളുടെ പിന്നാലെ പോകാൻ തുടങ്ങിയ അവനെ റൗഡൻ തടഞ്ഞു.

"നീ എവിടെ പോകുന്നു! കയ്യിൽ ഒരു 'ഫ്ലൈ റോഡ്' വെച്ചുകൊണ്ട് സാധാരണ ചൂണ്ടയിടുന്നത് എന്ത് കഷ്ടമാണ്! നീ എന്റെ കൂടെ വാ!"

ശാന്തമായ എപ്റ്റ് (Ept) നദി സെയിൻ നദിയോട് ചേരുന്ന ആ

ഭാഗത്ത്, കുറ്റിക്കാടുകൾക്കിടയിലുള്ള പച്ചപ്പുൽമേട്ടിൽ കോളെറ്റും ജാക്വലിനും ഇരുന്നു. അവർ ചിരിച്ചും സംസാരിച്ചും തങ്ങളുടെ ചുവന്ന ചൂണ്ടകൾ വെള്ളത്തിൽ ചലിക്കുന്നത് നോക്കിയിരുന്നു. ഹേസ്റ്റിംഗ്സ് തന്റെ തൊപ്പി താഴ്ത്തിവെച്ച് ഒരു പായൽ തിട്ടയിൽ തല ചായ്ച്ച് അവരുടെ സംസാരത്തിന് കാതോർത്തു. പെൺകുട്ടികൾക്ക് മീൻ കിട്ടുമ്പോൾ സന്തോഷത്തോടെ ആ കൊച്ചു മീനുകളെ ചൂണ്ടയിൽ നിന്നും മാറ്റാൻ അവൻ സഹായിച്ചു.

വനത്തിലെ പക്ഷികളുടെ പാട്ട് ആ പ്രദേശം മുഴുവൻ നിറഞ്ഞുനിന്നു. കറുപ്പും വെളുപ്പും നിറമുള്ള മഞ്ഞക്കിളികളും (Magpies), നീലയും വെള്ളയും ജയദശമി പക്ഷികളും (Jays) മരങ്ങൾക്കിടയിലൂടെ പറന്നു നടന്നു. പാകമായ ഗോതമ്പ് പാടങ്ങൾക്ക് മുകളിൽ ഒരു പരുന്ത് വട്ടമിട്ടു പറക്കുന്നുണ്ടായിരുന്നു.

നദിയിലൂടെ “Guêpe 27” എന്ന പേരുള്ള വലിയ പുകക്കുഴലുകളുള്ള ആവിബോട്ടുകൾ നീങ്ങുന്നു. വായുവിൽ നനഞ്ഞ മണ്ണിന്റെയും വെള്ളത്തിന്റെയും സുഗന്ധം പടർന്നു. ഹേസ്റ്റിംഗ്സ് വാലന്റൈനെക്കുറിച്ച് ചിന്തിക്കുകയായിരുന്നു. ഉച്ചയ്ക്ക് രണ്ട് മണിയോടെ എലിയറ്റ് തിരിച്ചെത്തി തന്റെ മീൻപിടുത്തത്തെക്കുറിച്ച് തമാശകൾ പറഞ്ഞു.

കുറച്ചു കഴിഞ്ഞപ്പോൾ റൗഡൻ മൂന്ന് മനോഹരമായ ട്രൗട്ട് (Trout) മീനുകളുമായി വന്നു.

“നോക്കൂ,” ഹേസ്റ്റിംഗ്സ് പരിഹസിച്ചു, “അല്പം സിൽക്കും ട്വവലും ഉപയോഗിച്ച് ഈ പാവം മീനുകളെ കൊല്ലുന്നതിനെയാണോ നിങ്ങൾ ഇത്ര വലിയ കാര്യമായി കാണുന്നത്?” റൗഡൻ അതിന് മറുപടി നൽകിയില്ല.

ഉച്ചഭക്ഷണത്തിന് എല്ലാവരും ഒത്തുകൂടി. ക്ലിഫോർഡും സെസീലും ഒരു വലിയ ട്രൗട്ട് മീനുമായി എത്തിയപ്പോൾ എല്ലാവരും കൈയടിച്ചു. ആ വിരുന്ന് അതീവ സന്തോഷകരമായിരുന്നു. ഹേസ്റ്റിംഗ്സിനെ എല്ലാവരും അഭിനന്ദിച്ചു. എങ്കിലും, തന്റെ നാട്ടിലെ രീതികളേക്കാൾ അല്പം കൂടി ‘അടുപ്പമുള്ള’ ഒന്നാണ് ഫ്രഞ്ച് പ്രണയമെന്ന് അവന് തോന്നി. പെൺകുട്ടികൾ തങ്ങളുടെ സുഹൃത്തുക്കളോട് കാണിക്കുന്ന അമിതമായ താല്പര്യം അവനിൽ അല്പം അത്ഭുതമുണ്ടാക്കി.

എങ്കിലും അവൻ അത് ആസ്വദിച്ചു. തന്റെ ചിന്തകൾ വാലന്റൈനിലേക്ക് നീങ്ങുമ്പോൾ താൻ അവളിൽ നിന്നും ഒരുപാട് ദൂരെയാണെന്ന് അവന് തോന്നി. ലാ റോഷെ പാരീസിൽ നിന്നും ഒന്നര മണിക്കൂർ ദൂരത്താണ്. രാത്രി എട്ട് മണിക്ക് ട്രെയിൻ ഗാരെ സെന്റ് ലസാറെ സ്റ്റേഷനിൽ എത്തിയപ്പോൾ തന്റെ പ്രിയപ്പെട്ടവളുടെ നഗരത്തിൽ തിരിച്ചെത്തിയ

സന്തോഷത്തിൽ ഹേസ്റ്റിംഗ്സിന്റെ ഹൃദയം വേഗത്തിൽ മിടിച്ചു.

“ശുഭരാത്രി,” സുഹൃത്തുക്കൾ അവനോട് യാത്ര പറഞ്ഞു.

“അടുത്ത തവണയും നീ ഞങ്ങളോടൊപ്പം വരണം!”

അവൻ അത് സമ്മതിച്ചു. അവർ ഈരണ്ടു പേരായി ഇരുട്ടിൽ മറയുന്നത് അവൻ നോക്കിനിന്നു. അവൻ തലയുയർത്തി നോക്കിയപ്പോൾ ആ വലിയ തെരുവ് ഗ്യാസ് വിളക്കുകളാൽ പ്രകാശിക്കുന്നുണ്ടായിരുന്നു. വൈദ്യുത വെളിച്ചം ചന്ദ്രനെപ്പോലെ അവിടെ തിളങ്ങി നിന്നു.

VI

അടുത്ത ദിവസം രാവിലെ ഉണർന്നപ്പോൾ ഹേസ്റ്റിംഗ്സിന്റെ ഹൃദയം വേഗത്തിൽ മിടിക്കുന്നുണ്ടായിരുന്നു. കാരണം അവന്റെ ആദ്യ ചിന്ത വാലന്റൈനെക്കുറിച്ചായിരുന്നു. നോട്ടർഡാം ഗോപുരങ്ങളിൽ വെയിൽ തട്ടി തിളങ്ങുന്നു. താഴെ തെരുവിൽ പണിക്കാരുടെ മരച്ചെരുപ്പുകളുടെ (Sabots) ശബ്ദം മുഴങ്ങുന്നുണ്ട്. എതിർവശത്തെ തോട്ടത്തിലെ ബ്ലാക്ക് ബേർഡ് പക്ഷി ആവേശത്തോടെ പാടുന്നുണ്ടായിരുന്നു.

ഗ്രാമത്തിലൂടെ ഒരു ദീർഘയാത്ര നടത്താനായി ക്ലിഫോർഡിനെ വിളിക്കാമെന്ന് ഹേസ്റ്റിംഗ്സ് കരുതി. പിന്നീട് ക്ലിഫോർഡിന്റെ ആത്മീയ നന്മയ്ക്കായി അവനെ നിർബന്ധിച്ച് ചർച്ചിൽ കൊണ്ടുപോകാമെന്നും അവൻ പ്ലാൻ ചെയ്തു. സ്റ്റുഡിയോയിലേക്കുള്ള വഴി വൃത്തിയാക്കുന്ന ആൽഫ്രഡ് എന്ന കോൺസീർജിനെയാണ് അവൻ ആദ്യം കണ്ടത്.

“മൺസൂർ എലിയറ്റോ? എനിക്കറിയില്ല,” അവന്റെ ചോദ്യത്തിന് ആൽഫ്രഡ് മറുപടി നൽകി.

“പിന്നെ മൺസൂർ ക്ലിഫോർഡ്?” ഹേസ്റ്റിംഗ്സ് ചോദിച്ചു.

“മൺസൂർ ക്ലിഫോർഡ് വല്ലാത്തൊരു പുണ്യവാളനാണ്,” കോൺസീർജ് പരിഹാസത്തോടെ പറഞ്ഞു.

“അയാൾ നേരത്തെ വന്നിട്ടുണ്ട്; ഇപ്പോൾ കുറച്ചു നിമിഷങ്ങൾക്കേ ആയുള്ളൂ അയാൾ വന്നിട്ട്.”

രാത്രി മുഴുവൻ കറങ്ങി നടന്ന് ഉറങ്ങേണ്ട സമയത്ത് കവാടത്തിൽ മുട്ടി വിളിക്കുന്നവരെക്കുറിച്ച് ആൽഫ്രഡ് പരാതി പറഞ്ഞു. പിന്നീട് മദ്യപിക്കാത്തതിന്റെ ഗുണങ്ങളെക്കുറിച്ച് അയാൾ ഒരു ലഘുപ്രസംഗം തന്നെ നടത്തി.

“ഞാൻ അകത്തേക്ക് വരുന്നില്ല,” ഹേസ്റ്റിംഗ്സ് പറഞ്ഞു.

“ക്ഷമിക്കണം മൺസൂർ,” കോൺസീർജ് പിറുപിറുത്തു, “മൺസൂർ ക്ലിഫോർഡിനെ ഒന്ന് കാണുന്നത് നന്നായിരിക്കും. അയാൾക്ക് ചിലപ്പോൾ സഹായം വേണ്ടിവരും. എന്നെ കണ്ടപ്പോൾ അയാൾ

ഷൂസും മുടി ചീകുന്ന ബ്രഷും കൊണ്ടാണ് എറിഞ്ഞത്. അയാൾ ആ മെഴുകുതിരി കൊണ്ട് എവിടെയെങ്കിലും തീയിടാതെ ഇരുന്നാൽ മതിയായിരുന്നു."

ഹേസ്റ്റിംഗ്സ് മടിച്ചാണെങ്കിലും തോട്ടത്തിലൂടെ നടന്ന് സ്റ്റുഡിയോയുടെ വാതിൽക്കലെത്തി. അവൻ വാതിലിൽ മുട്ടി. നിശബ്ദത. അവൻ വീണ്ടും മുട്ടിയപ്പോൾ അകത്തുനിന്ന് എന്തോ ഒന്ന് വന്ന് വാതിലിൽ ശക്തിയായി ഇടിച്ചു. "അതൊരു ഷൂസാണ്," കോൺസീർജ് പറഞ്ഞു. അയാൾ തന്റെ കൈവശമുണ്ടായിരുന്ന അധിക താക്കോൽ ഉപയോഗിച്ച് വാതിൽ തുറന്ന് ഹേസ്റ്റിംഗ്സിനെ അകത്തേക്ക് വിട്ടു.

അലങ്കോലപ്പെട്ട സന്ധ്യാവസ്ത്രങ്ങൾ (Evening dress) ധരിച്ച ക്ലിഫോർഡ് മുറിയുടെ നടുവിലെ പരവതാനിയിൽ ഇരിക്കുകയായിരുന്നു. കയ്യിൽ ഒരു ഷൂസ് പിടിച്ചിരുന്ന അവന് ഹേസ്റ്റിംഗ്സിനെ കണ്ടപ്പോൾ യാതൊരു അത്ഭുതവും തോന്നിയില്ല.

"ഗുഡ് മോർണിംഗ്, നീ പിയേഴ്സ് സോപ്പ് ഉപയോഗിക്കാറുണ്ടോ?" അല്പം കുഴഞ്ഞ സ്വരത്തിൽ ഒരു പുഞ്ചിരിയോടെ അവൻ ചോദിച്ചു.

ഹേസ്റ്റിംഗ്സിന്റെ ഉള്ളൊന്നു കാളി.

"ദൈവത്തെയോർത്ത്, ക്ലിഫോർഡ്, നീ പോയി കിടന്നുറങ്ങൂ."

"ആ ആൽഫ്രഡ് ഇവിടെ തലയിടുന്നത് നിർത്താതെയും എന്റെ കയ്യിൽ എറിയാൻ ഒരു ഷൂസ് ബാക്കിയുള്ളപ്പോഴും ഞാൻ ഉറങ്ങില്ല," ക്ലിഫോർഡ് പറഞ്ഞു.

ഹേസ്റ്റിംഗ്സ് ആ മെഴുകുതിരി ഊതിക്കെടുത്തി. ക്ലിഫോർഡിന്റെ തൊപ്പിയും വടിയും എടുത്തുമാറ്റി. വല്ലാത്തൊരു വിഷമത്തോടെ അവൻ പറഞ്ഞു: "ഇത് ഭീകരമാണ് ക്ലിഫോർഡ്. നീ ഇങ്ങനെയൊക്കെ ചെയ്യുമെന്ന് ഞാൻ സ്വപ്നത്തിൽ പോലും വിചാരിച്ചില്ല."

"ഞാൻ ഇങ്ങനെയാണ്," ക്ലിഫോർഡ് പറഞ്ഞു.

"എലിയറ്റ് എവിടെ?" ഹേസ്റ്റിംഗ്സ് തിരക്കി.

"എടാ സുഹൃത്തേ," ക്ലിഫോർഡ് കുഴഞ്ഞ സ്വരത്തിൽ പറഞ്ഞു തുടങ്ങി, "ഈ ചെറിയ കിളികൾക്ക് പോലും ആഹാരം നൽകുന്ന ആ ദൈവം ഉണ്ടല്ലോ, അയാൾ എന്നെപ്പോലെയുള്ള ഈ അലഞ്ഞുതിരിയുന്ന കുടിയന്മാരെയും സംരക്ഷിക്കും."

"എലിയറ്റ് എവിടെ?" ഹേസ്റ്റിംഗ്സ് വീണ്ടും ചോദിച്ചു.

ക്ലിഫോർഡ് തന്റെ കൈകൾ വായുവിൽ വീശി.

"അവൻ എവിടെയോ ഉണ്ട്... പുറത്ത് എവിടെയോ." പെട്ടെന്ന് തന്റെ കൂട്ടുകാരനെ കാണണമെന്ന് തോന്നിയ ക്ലിഫോർഡ് ഉറക്കെ അവനെ വിളിക്കാൻ തുടങ്ങി.

പൂർണ്ണമായും സ്തംഭിച്ചുപോയ ഹേസ്റ്റിംഗ്സ് ഒന്നും മിണ്ടാതെ അവിടെയിരുന്നു. അല്പനേരത്തെ കരച്ചിലിന് ശേഷം ക്ലിഫോർഡ് അതീവ ശ്രദ്ധയോടെ എഴുന്നേറ്റു നിന്നു.

"നിനക്കൊരു അത്ഭുതം കാണണോ? ദാ, ഞാൻ തുടങ്ങാൻ പോവുകയാണ്."

ഹേസ്റ്റിംഗ്സ് ഒന്നും മിണ്ടിയില്ല.

"ഞാൻ ഉറങ്ങാൻ പോവുകയാണ്. പാവം ക്ലിഫോർഡ് ഉറങ്ങാൻ പോകുന്നു, അതൊരു അത്ഭുതമല്ലേ!"

വളരെയധികം പണിപ്പെട്ട് തന്റെ ശരീരത്തിന്റെ സന്തുലിതാവസ്ഥ നിലനിർത്തി ക്ലിഫോർഡ് കട്ടിലിലേക്ക് വീണു. എലിയറ്റ് അവിടെ ഉണ്ടായിരുന്നെങ്കിൽ അവൻ ഇതിനെ അഭിനന്ദിക്കുമായിരുന്നു. എന്നാൽ എലിയറ്റ് അപ്പോഴും ലക്സംബർഗ് തോട്ടത്തിലെ ഒരു ബെഞ്ചിൽ മയങ്ങിക്കിടക്കുകയായിരുന്നു. അരമണിക്കൂറിന് ശേഷം ഹേസ്റ്റിംഗ്സ് അവനെ കണ്ടെത്തി. അവനെ എഴുന്നേൽപ്പിച്ച് പൊടിതട്ടി കവാടം വരെ എത്തിച്ചു. അവിടെ വെച്ച് സഹായമെല്ലാം നിരസിച്ച എലിയറ്റ് വട്ടം കറങ്ങിക്കൊണ്ട് സ്വന്തം താമസസ്ഥലത്തേക്ക് നടന്നു.

ഹേസ്റ്റിംഗ്സ് വീണ്ടും ജലധാരയ്ക്ക് അടുത്തേക്ക് നടന്നു. ആദ്യം വല്ലാത്തൊരു നിരാശ തോന്നിയെങ്കിലും പ്രഭാതത്തിലെ ശുദ്ധവായു അവന്റെ മനസ്സിനെ ശാന്തമാക്കി. പ്രണയദൈവത്തിന്റെ പ്രതിമയുടെ നിഴലിലിരുന്ന് അവൻ ചുറ്റുമുള്ള കാഴ്ചകൾ നോക്കി. പ്രാവുകൾ ജലധാരയിൽ കുളിക്കുന്നു. ചിത്രശലഭങ്ങൾ പൂക്കൾക്ക് മുകളിൽ പറക്കുന്നു. സെന്റ് സൽപൈസ് പള്ളിയിലെ മണി മുഴങ്ങി.

ചിന്തകളിൽ മുഴുകിയിരുന്ന ഹേസ്റ്റിംഗ്സിന്റെ അരികിൽ ആരോ വന്നിരുന്നു. അവൾ സംസാരിക്കുന്നത് വരെ അവൻ തലയുയർത്തിയില്ല.

"നീയോ! ഈ സമയത്തോ?" ഹേസ്റ്റിംഗ്സ് അത്ഭുതപ്പെട്ടു.

"എനിക്ക് വല്ലാത്തൊരു അസ്വസ്ഥത തോന്നി, ഉറങ്ങാൻ കഴിഞ്ഞില്ല. നീയോ ഈ സമയത്ത്?" വാലന്റൈൻ ചോദിച്ചു.

"സൂര്യപ്രകാശം തട്ടിയപ്പോൾ ഞാൻ ഉണർന്നു."

"എനിക്ക് ഉറങ്ങാൻ കഴിഞ്ഞില്ല," അവളുടെ കണ്ണുകളിൽ ഒരു ചെറിയ വിഷാദത്തിന്റെ നിഴൽ പടർന്നു. പിന്നീട് അവൾ പുഞ്ചിരിച്ചു. "നീ ഇവിടെ വരും എന്ന് എനിക്ക് അറിയാമായിരുന്നു എന്ന് തോന്നുന്നു. ചിരിക്കരുത്, ഞാൻ സ്വപ്നങ്ങളിൽ വിശ്വസിക്കുന്നു."

അല്പനേരം അവർ നിശബ്ദരായി ഇരുന്നു. ആ നിശബ്ദതയിൽ അവർ പരസ്പരം സാമീപ്യം ആസ്വദിച്ചു.

"ഞാൻ ഇതുവരെ എന്റെ ചോക്ലേറ്റ് പാനീയം കുടിച്ചിട്ടില്ല," അവൾ

പറഞ്ഞു.
“വാലന്റൈൻ,” ഹേസ്റ്റിംഗ്സ് ആവേശത്തോടെ പറഞ്ഞു,
“എനിക്ക് ഒരു ആഗ്രഹമുണ്ട്. ഈ ഒരു തവണ മാത്രം, ഇന്നത്തെ ഒരു ദിവസം മുഴുവൻ നിനക്ക് എനിക്ക് നൽകാൻ കഴിയുമോ?”
“ദൈവമേ, ഇതൊരു സ്വാർത്ഥമായ ആഗ്രഹമാണല്ലോ,” അവൾ പുഞ്ചിരിച്ചു.
“സ്വാർത്ഥതയല്ല, വിശപ്പാണ്,” ഹേസ്റ്റിംഗ്സ് അവളെ നോക്കി പറഞ്ഞു.
“നമുക്ക് ഒരുമിച്ച് ചോക്ലേറ്റ് കുടിക്കാം. ഉച്ചഭക്ഷണം സെന്റ് ക്ലൗഡിൽ (St. Cloud) വെച്ച് കഴിക്കാം. ഇന്ന് ഒരു ദിവസം മുഴുവൻ നമ്മൾ ഒരുമിച്ച്... ഉണ്ടാകുമോ വാലന്റൈൻ?”
അവൾ നിശബ്ദയായി. വീണ്ടും ആ വിഷാദത്തിന്റെ നിഴൽ അവളുടെ കണ്ണുകളിൽ തെളിഞ്ഞു. അവൾ ദീർഘനിശ്വാസത്തോടെ പറഞ്ഞു, “ശരി, ഒരുമിച്ച്. ഈ ഒരു തവണ മാത്രം.”
“ദിവസം മുഴുവൻ?” ഹേസ്റ്റിംഗ്സിന് വിശ്വസിക്കാൻ കഴിഞ്ഞില്ല.
“ദിവസം മുഴുവൻ,” അവൾ പുഞ്ചിരിച്ചു, “എനിക്കും നല്ല വിശപ്പുണ്ട്!”
ഹേസ്റ്റിംഗ്സ് ആവേശത്തോടെ ചിരിച്ചു. വാലന്റൈന്റെ പ്രിയപ്പെട്ട നഗരത്തിൽ അവർ തങ്ങളുടെ മനോഹരമായ ഒരു ദിവസം ആരംഭിക്കാൻ തീരുമാനിച്ചു.
ബൊളിവാർഡ് സെന്റ് മിഷേലിൽ (Boulevard St. Michel) പുറംവശം നീലയും വെളുപ്പും ചായമടിച്ച, ഉൾവശം അതീവ വൃത്തിയുള്ള ഒരു ‘ക്രേമറി’ (Crémerie) ഉണ്ട്. ഫ്രഞ്ച് ഭാഷ മനോഹരമായി സംസാരിക്കുന്ന മർഫി എന്ന് പേരുള്ള ആ ചുവന്ന മുടിക്കാരൻ യുവതി അവരെ പുഞ്ചിരിയോടെ സ്വീകരിച്ചു. രണ്ട് കപ്പ് ചോക്ലേറ്റും ഫ്രഷ് ആയ ക്രോയിസന്റുകളും (croissants) അവരുടെ മുന്നിലെത്തി. നോർമണ്ടിയിലെ പുൽമേടുകളുടെ സുഗന്ധമുള്ള വെണ്ണക്കട്ടികൾ അവർ ആസ്വദിച്ചു കഴിച്ചു. അവർ ഒരുമിച്ച് ചിരിക്കുകയും തമാശകൾ പറയുകയും ചെയ്തു. വാലന്റൈൻ ഹേസ്റ്റിംഗ്സിന്റെ കയ്യിൽ തൂങ്ങി ആ ക്രേമറിയിൽ നിന്നും ഇറങ്ങുമ്പോൾ, മർഫി അവരെ നോക്കി മന്ത്രിച്ചു: “ദൈവമേ, ഇവർ എത്ര സുന്ദരമായ ജോഡികളാണ്. അവർ വിവാഹിതരാണോ എന്ന് എനിക്കറിയില്ല, പക്ഷേ കണ്ടാൽ അങ്ങനെ തോന്നും.”
അവർ ഒരു ടാക്സിയിൽ ഗാരെ മോണ്ട്പാർനാസ് (Gare Montparnasse) സ്റ്റേഷനിലെത്തി. അവസാന നിമിഷം അവർ ട്രെയിനിൽ കയറിപ്പറ്റി. ട്രെയിൻ സ്റ്റേഷൻ വിട്ട് പ്രഭാത വെളിച്ചത്തിലേക്ക് പാഞ്ഞുതുടങ്ങി. തുറന്ന ജനാലയിലൂടെ വന്ന വേനൽക്കാറ്റ് വാലന്റൈന്റെ നെറ്റിയിലെ മുടിയിഴകളെ തലോടി.

“ഈ കംപാർട്ട്മെന്റിൽ നമ്മൾ മാത്രമേയുള്ളൂ,” ഹേസ്റ്റിംഗ്സ് പറഞ്ഞു. വാലന്റൈൻ ആവേശത്തിലായിരുന്നു. ട്രെയിനിന്റെ വേഗത കൂടുന്തോറും അവളുടെ ആവേശം വർദ്ധിച്ചു.

“വേഗത്തിൽ! ഇനിയും വേഗത്തിൽ!” അവൾ വിളിച്ചുപറഞ്ഞു.

അവളുടെ കണ്ണുകൾ ചക്രവാളത്തിലെവിടെയോ തറഞ്ഞുനിന്നിരുന്നു. പച്ചപ്പും വയലുകളും ടെലിഗ്രാഫ് പോസ്റ്റുകളും മിന്നൽവേഗത്തിൽ കടന്നുപോയി. ട്രെയിൻ ഒരു പാലത്തിലൂടെ പാഞ്ഞപ്പോൾ താഴെ വിശാലമായ ഒരു നദി തെളിഞ്ഞു. വാലന്റൈൻ ജനാലയിലൂടെ പുറത്തേക്ക് ആഞ്ഞുനിന്നു.

“ഇത്ര ദൂരേക്ക് ആഞ്ഞുനിൽക്കല്ലേ വാലന്റൈൻ, സൂക്ഷിക്കൂ!” ഹേസ്റ്റിംഗ്സ് വിളിച്ചുപറഞ്ഞു.

“വേഗത്തിൽ! ഈ നഗരത്തിന് പുറത്തേക്ക്, ഈ ലോകത്തിന് തന്നെ പുറത്തേക്ക്!” അവൾ മന്ത്രിച്ചു കൊണ്ടിരുന്നു. ട്രെയിൻ ഇപ്പോൾ ഒരു വനത്തിലൂടെയാണ് പായുന്നത്. സൂര്യപ്രകാശം മരച്ചില്ലകൾക്കിടയിലൂടെ തീജ്വാലകൾ പോലെ കടന്നുപോയി. അവളുടെ കണ്ണുകളിലെ അസ്വസ്ഥത കണ്ട ഹേസ്റ്റിംഗ്സ് അവളെ ചേർത്തുപിടിച്ച് ചുംബിച്ചു.

പെട്ടെന്ന് അവൾ വേദനയോടെ നിലവിളിച്ചു, “അരുത്.. അത് അരുത്!” ഹേസ്റ്റിംഗ്സ് അവളെ തന്റെ കൈകളിൽ അമർത്തിപ്പിടിച്ചു. തന്റെ പരിശുദ്ധമായ പ്രണയം അവൻ അവളോട് മന്ത്രിച്ചു. അവൾ വിതുമ്പിക്കൊണ്ട് പറഞ്ഞു:

“അരുത്... ഞാൻ അർഹയല്ല... ഞാൻ വാക്ക് നൽകിയിട്ടുള്ളതാണ്... ഞാൻ മോശപ്പെട്ടവളാണ്...”

എന്നാൽ ഹേസ്റ്റിംഗ്സിന്റെ ഹൃദയത്തിലെ പരിശുദ്ധിയിൽ അവളുടെ ആ വാക്കുകൾക്ക് യാതൊരു അർത്ഥവുമില്ലായിരുന്നു. അവൻ അവളെ തന്റെ നെഞ്ചോട് ചേർത്തുപിടിച്ചു. വനം പിന്നിട്ട് ട്രെയിൻ വീണ്ടും വെളിച്ചത്തിലേക്ക് വന്നപ്പോൾ അവൾ ശാന്തയായി.

“എനിക്ക് നിന്നിൽ നിന്നും അകന്നുപോകാൻ കഴിയില്ല; ഞാൻ അത്രമേൽ ദുർബലയാണ്,” അവൾ വളരെ പതുക്കെ പറഞ്ഞു.

“നീ എന്നേ എന്റെ ഹൃദയത്തിന്റെയും ആത്മാവിന്റെയും യജമാനനായിക്കഴിഞ്ഞു. എന്നെ വിശ്വസിച്ച ഒരാൾക്ക് നൽകിയ വാക്ക് ഞാൻ ലംഘിച്ചു കഴിഞ്ഞു; ഇനി എന്ത് സംഭവിക്കാനാണ്? നിനക്ക് എന്നെ സ്വീകരിക്കാം അല്ലെങ്കിൽ തള്ളിക്കളയാം. നിന്റെ ഒരു വാക്കിന് എന്നെ കൊല്ലാൻ കഴിയും. എന്റെ ഈ സന്തോഷത്തിന് മുന്നിൽ മരിക്കുന്നതാകും എനിക്ക് എളുപ്പം.”

ഹേസ്റ്റിംഗ്സ് അവളെ സമാധാനിപ്പിച്ചു.

“നമുക്ക് ഈ സുന്ദരമായ ലോകത്ത് ഒരുമിച്ച് സന്തോഷത്തോടെ ജീവിക്കാം,” അവൻ പറഞ്ഞു.
സന്തോഷം കൊണ്ട് വിറയ്ക്കുന്ന സ്വരത്തിൽ അവൾ പറഞ്ഞു: “ഇതാണോ ലോകം? എങ്കിൽ ഞാൻ ഇതുവരെ ഇത് അറിഞ്ഞിരുന്നില്ല.”
“ഞാനും അറിഞ്ഞിരുന്നില്ല, ദൈവം നമ്മോട് ക്ഷമിക്കട്ടെ,” ഹേസ്റ്റിംഗ്സ് മന്ത്രിച്ചു.
ഒരുപക്ഷേ ആ പാടങ്ങളിലെ ‘അവർ ലേഡി’ (Lady of the Fields) അവർ രണ്ടുപേരോടും ക്ഷമിച്ചിട്ടുണ്ടാകാം.